ಕಣ್ಣ ಕನ್ನಡಿಯಲ್ಲಿ..

ಅಬ್ಬೂರಿನ ಚಿತ್ರಗಳು

ಅಬ್ಬೂರು ಪ್ರಕಾಶ್

ಬಹುರೂಪಿ
ಎಂಬೆಸಿ ಸೆಂಟರ್, 111,
ಮೊದಲನೇ ಮಹಡಿ, ಕ್ರೆಸೆಂಟ್
ರಸ್ತೆ, ಕುಮಾರಪಾರ್ಕ್ ಈಸ್ಟ್,
ಬೆಂಗಳೂರು 560 001.
ದೂರವಾಣಿ: 70191 82729

95

KANNA KANNADIYALLI...

A Memoir by **ABBURU PRAKASH** on his village Abburu.
abburprakash@gmail.com
94484 89195

Published By **Bahuroopi**
Embassy Centre, 111, First Floor, Crescent Road,
Kumarapark East, Bangalore 560001

editor@bahuroopi.in

Mobile | Whats App Bookstore: **70191 82729**

online book store: **bahuroopi.in**

ISBN: 978-81-969988-7-5
First Edition: December 2023
Pages: 136 |

Cover and Inside Design: **Sagar M S**
Inside Illustrations: **Ra Suri**
Cover Illustration: **Ravi Palette**

ವೆಂಕಟಮ್ಮ
ಎಂಬ ವಿಸ್ಮಯದ
ನೆನಪಿಗೆ...

ವೆಂಕಟಮ್ಮ ಎಂಬ ವಿಸ್ಮಯದ ನೆನಪಿಗೆ ಈ ಕವಿತೆ

ನಿನಗೇನಾಗಿತ್ತು ಕಡಿಮೆ...

ನನ್ನವ್ವ... ನನ್ನಪ್ಪನ ಮನದೊಡತಿ
ಆಗಿದ್ದಳಾ !
ಹೋಗಲಿ, ಮನೆಯೊಡತಿ?

ಸೊಸೆಯಂದಿರು
ಬರುವವರೆಗೆ ಆಕೆಗೆ
ಅತ್ತೆ ಹೇಳಿದ್ದೇ ಮಾತು !

ಒಂದೂವರೆ ವರ್ಷಕ್ಕೊಂದು ಮಗು,
ಕರ್ತವ್ಯವಾಗಿತ್ತು !

ಗಂಡನಿಂದ ವಿರಾಮ !

ಸರಿ, ಸೊಸೆಯಂದಿರು ಬಂದರು,
ಈಗ ಪೂರ್ಣ ವಿರಾಮ.

ನಿಮಗೇನು ಕಡಿಮೆ, ಒಂದೆಡೆ
ಕುಳಿತ್ತಿದ್ದರಾಗದೆ!

ತಾನೊಂದು ದಿನ ಅತ್ತೆಯಾಗುತ್ತೇನೆ,
ಆಳಬಹುದು ಐವರು ಸೊಸೆಯಂದಿರನ್ನು.

ಇದ್ದೀತು ಅವಳ ಕನಸು !

ಸೊಸೆಯಾಗಿ ಆಳಿಸಿಕೊಂಡವಳಿಗೆ
ಅತ್ತೆಯಾಗಿ ಆಳುವ ಸೌಭಾಗ್ಯ ಸಿಗಲಿಲ್ಲ !

ಆದರೇನಂತೆ ಸಿಕ್ಕಿತ್ತಲ್ಲ, ವಿರಾಮದ ಭಾಗ್ಯ.

ಮಾತಿಗೆ ಮೊದಲು ಕಾಳಜಿಯ ಮಾತು.
ನಿಮಗ್ಯಾಕಿವೆಲ್ಲಾ, ಏನು ಕಡಿಮೆಯಾಗಿದೆ
ನಿಮಗೆ,

ಹೌದು!
ಏನು ಕಡಿಮೆಯಾಗಿತ್ತು
ನಿನಗೆ,
ಕೇಳಲು ನಾವಿದ್ದೇವೆ.
ಹೇಳಲು ನೀನಿಲ್ಲ,

ಒಂದು 'ತಪ್ಪಡ್',

ನಡೆದಿದೆ ಚರ್ಚೆ ಎಷ್ಟೆಲ್ಲಾ,
ನಿನಗೆ ಬಿದ್ದ ಏಟುಗಳ
ಲೆಕ್ಕವಿಟ್ಟವರಾರು.

ನಿನಗೇನಾಗಿತ್ತು ಕಡಿಮೆ!! ನಮಗಾರಿಗೂ
ಗೊತ್ತಾಗಲೇ ಇಲ್ಲ

ಹೌದು,
ನಿನಗೇನಾಗಿತ್ತು ಕಡಿಮೆ !!

ಪ್ರಕಾಶ್ ಅಬ್ಬೂರು

ಕಾಡಿದ ನೆನಪಿನ ಕಣಜ

ಪ್ರಿಯ ಪ್ರಕಾಶ್,

'ನೆನಪಿನಂಗಳದಲ್ಲಿ' ನಿಮ್ಮ ನೆನಪಿನ ಕಣಜ ದೊಡ್ಡದಿದೆ.

ನಾನು ಈ ಮೊದಲೇ ಹೇಳಿದಂತೆ ಭಾಷೆ ಸರಳವಾಗಿದೆ, ಸುಲಭವಾಗಿ ಓದಿಸಿಕೊಂಡು ಹೋಗುತ್ತದೆ. ನೆನಪಿನ ವಿಚಾರಗಳು, ವಸ್ತುಗಳು ಆಸಕ್ತಿ ಹುಟ್ಟಿಸುತ್ತವೆ.

ನಿಮ್ಮ ಈ ಬರವಣಿಗೆಗಳ ಸಂಗ್ರಹದಲ್ಲಿ ನಾನು ಪ್ರಮುಖವಾಗಿ ಮೂರು ಉದ್ದೇಶಗಳನ್ನು ಗ್ರಹಿಸುತ್ತೇನೆ.

ಮೊದಲಿಗೆ ನಿಮ್ಮ ಕುಟುಂಬದ ಹಿನ್ನೆಲೆ, ಅದರ ಪ್ರಮುಖ ಪಾತ್ರಗಳನ್ನು ಪರಿಚಯಿಸುವುದು; ಎರಡನೆಯದು, ನಿಮ್ಮ ಊರು, ಪರಿಸರ, ಸಾಮಾಜಿಕ ಸಂಬಂಧಗಳು, ರೀತಿನೀತಿಗಳನ್ನು ದಾಖಲಿಸುವುದು; ಮತ್ತು ಮೂರನೆಯದು, ಆಧುನೀಕರಣದ ಸೋಗಿನಲ್ಲಿ ಜನಜೀವನದಲ್ಲಿ ಕಾಣಬರುವ ಬದಲಾವಣೆಗಳನ್ನು ಗುರುತಿಸುವುದು. ನೀವು ಈ ಮೂರೂ ಉದ್ದೇಶಗಳನ್ನು ಸಮರ್ಪಕವಾಗಿ ನಿಭಾಯಿಸಿದ್ದೀರಿ ಎನ್ನುವುದು ನನ್ನ ಅನ್ನಿಸಿಕೆ.

ಕುಟುಂಬಕ್ಕೆ ಸಂಬಂಧಿಸಿದ ಲೇಖನಗಳು– ಹಿರೀಕರು, ತಂದೆ ಅಣ್ಣಯ್ಯ, ತಾಯಿ ವೆಂಕಟಮ್ಮ, ಅಣ್ಣ ರಾಜು, ಅಕ್ಕ ಜಯಮ್ಮ– ಎಲ್ಲವೂ ಆತ್ಮೀಯವಾಗಿ ಹೊರಹೊಮ್ಮಿವೆ. ಒಬ್ಬೊಬ್ಬರದೂ ಅನನ್ಯ ವ್ಯಕ್ತಿತ್ವ, ಅವರು ಎದುರಿಸುವ ಸವಾಲುಗಳು, ಅವರ ಸಾಧನೆಗಳು ಅವರ ಸಂದರ್ಭಗಳಲ್ಲಿ ಮಾದರಿ ವ್ಯಕ್ತಿಗಳನ್ನಾಗಿಸಿವೆ. ನಿಮ್ಮ ತಂದೆ ತಾಯಿಯರ ಸರಳ ಬದುಕು, ಕಾಯಕವೇ ಕೈಲಾಸದ ಆದರ್ಶಗಳು ಗ್ರಾಮೀಣ ಬದುಕಿನ ಅವಿಭಾಜ್ಯ ಲಕ್ಷಣಗಳೇ ಆಗಿದ್ದು, ಅವರು ಅ ಬಗೆಯ ಬದುಕಿನ ಪ್ರತಿನಿಧಿಗಳಾಗಿ ಬೆಳಗುತ್ತಾರೆ. ನಿಮ್ಮ ಅಣ್ಣ ರಾಜು ಅವರ ಬದುಕಿನ ಸಾಧನೆಗಳನ್ನು ಹೇಳುತ್ತಲೇ, ಅವರು ಅನುಭವಿಸಿದ ಆಲ್ಜೈಮರ್ ಕಾಯಿಲೆಯ

ತೀವ್ರತೆ ಮತ್ತು ಪರಿಣಾಮಗಳನ್ನು ವಿವರಿಸಿದ್ದೀರಿ. 'ಗಟ್ಟಿಗಿತ್ತಿ' ಪದಕ್ಕೆ ನಿಜವಾಗಿಯೂ ಅನ್ವರ್ಥವಾದದ್ದು ನಿಮ್ಮ ಅಕ್ಕ ಜಯಮ್ಮನ ಬದುಕು. ಸಂಪ್ರದಾಯ ಚೌಕಟ್ಟಿನಲ್ಲಿ ಬೆಳೆದ ಹೆಣ್ಣು ಮಗಳು, ಸರಳ ಮದುವೆ ಮತ್ತು ವಿಧವಾ ವಿವಾಹಗಳಂತಹ ಪ್ರೋಗ್ರೆಸ್ಸಿವ್ ಎನ್ನಬಹುದಾದ ಸಂದರ್ಭಗಳಿಗೆ ಸ್ಪಂದಿಸುವ, ಹೊಂದಿಕೊಳ್ಳುವ ರೀತಿ ನಿಜವಾಗಿಯೂ ಶ್ಲಾಘನೀಯ.

ಇನ್ನು ನಿಮ್ಮ ಊರು, ಪರಿಸರ ಕುರಿತ ಲೇಖನಗಳು ಅಬ್ಬೂರಿನ ವೈಶಿಷ್ಟಗಳನ್ನು ಚಿತ್ರಿಸುತ್ತವೆ. ಅಬ್ಬೂರು ಅಣೆಕಟ್ಟು (ಶತಾಯುಷಿ ಸುಂದರಿ), ಅಬ್ಬೂರು ಬೆಟ್ಟ, ಹಿಪ್ಪೆ ಮರಗಳು, ದೇವಸ್ಥಾನಗಳು, ಹೋಟೆಲುಗಳು– ಹೀಗೆ ಹತ್ತು ಹಲವಾರು ಸ್ಥಳಗಳ ವಿವರಣೆಗಳು ಅಬ್ಬೂರಿನ ಭೌತಿಕ ಪರಿಸರವನ್ನು ಕಟ್ಟಿಕೊಡುತ್ತವೆ. ಆಚರಣೆಗಳು, ಹಬ್ಬ ಹರಿದಿನಗಳು, ಉತ್ಸವಗಳ ಬಗೆಗೂ ಸಾಕಷ್ಟು ಮಾಹಿತಿಗಳನ್ನು ಇಲ್ಲಿನ ಲೇಖನಗಳಲ್ಲಿ ಒದಗಿಸಿದ್ದೀರಿ. ಉದಾಹರಣೆಗೆ, ಮಾರ್ಲಮ್ಮಿ ಹಬ್ಬದ ತಿಂಡಿ ತಿನಿಸುಗಳು, ಸಂಭ್ರಮಗಳು ಕೂಡು ಕುಟುಂಬ ವ್ಯವಸ್ಥೆಯ ಸಹಜೀವನದ ಸಂತಸ, ಸೌಲಭ್ಯಗಳನ್ನು ನೆನಪಿಸುತ್ತವೆ.

ಹಳ್ಳಿಯ ಹಿಂದಿನ ಬದುಕನ್ನು ನೆನೆಸಿಕೊಂಡಾಗ ಕುವೆಂಪು ಅವರ ಕಿಂದರಿ ಜೋಗಿ ಕವಿತೆಯ 'ಅಯ್ಯೋ ಹೋಯಿತೆ ಆ ನಾಕ, ಅಯ್ಯೋ ಬಂದಿತೆ ಈ ಲೋಕ' ಎಂಬ ಸಾಲು ನನ್ನನ್ನು ಕಾಡುತ್ತದೆ, ಕಷ್ಟ ಕೋಟಲೆಗಳ ನಡುವೆಯೂ ಆ ಬದುಕಿನಲ್ಲಿ ನೆಮ್ಮದಿ ಇತ್ತು, ಸಾಮರಸ್ಯ ಇತ್ತು. ನಿಮ್ಮ ದಾದೂ ಮತ್ತು ಬೂಬಮ್ಮರ ಸಂಗತಿ ಮಾಯವಾಗುತ್ತಿರುವ ಕೋಮು ಸೌಹಾರ್ದವನ್ನು ನೆನಪಿಸುತ್ತದೆ. ನನ್ನ ಬಾಲ್ಯದ ದಿನಗಳಲ್ಲಿ ನಮ್ಮ ಹಳ್ಳಿಗಳ ಅವಿಭಾಜ್ಯ ಅಂಗವೇ ಆಗಿದ್ದ ಮುಸ್ಲಿಂ ಕಸಬುದಾರರು, ಪಾತ್ರೆಗಳಿಗೆ ಕಲಾಯಿ ಹಾಕುತ್ತಿದ್ದ ಕಲಾಯಿ ಸಾಬರು, ಹಾಸಿಗೆ ತಯಾರಿಸುತ್ತಿದ್ದ ಥಡಿ ಸಾಬರು, ಮೀನು ಹೊತ್ತು ತರುತ್ತಿದ್ದ ಕರಿಮೀನು ಸಾಬರು ಮುಂತಾಗಿ.

ಹೀಗೆ ಹತ್ತು ಹಲವಾರು ಸಂಗತಿಗಳನ್ನು ನೆನಪಿಸುವ ನಿಮ್ಮ ಈ ಬರಹಗಳು ನನಗೆ ಇಷ್ಟವಾದುವು.

ಪ್ರೊ. ಹೆಚ್.ಎಸ್. ಈಶ್ವರ
ಹೆಸರಾಂತ ಸಂವಹನ ತಜ್ಞರು

ಅಬ್ಬೂರಿಗೆ ಹೆಜ್ಜೆಯಿಟ್ಟು...

1 ಕಾಲ ಬದಲಾಗಿದೆ

ಅದೊಂದು ಸಣ್ಣ ತೋಪು ಅಲ್ಲಿ ಹಲವಾರು ವಿಶಿಷ್ಟ ಬಗೆಯ ಮರಗಳಿದ್ದವು, ಕಲಗಚ್ಚಿನ ಮಾವಿನ ಮರ, ಸಂಪಿಗೆ ಮರ, ಸುರಿಗಿ ಮರ, ನೆಲ್ಲಿ ಮರ ಇತ್ಯಾದಿ.

ತೋಪಿನ ಪಕ್ಕದಲ್ಲಿಯೇ ಇದ್ದುದೊಂದು ಕುಡಿ ನೀರಿನ ಬಾವಿ. ಅಂದರೆ ಕುಡಿಯಲು ಬಳಸುತ್ತಿದ್ದ ನೀರಿನ ಬಾವಿ. ಬಾವಿ ಅಂದರೆ ಅಂತಹ ದೊಡ್ಡ ಬಾವಿಯೇನಲ್ಲ, ಅಬ್ಬಬ್ಬಾ ಎಂದರೆ ಹತ್ತು ಅಡಿ ಆಳ ಇದ್ದಿರಬಹುದು. ಚೌಕಕಾರದ ಬಾವಿ, ಕಲ್ಲುಗಳಿಂದ ಕಟ್ಟಿದ್ದರು. ನೆಲಮಟ್ಟದಲ್ಲಿ ಚಪ್ಪಡಿಗಳು, ಮದ್ಯೆ ಕಾಲು ಇಟ್ಟುಕೊಳ್ಳಲು ಒಂದು ಚಪ್ಪಡಿ. ಎರಡು ಚಪ್ಪಡಿಗಳ ನಡುವೆ ಕಾಲುಗಳನ್ನು ಇಟ್ಟು ಬಾಗಿ ನೀರನ್ನು ಸೇದಿಕೊಳ್ಳಬೇಕಾಗಿತ್ತು.

ಅಂದರೆ ಅದು ರಾಟೆ ಬಾವಿಯಾಗಿರಲಿಲ್ಲ. ಬಾಗಿ ನೀರು ಸೇದಲು ಅಂತಹ ಶ್ರಮವೂ ಆಗುತ್ತಿರಲಿಲ್ಲ, ಏಕೆಂದರೆ ಮಳೆಗಾಲದಲ್ಲಿ ನೆಲಮಟ್ಟದಿಂದ ಒಂದೆರಡು ಅಡಿ ಆಳದಲ್ಲೇ ನೀರು ಸಿಗುತ್ತಿತ್ತು. ಅಂತಹ ಸಮಯದಲ್ಲಿ ಹಗ್ಗವೂ ಬೇಕಾಗಿರಲಿಲ್ಲ. ಬಿಂದಿಗೆಯನ್ನು ನೇರವಾಗಿಯೇ ಬಾಗಿ ನೀರಲ್ಲಿ ಮುಳುಗಿಸಬಹುದಾಗಿತ್ತು. ಬೇಸಿಗೆ ಸಮಯದಲ್ಲಿ ಏಳೆಂಟು ಅಡಿ ಆಳಕ್ಕೆ ಹೋಗುತ್ತಿತ್ತು.

ಈಗಾಗಲೇ ಹೇಳಿದ ಹಾಗೆ ಬಾವಿ ಇದ್ದುದೇ ಹತ್ತು ಅಡಿಗಳಷ್ಟು. ಅಷ್ಟೊಂದು ಸಮೃದ್ಧ ಅಂತರ್ಜಲ. ಎಂತಹ ಬೇಸಿಗೆಯಲ್ಲಿಯೂ ಅಲ್ಲಿ ನೀರು ಬತ್ತುತ್ತಿರಲಿಲ್ಲ, ಇಡೀ ಊರಿನ ಜನ ಅಲ್ಲಿಂದ ನೀರು ತೆಗೆದುಕೊಂಡು ಹೋಗುತ್ತಿದ್ದರು. ಆಗ ಇದ್ದ ಪದ್ಧತಿಯಂತೆ ಪರಿಶಿಷ್ಟ ಜಾತಿ ಜನರಿಗೆ ಅಲ್ಲಿ ನೀರು ಸೇದಲು ಅವಕಾಶ ಇರಲಿಲ್ಲ. ಬ್ರಾಹ್ಮಣರು ಬರುತ್ತಿರಲಿಲ್ಲ. ಉಳಿದಂತೆ ಒಕ್ಕಲಿಗರು, ಆಚಾರರು, ಕುಂಬಾರರು, ಶೆಟ್ಟರು, ಬೆಸ್ತರು ಇನ್ನಿತರೇ ಮಂದಿ ಅಲ್ಲಿನ ನೀರನ್ನು ಬಳಸುತ್ತಿದ್ದರು.

ಗೌರಿ ಹಬ್ಬದ ದಿನಗಳಂದು ಪಕ್ಕದಲ್ಲಿಯೇ ಇದ್ದ ಹುತ್ತಕ್ಕೆ ತನಿ ಎರೆಯುವ ಸಂದರ್ಭದಲ್ಲಿಯೂ ಅಲ್ಲಿಂದ ನೀರು ತೆಗೆದುಕೊಂಡು ಹೋಗುವುದು ರೂಢಿಯಲ್ಲಿತ್ತು. ಮತ್ತೊಂದು ಮುಖ್ಯ ಸಂಗತಿ, ಊರಲ್ಲಿ ಯಾವುದೇ ಮದುವೆಯಾದರೂ ಇಲ್ಲಿಂದ ದೇವರ ನೀರನ್ನು ನಡೆಮುಡಿ ಹಾಸಿಕೊಂಡು ತೆಗೆದುಕೊಂಡು ಹೋಗುವ ಪದ್ಧತಿ ಇತ್ತು. ಹೊಟ್ಟೆಬೋರಣ್ಣನ ಪೀಪಿ, ವಾಲಗದ ಸದ್ದಿನೊಂದಿಗೆ ಶಾಸ್ತ್ರದ ನೀರನ್ನು ಹೊತ್ತುಕೊಂಡು ಹೋಗುತ್ತಿದ್ದರು. ಬಹಳ ವರ್ಷಗಳವರೆಗೆ ಈ ದೃಶ್ಯಗಳನ್ನು ನೋಡಿದ್ದೇನೆ.

ಅಂದು ಬೇಸಾಯಕ್ಕೆ ಯಾವುದೇ ಬಾವಿಗಳು ಇರಲಿಲ್ಲ. ಕಣ್ವ ಕೆರೆಯಿಂದ ನಾಲೆಯಲ್ಲಿ ನೀರು ಬಿಟ್ಟರೆ, ಬೇಸಾಯ. ಇಲ್ಲದಿದ್ದರೆ ಮಳೆರಾಯನೇ ಗತಿ, ಈ ಬಾವಿ ಇದ್ದುದು ರಾಮಣ್ಣನ ಕರಿಗೌಡ ಎಂಬುವರ ಜಮೀನಿನಲ್ಲಿ. ಭಾರಿ ನಿಷ್ಠೆಯಿಂದ ಬೇಸಾಯ ಮಾಡುತ್ತಿದ್ದ ಅವರಿಗೆ ಜಮೀನಿನಲ್ಲಿ ಬಾವಿ ತೋಡಬೇಕೆಂದು ಅನ್ನಿಸಿ ಬಾವಿ ತೋಡಿಸಿದರು. ತುಂಬಾ ಮರಳು ಜಮೀನು ಆದ್ದರಿಂದ ಬಾವಿಗೆ ಕಲ್ಲು ಕಟ್ಟಿಸುವುದು ಕಷ್ಟವಾಗಿ ಬಳೆ ಬಾವಿ ಅಂದರೆ ಸಿಮೆಂಟ್ ಬಳೆಗಳ ಬಾವಿ ತೋಡಿಸಿದರು. ಸುಮಾರು 25 ಅಡಿಯಷ್ಟು. ಅಲ್ಲಿಗೆ ನಾನು ಚಿಕ್ಕಂದಿನಿಂದಲೂ ನೋಡಿಕೊಂಡು ಬಂದಿದ್ದ ಕುಡಿನೀರಿನ ಬಾವಿ ಇತಿಹಾಸ ಸೇರಿಹೋಯಿತು.

ಕೇವಲ 10 ಅಡಿಗಳಷ್ಟು ಇದ್ದ ಬಾವಿ ಪಕ್ಕದಲ್ಲಿ 25 ಅಡಿ ಬಾವಿ ಬಂದು, ನೀರಾವರಿಗೆಂದು ಡೀಸೆಲ್ ಪಂಪು ಓಡತೊಡಗಿದ ಮೇಲೆ ಕುಡಿನೀರಿನ ಬಾವಿಯ ಜಲ ಸಂಪೂರ್ಣ ಬತ್ತಿಹೋಯಿತು. ಅದರ ಜತೆ ಆ ಬಾವಿಯಿಂದ ಶಾಸ್ತ್ರದ ನೀರು ತೆಗೆದುಕೊಂಡು ಹೋಗುವುದು ಬಂದ್ ಆಯಿತು. ಸರಿ ಬಾವಿ ಇಲ್ಲದಿದ್ದರೂ

ಶಾಸ್ತ್ರ ನಿಲ್ಲುವಂತಿಲ್ಲವಲ್ಲ, ಪಕ್ಕದಲ್ಲೇ ಇದ್ದ ಕಣ್ವ ಹೊಳೆಯಿಂದ ಶಾಸ್ತ್ರದ ನೀರು ನಡೆಮುಡಿಯ ಜತೆ ಮದುವೆ ಮನೆ ಸೇರುತ್ತಿತ್ತು.

ಈ ತೊರೆಯ ನೀರೋ, ಊರ ಪಕ್ಕದಲ್ಲೇ ತೊರೆ ಇದ್ದ ಕಾರಣಕ್ಕೆ ಬೆಳಿಗ್ಗೆ–ರಾತ್ರಿ ಊರಿನ ಸರ್ವಜನರ ಶೌಚಾಕಾಂಕ್ಷೆಯನ್ನು ನೆರವೇರಿಸಬೇಕಿತ್ತು. ಅದೇ ನೀರು, ಶಾಸ್ತ್ರದ ನೀರು ಹೊರುವವರ ತಲೆಮೇಲೆ, ನಂತರ ದೇವರ ತಲೆಮೇಲೆ...

ಬೇಸಿಗೆ ದಿನಗಳಲ್ಲಿ ಕೆಲವೊಮ್ಮೆ ಈ ನೀರು ಸಂಪೂರ್ಣ ಬತ್ತಿ ಹೋಗಲು ಆರಂಭವಾಯಿತು. ಅಷ್ಟರಲ್ಲಾಗಲೇ ಬೋರ್‌ವೆಲ್‌ಗಳು ಆರಂಭವಾಗಿದ್ದ ಕಾಲ. ಊರಿಗೆ ಇನ್ನೂ ಓವರ್ ಹೆಡ್ ಟ್ಯಾಂಕ್ ಬಂದಿರಲಿಲ್ಲ. ಹೊಳೆ ಸಮೀಪ ಬೋರ್‌ವೆಲ್ ಕೊರೆಯಲಾಗಿತ್ತು. ಅದಕ್ಕೆ ಕೈಪಂಪು ಅಳವಡಿಸಲಾಗಿತ್ತು. ಸಮೃದ್ಧ ನೀರು ಬಂದಿತ್ತು. ಕುಡಿಯಲು ತೊಂದರೆ ಇಲ್ಲ, ಆದರೆ, ಶಾಸ್ತ್ರಕ್ಕೆ?

ಶಾಸ್ತ್ರಕ್ಕೆ ನೀರು ಬೇಕು ಸರಿ. ಆದರೆ, ತೆರೆದ ಬಾವಿಯ ನೀರೇ ಆಗಬೇಕು ಅಂತಿಲ್ಲವಲ್ಲ. ಜನ ಹೊಳೆ ನೀರಿಗೆ ಬದಲಾಗಿ ಕೊಳವೆ ಬಾವಿಯ ಹ್ಯಾಂಡ್ ಪಂಪ್‌ಗೆ ಪೂಜೆ ಸಲ್ಲಿಸಿ ನೀರನ್ನು ತುಂಬಿಕೊಂಡು ನಡೆಮುಡಿಯ ಮೇಲೆ ಬರುವುದು ಆರಂಭವಾಯಿತು. ಆಗ ಸಾಕಷ್ಟು ಮದುವೆಗಳು ಊರಿನಲ್ಲೇ ನಡೆಯುತ್ತಿದ್ದವು. ಈಗ ಊರಿನಲ್ಲಿ ಮನೆಯ ಮುಂದೆ ಮದುವೆ ನಡೆಯುವುದು ಅಪರೂಪ. ಹೀಗಾಗಿ ಶಾಸ್ತ್ರದ ನೀರಿಗೆ ತಿಲಾಂಜಲಿ. ಎಲ್ಲವೂ ಚನ್ನಪಟ್ಟಣದ ಛತ್ರಗಳಲ್ಲಿ ನಡೆಯುತ್ತಿವೆ. ಶಾಸ್ತ್ರವು ಛತ್ರಕ್ಕೆ ಶಿಫ್ಟ್ ಆಗಿದೆ.

ಕಾಲ ಬದಲಾಗಿದೆ...

2 ಕಣ್ಮರೆಯಾದ ತೋಪು

ಬ್ಯಾಸಗಿ ದಿವಸಾಕ ಬೇವಿನ ಮರ ತಂಪ
ಭೀಮರಥಿಯೆಂಬ ಹೊಳಿ ತಂಪ॥ ಹಡೆದವ್ವ
ನೀ ತಂಪ ನನ್ನ ತವರಿಗೆ॥

ಈ ಜಾನಪದ ತ್ರಿಪದಿಯಲ್ಲಿ ಹೆಣ್ಣು ಮಗಳೊಬ್ಬಳು ತಾಯಿಯನ್ನು, ಮರವನ್ನು, ಹೊಳೆಯನ್ನು ಒಂದೇ ಸ್ಥಾನದಲ್ಲಿ ಇಟ್ಟು ನೋಡಿದ್ದಾಳೆ. ಇದು ಜನಪದರ ವಿವೇಕ. ಇಂತಹ ಗೀತೆಗಳನ್ನು ಕೇಳಿದಾಗಲೆಲ್ಲಾ ನನಗೆ ನೆನಪಾಗುವುದು ನಮ್ಮೂರಿನ ತೋಪು.

ಸುರಗಿ ಮರ, ಕಲಗಚ್ಚಿನ ಮಾವಿನ ಮರ, ಜೀರಿಗೆ ಮಾವಿನ ಮರ, ಚಿಟ್ರು ಮಾವಿನ ಮರ, ಆಲದ ಮರ, ಹಿಪ್ಪೆಮರ, ಸಂಪಿಗೆ ಮರ, ನೆಲ್ಲಿ ಮರ ಹೀಗೆ ಹತ್ತು ಹಲವು ಬಗೆಯ ಮರಗಳಿದ್ದವು. ತೋಪಿನ ನಡುವೆ ಗೋಪಾಲಕೃಷ್ಣ ದೇವರಗುಡಿ. ಕುಂದಾಪುರ ಶ್ರೀ ವ್ಯಾಸರಾಯ ಸಂಸ್ಥಾನದ ಮುಖ್ಯ ಆಡಳಿತಕ್ಕೆ ಒಳಪಟ್ಟಿರುವುದು. ಈ ರೀತಿಯ ಬೋರ್ಡು ಹೊತ್ತ ವಾಹನವೊಂದು ದೇವಸ್ಥಾನದ ಮಠದ ಸುಪರ್ದಿಯಲ್ಲಿತ್ತು. ಇಲ್ಲಿ ಹಲವಾರು ಯತಿಗಳ ಬೃಂದಾವನಗಳಿವೆ.

ಮಾಧ್ವ ಸಂಪ್ರದಾಯದ ಬ್ರಾಹ್ಮಣರಿಗೆ ಇದೊಂದು ಪುಣ್ಯ ಕ್ಷೇತ್ರ. ವಿವಿಧ ಭಾಗಗಳಿಂದ ಇಲ್ಲಿಗೆ ಪ್ರವಾಸಿಗರು ಬರುವುದುಂಟು. ಅಂದಿಗೆ ಈ ಮಠ ಅಷ್ಟೇನೂ ಸುಸ್ಥಿತಿಯಲ್ಲಿರಲಿಲ್ಲ ಸುತ್ತಲೂ ಒಂದು ಪ್ರಾಕಾರದ ಗೋಡೆ, ಒಳಭಾಗದಲ್ಲಿ ಹಲವು ಬೃಂದಾವನಗಳು, ಒಂದು ಪಕ್ಕದಲ್ಲಿ ಅಡುಗೆ ಮನೆ, ಅದಕ್ಕೆ ಮಂಗಳೂರು ಹೆಂಚು. ನಾಡಗಾರೆಯ ಮಾಡು ಹೊಂದಿದ ಕಟ್ಟಡದ ಒಂದು ಭಾಗ, ಇದಕ್ಕೆ ಹೊಂದಿಕೊಂಡಂತೆಯೇ ಒಂದು ಕಾಡುನೆಲ್ಲಿ ಮರ ಇತ್ತು.

ಇದರ ಕಾಯಿಗಳು ಉದುರಿ ಮಾಡಿನ ಮೇಲೆ ಬಿದ್ದಿರುತ್ತಿದ್ದವು. ದೇವಸ್ಥಾನದ ಹಿಂದಿನಿಂದ ಹುಡುಗರು ಗೋಡೆ ಪಕ್ಕ ಕಲ್ಲು ಇಟ್ಟು ಕಷ್ಟಪಟ್ಟು ಮೇಲೇರಿ ಮಾಡಿನ ಮೇಲೆ ಬಿದ್ದಿರುತ್ತಿದ್ದ ನೆಲ್ಲಿ ಕಾಯಿ ಕದಿಯುತ್ತಿದ್ದರು. ಬಹುಶಃ ಊರಿನ ಎಲ್ಲ ಹುಡುಗರ ಸಾಹಸವಾಗಿ ಇದು ನೆನಪಿನಲ್ಲಿ ಇರಬೇಕು.

ತೋಪಿನ ಆಲದ ಮರದ ಕೆಳಗೆ ಒಂದು ಮಸೆಗಲ್ಲು ಇತ್ತು. ಊರಿನಿಂದ ಜಮೀನಿನ ಕಡೆ ಹೋಗುವ ಜನರೆಲ್ಲಾ ಈ ಕಲ್ಲಿನ ಮೇಲೆ ತಮ್ಮ ಕುಡ್ಲುಗಳನ್ನು ಮಸೆದುಕೊಂಡು ಹೋಗುತ್ತಿದ್ದರು. ಸ್ವಲ್ಪ ಮರಳು ಹಾಕಿ ಕುಡುಗೋಲುಗಳನ್ನು ತಿಕ್ಕಿದರಂತೂ ಹರಿತವಾಯಿತೇ ಎಂದು ನೋಡುವಾಗಲೇ ಬೆರಳನ್ನು ಕುಯ್ದುಕೊಳ್ಳಬೇಕು ಆ ರೀತಿ ಹರಿತ ಇರುತಿತ್ತು.

ಈ ಆಲದ ಮರದ ಪಕ್ಕಕ್ಕೆ ಸಂಕ್ರಾಂತಿ ವೇಳೆ ಗೋಪುರಕಾರದ ಸಂಕ್ರಾಂತಮ್ಮನನ್ನು ನಿರ್ಮಿಸುತ್ತಿದ್ದರು ಊರ ರಾಸುಗಳೆಲ್ಲಾ ತೋಪಿನಲ್ಲಿ ಜಮಾಯಿಸುತ್ತಿದ್ದವು.

ತೋಪಿನಿಂದ ಊರಿಗೆ ಅಭಿಮುಖವಾಗಿ ಕಿಚ್ಚು ರೆಡಿ ಮಾಡಿ ಬೆಂಕಿ ಜ್ವಾಲೆಗಳು ಧಗಧಗ ಅನ್ನುತ್ತಿದ್ದಾಗಲೇ ಉತ್ಸಾಹಿಗಳು ಕಿಚ್ಚು ಹಾಯಿಸುತ್ತಿದ್ದರು. ಉಳಿದವರು ನಿಧಾನವಾಗಿ ಬೂದಿಯ ಮೇಲೆ ಹಾಯ್ದು ಬರುತ್ತಿದ್ದರು.

ತೋಪಿನಲ್ಲೇ ಇದ್ದ ಹಿಪ್ಪೆ ಮರಕ್ಕೆ ಯುಗಾದಿಯ ದಿನದಂದು ಏಣಿಯನ್ನು ಜೋಕಾಲಿಯಾಗಿ ಕಟ್ಟಿ ಜೀಕುತ್ತಿದ್ದರು.

ಹೀಗೆ ಈ ತೋಪು ಹಲವು ಚಟುವಟಿಕೆಗಳ ತಾಣವಾಗಿತ್ತು. ತೋಪಿಗೂ ದೇವಸ್ಥಾನಕ್ಕೂ ಅವಿನಾಭಾವ ಸಂಬಂಧ. ತೋಪು ಎಂದರೆ ದೇವಸ್ಥಾನ, ದೇವಸ್ಥಾನ ಎಂದರೆ ತೋಪು ಎನ್ನುವಂತಿತ್ತು.

ಮಠದಲ್ಲಿ ವರ್ಷಕ್ಕೆರಡು ಆರಾಧನೆಗಳು ನಡೆಯುತ್ತವೆ. ಒಂದನ್ನು ಚಿಕ್ಕಸಮಾರಾಧನೆ ಅಂತಲೂ ಮತ್ತೊಂದನ್ನು ದೊಡ್ಡ ಸಮಾರಾಧನೆ ಎಂತಲೂ ಕರೆಯುತ್ತಿದ್ದರು. ಇವು ಹಿರಿಯ ಕಿರಿಯ ಯತಿಗಳ ಆರಾಧನೆಗಳು. ನಮ್ಮೂರವರ ಬಾಯಲ್ಲಿ ಸಮಾರಾಧನೆ.

ಇಂತಹ ಆರಾಧನೆ ವೇಳೆ ಎಲ್ಲೆಲ್ಲಿಂದಲೋ ಬ್ರಾಹ್ಮಣ ಪ್ರವಾಸಿಗರು ಬರುತ್ತಿದ್ದರು. ನಾವು ದೊಡ್ಡ ಟೂರಿಸ್ಟ್ ಬಸ್‌ಗಳನ್ನು ಮೊದಲಿಗೆ ನೋಡಿದ್ದೆ ಈ ಆರಾಧನೆಯ ವೇಳೆ. ಅಂದಾಜು 500–600 ಜನ ಸೇರುತ್ತಿದ್ದರೂ ಏನೋ. ಆ ಕಾಲಕ್ಕೆ ನಮಗದು ಬೃಹದಾಕಾರವಾಗಿ ಕಾಣುತ್ತಿತ್ತು. ಪ್ರವಾಸಿಗರಿಗೆ 2–3 ದಿನ ವಾಸ್ತವ್ಯ, ಊಟದ ವ್ಯವಸ್ಥೆ ಎಲ್ಲವೂ ಇರುತ್ತಿತ್ತು.

ಹಿಂದೆಲ್ಲಾ ಈ ಸಮಾರಾಧನೆಗೆ ಎಲ್ಲಿಂದ ಸೌದೆ ಹೊಂದಿಸುತ್ತಿದ್ದರೂ ಗೊತ್ತಿಲ್ಲ, ನಾನು ನೋಡುತ್ತಾ ಬಂದ ಹಾಗೆ ಈ ಸಮಾರಾಧನೆಯ ಅಡುಗೆಗೆ ನಮ್ಮೂರಿನ ಸುಂದರ ತೋಪು ಕರಗಲು ಆರಂಭವಾಯಿತು. ಒಂದೆರಡು ವರ್ಷ ಕೊಂಬೆಗಳನ್ನು ಕಡಿದರು. ನಂತರ ಬುಡಕ್ಕೆ ಕೊಡಲಿ ಬಿತ್ತು. ಸಾಮಾನ್ಯವಾಗಿ ಹಳ್ಳಿಗಳ ಕಡೆ ಅಡುಗೆಗೆ ಅರಳಿಸೌದೆ ಬಳಸುವುದಿಲ್ಲ.

ಆದರೆ, ಸಮಾರಾಧನೆಯ ಅಡುಗೆಗೆ ಮಾತ್ರ ಇದರಿಂದ ಸ್ವಯಂ ವಿನಾಯಿತಿ ಪಡೆದುಕೊಳ್ಳಲಾಗಿತ್ತು. ಅರಳಿಯೋ, ಆಲವೋ, ಒಟ್ಟು ಸಮಾರಾಧನೆ ಆಗಬೇಕು ಅಷ್ಟೆ.

ತೋಪಿನ ಮರಗಳೆಲ್ಲ ಒಂದೊಂದಾಗಿ ಕಾಣೆಯಾಗ ತೊಡಗಿದವು. ಒಮ್ಮೆ ಮಳೆಗಾಲದಲ್ಲಿ ಜೋರು ಗಾಳಿಗೆ ಬೃಹದಾಕಾರದ ಮಾವಿನ ಮರವೂ ಉರುಳಿಬಿತ್ತು. ತೋಪು ಕರಗತೊಡಗಿತ್ತು.

ಇದರ ಜತೆಗೆ ಮಠದ ಆದಾಯ ಹೆಚ್ಚಾಗಿ ದೇವಸ್ಥಾನದ ಕಟ್ಟಡ ಮೇಲ್ದರ್ಜೆಗೇರ ತೊಡಗಿತು.

ಮಂಗಳೂರು ಹೆಂಚು ಇದ್ದ ಭಾಗದಲ್ಲಿ ಆರ್ಸಿಸಿ ಬಂತು. ಮುಂದೆ ಸ್ವಾಗತ ಕಮಾನು, ಬಳಿಯಲ್ಲಿಯೇ ಭಕ್ತರಿಗೆ ಸೂಚನಾ ಫಲಕ, ವಸ್ತ್ರ ಸಂಹಿತೆ ಫಲಕವೂ ಬಂತೂ.

ತೋಪು ಕಣ್ಮರೆಯಾಯಿತು. ಮಠ ಮಾತ್ರ ಹೆಚ್ಚಿನ ಸೌಕರ್ಯಗಳಿಂದ ಭಕ್ತರನ್ನು ಅದರಲ್ಲೂ ವಿಶೇಷವಾಗಿ ಬೆಂಗಳೂರಿನ ವೀಕ್ ಎಂಡ್ ಭಕ್ತರನ್ನು ಆಕರ್ಷಿಸುತ್ತಾ ನಡೆದಿದೆ.

3 ಕೆರೆಯೇ ಹಾರ

ನಮ್ಮೂರಿನ ತೋಪು ಕಣ್ಮರೆಯಾದ ಕಥೆ ಒಂದು ರೀತಿಯದಾದರೆ ಕುಂಬಾರಗುಂಡಿ ಎಂಬ ಚಲುವೆ ಮಾಯವಾದ ಪರಿ ಮತ್ತೊಂದು ರೀತಿಯದು!

ಕುಂಬಾರಗುಂಡಿ–ಗುಂಡಿಯಂತೂ ಅಲ್ಲ. ದೊಡ್ಡ ಕೆರೆಯೂ ಅಲ್ಲ. 25–30 ಎಕರೆ ಪ್ರದೇಶದಲ್ಲಿದ್ದ ಪುಟ್ಟ ಕೆರೆ. ಇದರಿಂದ ನೀರಾವರಿ ಆಗುತ್ತಿದ್ದುದ್ದು ಅಷ್ಟೇ, ನೂರೋ ನೂರೈವತ್ತೂ ಎಕರೆಯಷ್ಟು ಪ್ರದೇಶಕ್ಕೆ ನೀರುಣಿಸುತ್ತಿತ್ತು. ಇದರಿಂದ ಎಷ್ಟು ಎಕರೆಗೆ ನೀರಾವರಿ ಆಗುತ್ತಿತ್ತು ಅನ್ನುವುದಕ್ಕಿಂತಲೂ, ಅದು ನಮ್ಮೂರಿನ ಸೊಬಗನ್ನು ಹೆಚ್ಚಿಸಿದ್ದ ಪರಿ ಮಾತ್ರ ಮರೆಯಲಾಗದಂಥದ್ದು.

ನಮ್ಮೂರಿಗೆ ಹೊಂದಿಕೊಂಡೇ ಕಣ್ವ ಹೊಳೆ ಹರಿಯುತ್ತದೆ. ಈ ಹೊಳೆಗೆ ಸ್ವಾತಂತ್ರ್ಯ ಪೂರ್ವದಲ್ಲಿಯೇ ನಿರ್ಮಾಣಗೊಂಡಿರುವ ಅಣೆಕಟ್ಟೆಯೊಂದಿದೆ. ಅಲ್ಲಿ ನಮೂದಿಸಿರುವ ಇಸವಿಯ ಪ್ರಕಾರವೇ 100 ವರ್ಷಗಳನ್ನು ದಾಟಿದ್ದು, ಪರಂಪರೆಯ ಪಟ್ಟಿಗೆ ಸೇರಬೇಕಾದ ಎಲ್ಲ ಅರ್ಹತೆಗಳನ್ನು ಪಡೆದಿದೆ.

ಈ ಅಣೆಕಟ್ಟೆಯನ್ನು ದಾಟಿ ಮುನ್ನಡೆದರೆ ಕುಂಬಾರಗುಂಡಿಯ ಏರಿ ಆರಂಭವಾಗುತ್ತದೆ. ಒಂದು ಫರ್ಲಾಂಗು ದೂರ ಇರಬಹುದಾದ ಕೆರೆಯ ಏರಿ ಮಧ್ಯದಲ್ಲಿ ಒಂದು ತೂಬು. ಈ ತೂಬಿನಿಂದ ಹೊರಬರುವ ನೀರಿನಿಂದ ಕೆಳಗಿನ ಗದ್ದೆಗಳಲ್ಲಿ ಬೇಸಾಯ. ಈ ಕೆರೆ, ಕೆರೆ ವ್ಯಾಪ್ತಿಯ ಜಮೀನು ಎಲ್ಲವೂ ಪ್ರಾಯಶ: ಮಠಕ್ಕೆ ಸೇರಿದ್ದು. ರಾಜರ ಕಾಲದಲ್ಲಿ ಮಠಕ್ಕೆ ದತ್ತಿ ಕೊಟ್ಟಿದ್ದಿರಬೇಕು. ಆದ್ದರಿಂದ ಅದನ್ನು ವಾರದ ಗದ್ದೆ ಎನ್ನುತ್ತಿದ್ದರು.

ಮಠದ ವಾರಸುದಾರರು ಜಮೀನನ್ನು ಊರಿನ ರೈತರಿಗೆ ಗುತ್ತಿಗೆಗೆ ಕೊಟ್ಟಿದ್ದರು ವರ್ಷಕ್ಕೆ ಎರಡು ಬೆಳೆ ಬೆಳೆಯುತ್ತಿದ್ದ ಕಾಲ. ಬೆಳೆದದ್ದರಲ್ಲಿ ಒಂದು ಪಾಲು ಮಠಕ್ಕೆ ನೀಡಬೇಕಿತ್ತು. ಸ್ವಲ್ಪ ಭಾಗ ಜಮೀನನ್ನು ಮಠದ ಉಸ್ತುವಾರಿ ನೋಡಿಕೊಳ್ಳುತ್ತಿದ್ದ ಕುಟುಂಬಗಳೇ ನಿರ್ವಹಿಸುತ್ತಿದ್ದವು. ಉಳಿದಂತೆ ಬಾಕಿ ಜಮೀನನ್ನು ಇತರೆ ಜನಾಂಗದವರು ಗುತ್ತಿಗೆಗೆ ಪಡೆದು ಕೊಂಡು ವ್ಯವಸಾಯ ಮಾಡುತ್ತಿದ್ದರು.

ದೇವರಾಜ ಅರಸರು ಮುಖ್ಯಮಂತ್ರಿಗಳಾಗಿದ್ದ ಕಾಲದಲ್ಲಿ ಉಳುವವನೇ ಹೊಲದೊಡೆಯ ಕಾಯಿದೆ ಜಾರಿಗೆ ಬಂದ ನಂತರ ಬಹುತೇಕ ರೈತರು ಡಿಕ್ಲರೇಷನ್ ಸಲ್ಲಿಸಿ, ತಾವು ಅನುಭವಿಸುತ್ತಿದ್ದ ಜಮೀನಿಗೆ ತಾವೇ ಮಾಲಿಕರಾದರು. ಬಹುತೇಕ ಜಮೀನು ಮಠದ ಕೈತಪ್ಪಿಹೋಯಿತು.

ಈ ಕುಂಬಾರಗುಂಡಿಯಲ್ಲಿ ನೀರು ಸಂಗ್ರಹವಾಗುತ್ತಿದ್ದ ಕಾಲದಲ್ಲಿ ಅಂತರ್ಜಲ ಎಷ್ಟೊಂದು ಸಮೃದ್ಧಿಯಾಗಿತ್ತೆಂದರೆ ಕೆಳಗಿನ ಗದ್ದೆಗಳಲ್ಲಿ ಎತ್ತುಗಳನ್ನು ಕಟ್ಟಿಕೊಂಡು ಉಳುಮೆ ಮಾಡುವುದು ಅಸಾಧ್ಯವಾಗಿತ್ತು. ಇಂತಹ ಗದ್ದೆಗಳಿಗೆ ನಮ್ಮೂರ ಕಡೆ ಹಡ್ಲುಗದ್ದೆ ಎಂದು ಕರೆಯುತ್ತಿದ್ದರು. ಉಳುವುದಕ್ಕೆ ಬದಲಾಗಿ ಎಲಗುದ್ದಲಿಯಲ್ಲೇ ಕಪ್ಪಡಿಸಿ ನಾಟಿಗೆ ಭೂಮಿಯನ್ನು ಸಿದ್ಧಗೊಳಿಸಬೇಕಾಗಿತ್ತು.

ಈ ಕೆರೆಯು ನಮ್ಮೂರಿನ ಸೊಬಗನ್ನು ಹೆಚ್ಚಿಸಿದ್ದುದು ಅದರಲ್ಲಿದ್ದ ತಾವರೆ ಹೂಗಳಿಂದ. ಕೆರೆಯ ತುಂಬೆಲ್ಲಾ ತಾವರೆ ಹೂ. ತಾವರೆ ಎಲೆಯ ಮೇಲೆ ಎರಚಿದ ನೀರ ಹನಿಗಳು ಫಳಫಳ ಹೊಳೆಯುವುದನ್ನೇ ಅಚ್ಚರಿಯಿಂದ ನೋಡುತ್ತಾ ನಾವು ಕೆರೆ ಏರಿಯ ಮಾರ್ಗವಾಗಿ ನಾಗವಾರದ ಹೈಸ್ಕೂಲಿಗೆ ನಡೆದು ಹೋಗುತ್ತಿದ್ದೆವು.

ಒಂದಿಬ್ಬರು ತಾವರೆ ಹೂ ಹಾಗೂ ಎಲೆಗಳನ್ನು ಕಿತ್ತು ಚನ್ನಪಟ್ಟಣಕ್ಕೆ ಮಾರಾಟಕ್ಕೆ ತೆಗೆದುಕೊಂಡು ಹೋಗುತ್ತಿದ್ದರು. ಹೂ ಕಟ್ಟಿಕೊಡಲು ಹಾಗೂ ಮಾಂಸ ಕಟ್ಟಿಕೊಡಲು ಆಗ ಬಳಕೆಯಾಗುತ್ತಿದ್ದುದೇ ಈ ತಾವರೆ ಎಲೆಗಳು.

ಅಪರೂಪಕ್ಕೊಮ್ಮೆ ಬೇಸಿಗೆಯಲ್ಲಿ ಕುಂಬಾರ ಗುಂಡಿ ಪೂರ್ಣ ಬತ್ತಿದಾಗ, ಇಲ್ಲಿಂದ ರೈತಾಪಿ

ಜನ ಗೋಡುಮಣ್ಣನ್ನು ತಮ್ಮ ಜಮೀನಿಗೆ ಸಾಗಿಸುತ್ತಿದ್ದರು. ಸಾಗಿಸುವ ಮೊದಲು ಮಣ್ಣನ್ನು ತೆಗೆದು ಏರಿಯ ಮೇಲೆ ಹಾಕಿರುತ್ತಿದ್ದರು ಇದರಲ್ಲಿ ತಾವರೆ ಬೀಜಗಳನ್ನು ಆಯುವ ಕೆಲಸ ನಮ್ಮದಾಗಿರುತ್ತಿತ್ತು. ಕಡಲೇಕಾಯಿ ಬೀಜದ ರೀತಿ ತುಂಬಾ ರುಚಿಯಾಗಿರುತ್ತಿದ್ದವು.

ನಮ್ಮೂರಿನ ಕುಂಬಾರರು ಇಲ್ಲಿಂದಲೇ ಮಡಿಕೆ ಮಾಡಲು ಮಣ್ಣು ತೆಗೆದುಕೊಂಡು ಹೋಗುತ್ತಿದ್ದರು. ಆದ್ದರಿಂದಲೇ ಈ ಕೆರೆಗೆ ಕುಂಬಾರಗುಂಡಿ ಎಂಬ ಹೆಸರು ಬಂದಿತ್ತು. ಇಲ್ಲಿಯವರೆಗೆ ಬಹಳಷ್ಟು ವರ್ಷಗಳ ಕಾಲ ಈ ಕೆರೆಯಿಂದ ನೀರನ್ನು ಮತ್ತು ಗೋಡುಮಣ್ಣನ್ನು ಮಾತ್ರ ಜನ ಪಡೆದುಕೊಳ್ಳುತ್ತಿದ್ದರು. ಇಲ್ಲಿ ಬೆಳೆಯುತ್ತಿದ್ದ ಒಡಕೆಯನ್ನು ಕುಯ್ದು ಚಾಪೆ ಮಾಡಲು ಬಳಸುತ್ತಿದ್ದರು. ಆಗಿಂದಾಗ್ಗೆ ನೀರು ಕಡಿಮೆಯಾದ ಸಂದರ್ಭದಲ್ಲಿ ಮೀನು ಹಿಡಿಯುತ್ತಿದ್ದರು. ಇಲ್ಲಿಯವರೆಗೆ ಎಲ್ಲವೂ ಕ್ಷೇಮವಾಗಿತ್ತು.

ಬದಲಾವಣೆಯ ಗಾಳಿ ಬೀಸತೊಡಗಿತ್ತು. ಜನರ ಆಸೆ ಹೆಚ್ಚಾಗಿ ಇದ್ದ ಭೂಮಿ ಕಡಿಮೆ ಅನ್ನಿಸಿದಂತೆಲ್ಲಾ ಮೇಲಿನಿಂದ ಕೆರೆಯ ಒತ್ತುವರಿ ಆರಂಭವಾಯಿತು. ಪ್ರತಿ ಸಾರಿ ಬೇಸಾಯ ಮಾಡುವಾಗಲೂ ಒಂದಡಿ ಎರಡಡಿ ಕೆರೆ ಅಂಗಳ ಜಮೀನಾಗಿ ಪರಿವರ್ತನೆಯಾಗ ತೊಡಗಿತ್ತು.

ಈ ಮಧ್ಯ ಯಾವುದೋ ಮಾಯದಲ್ಲಿ ಕೆರೆ ಅಂಗಳ ಪೂರ್ಣವಾಗಿ ಬೇಸಾಯದ ಜಮೀನಾಗಿ ಪರಿವರ್ತನೆಗೊಂಡಿತ್ತು. ದಾಖಲೆಗಳು ಸೃಷ್ಟಿಯಾಗಿದ್ದವು.

ಕೆರೆಯ ಅಂಗಳ, ಮಠದ ಉಸ್ತುವಾರಿ ನೋಡಿಕೊಳ್ಳುತ್ತಿದ್ದ ಹಲವರ ಹೆಸರಿನಲ್ಲಿ ಖಾತೆಯಾಗಿತ್ತು. ಅವರಾರಿಗೂ ಇಲ್ಲಿ ಬೇಸಾಯ ಮಾಡುವುದು ಬೇಕಿರಲಿಲ್ಲ. ಅವರೆಲ್ಲಾ ಆ ವೇಳೆಗಾಗಲೇ ಹಳ್ಳಿಯಲ್ಲಿ ಬದುಕುವುದು ಕಷ್ಟವೆಂದು ಭಾವಿಸಿ ನಗರಗಳತ್ತ ಮುಖ ಮಾಡಿದ್ದರು. ಅವರಿಗೆ ಬೇಕಾಗಿದ್ದುದ್ದು ನಗರದಲ್ಲಿ ನೆಲಸಲು ಅಗತ್ಯವಿದ್ದ ಹಣ ಮಾತ್ರ. ಊರಿನ ರೈತರಿಗೆ ಕೆರೆ ಅಂಗಳವನ್ನು ಮಾರಿಕೊಂಡರು, ಪಟ್ಟಣ ಸೇರಿದರು.

ಜಮೀನು ಖರೀದಿ ಮಾಡಿದ ರೈತರು ಕೆರೆ ಏರಿಯನ್ನು ಒಡೆದು ನೀರು ನಿಲ್ಲದಂತೆ ಮಾಡಿದರು. ಒಂದು ಕಾಲಕ್ಕೆ ಉಳುಮೆ ಮಾಡಲೂ ಸಾಧ್ಯವಾಗದೇ ಇದ್ದ ಜಮೀನಿನಲ್ಲಿ ಇಂದು ಬೋರ್‌ವೆಲ್‌ಗಳ ನೀರಿನ ಮೂಲಕ ರೇಷ್ಮೆ ಮತ್ತಿತರ ಬೆಳೆ ಬೆಳೆಯುತ್ತಿದ್ದಾರೆ.

ಇನ್ನು ಕೆರೆ ದಂಡೆಯ ಮೇಲಿನ ನಡಿಗೆ. ದಂಡೆಯೇ ಇಲ್ಲದ ಮೇಲೆ ನಡಿಗೆ ಎಲ್ಲಿಂದ ಬಂತು. ಈಗಿನ ಮಕ್ಕಳಿಗೆ ಬಹುಶಃ ಅಲ್ಲೊಂದು ರಸ್ತೆ ಇತ್ತು ಎನ್ನೂವುದೂ ಕೂಡ ಗೊತ್ತಿರಲಿಕ್ಕಿಲ್ಲ.

ಮಾನವನ ದುರಾಸೆಗೆ ಕೆರೆಯೇ ಹಾರವಾದ ಕಥೆ ಇದು.

4 ಶ್ರೀ ಕ್ಷೇತ್ರ ಅಬ್ಬೂರೂ, ಗೋಪಾಲಕೃಷ್ಣ ಗುಡಿಯೂ

ಬಹಳ ದಿನಗಳ ನಂತರ ಒಮ್ಮೆ ಊರಿಗೆ ಹೋಗಿದ್ದಾಗ ಶ್ರೀ ಕ್ಷೇತ್ರ ಅಬ್ಬೂರು ಎಂಬ ನಾಮಫಲಕ ಕಣ್ಣಿಗೆ ಬಿತ್ತು. ಅರೆರೆ ನಮ್ಮೂರು ಶ್ರೀ ಕ್ಷೇತ್ರ ಅಬ್ಬೂರು ಆಗಿದೆಯಲ್ಲಾ, ಶ್ರೀ ಕ್ಷೇತ್ರ ಧರ್ಮಸ್ಥಳ, ಶ್ರೀ ಕ್ಷೇತ್ರ ಕುಕ್ಕೆ ಎನ್ನುವಂತೆ ಎಂದು ಆಶ್ಚರ್ಯವೂ ಆಯಿತು.

ಅಬ್ಬೂರಿನ ಹಿಂದೆ ಈ ಶ್ರೀ ಕ್ಷೇತ್ರ ಬರಲು ಮುಖ್ಯ ಕಾರಣ ನಮ್ಮೂರ ಗೋಪಾಲಕೃಷ್ಣ ಗುಡಿ. ಊರವರ ಬಾಯಲ್ಲಿ ತೋಪಿನ ಗುಡಿ. ಕೆಲವರು ಬ್ರಹ್ಮಣ್‌ತೀರ್ಥರ ವೃಂದಾವನ ಎನ್ನುತ್ತಾರೆ, ನಾಲಗೆ ಹೊರಳುವುದಿಲ್ಲ. ಮತ್ತೆ ಕೆಲವರು ಮಠ ಎಂದೂ ಕರೆಯುವುದುಂಟು.

ಶತಮಾನಗಳ ಇತಿಹಾಸ ಹೊಂದಿರುವ ಈ ದೇವಸ್ಥಾನದ ಮುಂದೆ ಪಾರಂಪರಿಕ ಸ್ಥಳ ಎಂದು ಗುರುತಿಸಲ್ಪಟ್ಟಿರುವ ಸರ್ಕಾರದ ಫಲಕ ಸಹ ಇದೆ. ಯಾವ್ಯಾವುದೋ ಊರಿನಿಂದ ಯಾತ್ರಿಕರು ಇಲ್ಲಿಗೆ ಬಂದರೂ ನಮ್ಮೂರವರಿಗೆ ಮಾತ್ರ ಇದು ಸ್ವಲ್ಪ ದೂರವೇ!

ಇಲ್ಲಿ ವರ್ಷಕ್ಕೆರಡು ಆರಾಧನೆ ನಡೆಯುತ್ತವೆ. ಒಂದು ದೊಡ್ಡ ಸಮಾರಾಧನೆ, ಮತ್ತೊಂದು ಚಿಕ್ಕ ಸಮಾರಾಧನೆ. ಹಿರಿ ಕಿರಿಯ ಯತಿಗಳ ಈ ಆರಾಧನೆಗಳ ಬಗ್ಗೆ ನಮ್ಮೂರ ಜನಕ್ಕೇನು ಅಷ್ಟು ಮಾಹಿತಿ ಇಲ್ಲ. ಇರುವುದೆಲ್ಲ ಆರಾಧನೆಯ ವೇಳೆ ದೊರೆಯುತ್ತಿದ್ದ ಪುಳಿಯೊಗರೆಯ ರುಚಿ ಮಾತ್ರ. ಮಡಕೆ ಸಮೇತ ಪುಳಿಯೊಗರೆಯನ್ನು ಸಂಪಾದಿಸಿ, ಪಕ್ಕದ ಕಡ್ಡಿ ತೋಟಗಳಲ್ಲಿ ತಿನ್ನುತ್ತಿದ್ದುದು

ಹಾಗೂ ತಾವು ಬೆಳೆಯುತ್ತಿದ್ದ ಮಾವು, ಹಲಸು ಹಾಗೂ ತೆಂಗಿನ ಕಾಯಿಗಳಿಗೆ ಆರಾಧನೆ ವೇಳೆ ಆಗುತ್ತಿದ್ದ ವ್ಯಾಪಾರ.

ಬ್ರಾಹ್ಮಣರನ್ನು ಬಿಟ್ಟರೆ ಈ ದೇಗುಲಕ್ಕೆ ಇತರರ ಪ್ರವೇಶಕ್ಕೆ ಹಲವು ನಿರ್ಬಂಧಗಳಿವೆ. ದೇಗುಲದ ಒಂದು ಭಾಗಕ್ಕೆ ಮಾತ್ರ ಬ್ರಾಹ್ಮಣೇತರರಿಗೆ ಅವಕಾಶ. ಕಾರ್ತೀಕ ಮಾಸದಲ್ಲಿ ನಮ್ಮೂರಿನ ಹಲವರು ಪೂಜೆ ಮಾಡಿಸಿ, ಭರ್ಪೂರ ಕೊಡಿಸುತ್ತಿದ್ದರು. ವೆಚ್ಚ ಇವರದಾದರೂ ಭರ್ಪೂರ ಹಂಚುವವರು ಮಾತ್ರ ದೇವಸ್ಥಾನದ ಉಸ್ತುವಾರಿ ಹೊತ್ತ ಬ್ರಾಹ್ಮಣರೇ.

ದೊಡ್ಡವರು ಚಿಕ್ಕವರು ಎನ್ನದೆ ಬ್ರಾಹ್ಮಣರಿಗೆ ಅವರು ಕುಳಿತ ಕಡೆಯೇ ಎಲೆಗಳಲ್ಲಿ ಭರ್ಪೂರ ಹಂಚಿಕೆ, ಇತರರ ಪೈಕಿ ಊರ ಹಿರಿಯರಲ್ಲಿ ಕೆಲವರಿಗೆ ಮಾತ್ರ ಕುಳಿತ ಕಡೆ ಭರ್ಪೂರ ನೀಡುವ ಗೌರವ. ಉಳಿದವರಿಗೆಲ್ಲ ಹೊರ ಬರುವಾಗ ಕೈಗೆ ಹಾಕುತ್ತಿದ್ದರು. ಈ ರೀತಿಯ ಭರ್ಪೂರನ್ನು ನೆನಸಿಕೊಂಡಾಗಲೆಲ್ಲ ಅದನ್ನು ಕೈಗಳ ಮೇಲೆ ದೂರದಿಂದಲೇ ಹಾಕುತ್ತಿದ್ದ ದೃಶ್ಯವೂ ಮನಸ್ಸಿನಲ್ಲಿ ಹಾದು ಹೋಗುತ್ತದೆ. ಇತ್ತೀಚಿನ ದಿನಗಳಲ್ಲಿ ಇಂತಹ ಕಾರ್ತಿಕ ಮಾಸದ ಪೂಜೆ ಮಾಡಿಸುವುದನ್ನು ಕೇಳಿಲ್ಲ.

ನಮ್ಮೂರಿನ ಜನಕ್ಕೆ ಈ ದೇವಸ್ಥಾನದ ಬಗ್ಗೆ ಇರುವ ಅನುಭವ ಈ ರೀತಿಯಾದರೆ ವೆಬ್‌ಸೈಟ್‌ಗಳ ಮೂಲಕ ದೊರೆಯುವ ಮಾಹಿತಿ ಅಬ್ಬೂರಿನ ಇತಿಹಾಸವನ್ನು ಆರು ಶತಮಾನಗಳ ಹಿಂದಕ್ಕೆ ಕರೆದೊಯ್ಯುತ್ತದೆ. http://www.sumadhwaseva. com ವೆಬ್‌ನಲ್ಲಿ ಹೆಚ್ಚಿನ ವಿವರಗಳನ್ನು ದಾಖಲಿಸಿದ್ದಾರೆ.

ಅಬ್ಬೂರಿನಲ್ಲಿ ಇರುವುದು ಶ್ರೀ ಬ್ರಹ್ಮಣ್ಯತೀರ್ಥರ ವೃಂದಾವನ. ಆರಾಧನೆ ವೈಶಾಖ ಕೃಷ್ಣ ಏಕಾದಶಿ. ಅಂದರೆ 1467ರ ವೈಶಾಖ ಕೃಷ್ಣ ಏಕಾದಶಿಯಂದು ಅವರು ವೃಂದಾವನ ಪ್ರವೇಶ ಮಾಡಿದರು. ಆಶ್ರಮ ಗುರುಗಳು ಶ್ರೀ ಪುರುಷೋತ್ತಮ ತೀರ್ಥರು. ಆಶ್ರಮ ಶಿಷ್ಯರು ವ್ಯಾಸರಾಜರು.

ಕಂಸ ಧ್ವಂಸಿ ಪದಾಂಭೋಜ ಸಂಸಕ್ತೋ ಹಂಸ ಪುಂಗವ:।
ಬ್ರಹ್ಮಣ್ಯ ಗುರು ರಾಜಾಖ್ಯೋ ವರ್ತತಾಂ ಮಮ ಮಾನಸೇ॥

(ಶ್ರೀ ವ್ಯಾಸರಾಜರು – ತಾತ್ಪರ್ಯ ಚಂದ್ರಿಕಾದಲ್ಲಿ)

ಮಾಧ್ವ ಪರಂಪರೆಯ ಯತಿಗಳಲ್ಲಿ ಕಾಣುವ ವ್ಯಾಸರಾಜರನ್ನು ಗುರುತಿಸಿ, ಆಶ್ರಯ ನೀಡಿದವರೇ ಅಬ್ಬೂರಿನ ಬ್ರಹ್ಮಣ್ಯತೀರ್ಥರು. ಆಚಾರ್ಯ ಮಧ್ವರ ಪರಂಪರೆಯಲ್ಲಿ ಶ್ರೀ ಪದ್ಮನಾಭ ತೀರ್ಥ, ನರಹರಿ ತೀರ್ಥ, ಮಾಧವ ತೀರ್ಥರು ಮತ್ತು ಅಕ್ಷೋಭ್ಯ ತೀರ್ಥರು, ನಂತರ ಜಯತೀರ್ಥರು, ವಿದ್ಯಾಧಿರಾಜರು

ರಾಜೇಂದ್ರ ತೀರ್ಥರು, ಜಯಧ್ವಜ ತೀರ್ಥರ ನಂತರದ ಪುರುಷೋತ್ತಮ ತೀರ್ಥರಿಂದ ಆಶ್ರಮ ಸ್ವೀಕರಿಸಿದವರೇ ಬ್ರಹ್ಮಣ್ಯ ತೀರ್ಥರು.

ಬ್ರಹ್ಮಣ್ಯ ತೀರ್ಥರ ಕಾಲ 1443ರಿಂದ 1467. ನರಸಿಂಹನೆಂಬ ಹೆಸರಿನಿಂದ ಅಬ್ಬೂರಿನಲ್ಲಿ ಜನಿಸಿದವರು. 8ನೇ ವಯಸ್ಸಿನಲ್ಲಿ ಉಪನಯನ. ಶ್ರೀ ಪುರುಷೋತ್ತಮ ತೀರ್ಥರು ನರಸಿಂಹನಿಗೆ ಸನ್ಯಾಸವನ್ನು ನೀಡಿದವರು. ಮುಂದೆ ಇದೇ ನರಸಿಂಹರೇ "ಬ್ರಹ್ಮಣ್ಯ ತೀರ್ಥ"ರೆಂದು ಪ್ರಸಿದ್ಧರಾದವರು.

ವೃಂದಾವನ ನೋಡಿರೋ ನೀವೆಲ್ಲಾ
ಆನಂದವನ್ನೇ ಪೊಂದಿರೂ ॥ಪ॥

ರಾಮಾಚಾರ್ಯರ ಪುತ್ರರೋ, ಅವರು ಮಾಮನೋಹರ ನೃಹರಿ ಧೂತರೋ

ಜನ್ಮ ಅಷ್ಟಕ್ಕೆ ಬ್ರಹ್ಮಚರ್ಯ ಪೊಂದಿ ಬ್ರಹ್ಮ ವಿದ್ಯೆಯ ಪಡೆದರೋ
ಪ್ರೇಮದಿಂದಲಿ ಬಂದು ತಾವ್ ಪುರುಷೋತ್ತಮ ತೀರ್ಥರ ಸಾರ್ಥರೋ ॥1॥

ಕಾಯಜ ಪಿತನ ತಾನೊಲಿಸಿ ದೇಶಂಗಳ ಪ್ರಿಯದಿಂದಲಿ ಸಂಚರಿಸಿ।
ಮಾಯಾರಮಣನೂ, ಜೀವನೂ ಒಂದೆಂಬ ಮಾಯಾವಾದಿಗಳ ತಂದು
ವಾಯುಮತ ಪ್ರೀತಿಯಲಿ ಅರುಹುತ ಪ್ರಿಯ ಅಬ್ಬೂರಲಿ ನೆಲೆಸಿದ ॥2॥

ವಿಠಲ ನೃಹರಿ ಪೂಜೆಗೆ ನೇಮಿಸಿ ತಮ್ಮ ಪಟ್ಟ ಶಿಷ್ಯರು ವ್ಯಾಸತೀರ್ಥರ
ಅಟ್ಟಹಾಸದಿ ಸರ್ವಜಿತು ಸಂವತ್ಸರ ಕೃಷ್ಣ ಏಕಾದಶಿ ವೈಶಾಖ
ದಿಟ್ಟ ಗುರುಗೋವಿಂದ ವಿಠಲನ ದೃಷ್ಟಿಸಿ ತನು ಬಿಟ್ಟು ಪೊರಟನ ॥3॥

ಹೀಗೆ ಬ್ರಹ್ಮಣ್ಯ ತೀರ್ಥರ ಬಗ್ಗೆ ಈ ವೆಬ್ ಪುಟದಲ್ಲಿ ಅನೇಕ ಮಾಹಿತಿಗಳಿವೆ.

ನಾವೆಲ್ಲ ಹುಲಿಗವಿ ಎಂದು ಕರೆಯುವ ಸ್ಥಳವನ್ನು ಇಲ್ಲಿ ಪುರುಷೋತ್ತಮ ತೀರ್ಥರ ಗುಹೆ ಎಂದು ನಾಮಕರಣ ಮಾಡಿದ್ದಾರೆ. ಪುರುಷೋತ್ತಮ ತೀರ್ಥರು ಈ ಗುಹೆ ಪ್ರವೇಶಿಸಿದವರು ಮತ್ತೆ ಮರಳಲೇ ಇಲ್ಲ. ಇಂದಿಗೂ ಗುಹೆಯಲ್ಲಿ ತಪಸ್ಸು ಮಾಡುತ್ತಿದ್ದಾರೆ ಎಂಬ ನಂಬಿಕೆ ಇದೆ ಎನ್ನುತ್ತಾರೆ.

ಐತಿಹ್ಯ ಪುರಾಣಗಳು ಏನೇ ಇರಲಿ, ಅಬ್ಬೂರಿಗೆ ಆರು ಶತಮಾನಗಳ ಲಿಖಿತ ಇತಿಹಾಸ ನೀಡಿರುವ ಈ ಮಠ ಇಂದಿಗೂ ಅಬ್ಬೂರಿಗೆ ತೆರೆದುಕೊಳ್ಳದೇ ಇರುವದು ಮಾತ್ರ ವಿಪರ್ಯಾಸ.

5 ಅಬ್ಬೂರು ಗುಡ್ಡ

ನಮ್ಮೂರಿನ ಕೋಳಿಗಳು ಕೂಗುವುದು ಸ್ವಲ್ಪ ತಡ!

ಯಾಕೆಂದರೆ ನಮ್ಮೂರಿನಲ್ಲಿ ಸೂರ್ಯೋದಯವೂ ಸ್ವಲ್ಪ ತಡವೇ. ಊರಿನ ಪಕ್ಕವೇ ದೊಡ್ಡದೊಂದು ಗುಡ್ಡ ಇದೆ. ಅಬ್ಬೂರು ಗುಡ್ಡ.

ನಮ್ಮೂರಿನ ಸುತ್ತಮುತ್ತಲಿನ ಊರುಗಳಿಗೆ ಹೊಂದಿಕೊಂಡಂತೆ ಹಲವಾರು ಗುಡ್ಡಗಳಿವೆ. ಅವುಗಳನ್ನೆಲ್ಲಾ ಆಯಾ ಊರಿನ ಹೆಸರಿನಿಂದಲೇ ಕರೆಯುವುದು ರೂಢಿ. ಅಬ್ಬೂರು ಗುಡ್ಡ, ದಶವಾರ ಗುಡ್ಡ, ಚಿಕ್ಕೇನಹಳ್ಳಿ ಗುಡ್ಡ, ಮೊಗೇನಹಳ್ಳಿ ಗುಡ್ಡ ಹೀಗೆ.

ಭಾರತಕ್ಕೆ ಹಿಮಾಲಯವಿದ್ದಂತೆ ಅಬ್ಬೂರಿಗೆ ಅಬ್ಬೂರಿನ ಗುಡ್ಡ. ಪ್ರಾಥಮಿಕ ಶಾಲೆಗಳ ಪಠ್ಯದಲ್ಲಿ ಓದಿದಂತೆ, ಹಿಮಾಲಯವು ಭಾರತಕ್ಕೆ ಚಳಿಗಾಳಿಯಿಂದ ರಕ್ಷಣೆ ನೀಡುತ್ತದೆ. ಶತೃಗಳಿಂದ ರಕ್ಷಣೆ ನೀಡುತ್ತದೆ. ಇಲ್ಲಿ ಹಲವಾರು ನದಿಗಳು ಜನ್ಮ ತಾಳುತ್ತವೆ... ನಮ್ಮೂರ ಗುಡ್ಡವೂ ಹಾಗೆಯೇ ಊರಿಗೆ ಹಲವಾರು ರೀತಿಯಲ್ಲಿ ಉಪಕಾರಿಯಾಗಿದೆ.

ಜಾನುವಾರುಗಳಿಗೆ ಮೇವು ಒದಗಿಸುತ್ತದೆ, ಮದುವೆ, ತಿಥಿ ಮೊದಲಾದ ಕಾರ್ಯಗಳಿಗೆ ಸೌದೆ ಒದಗಿಸುತ್ತದೆ. ಎಲ್ಲಕ್ಕಿಂತ ಮಿಗಿಲಾಗಿ ಊರಿಗೊಂದು ಚಂದ ನೀಡಿದೆ.

ಹಿಂದೆಲ್ಲಾ ಮನೆ ಬಳಕೆಗಾಗಿಯೂ ನಮ್ಮೂರ ಜನರಲ್ಲದೆ, ಅಕ್ಕಪಕ್ಕದ ಊರಿನ ಜನಗಳೂ ಸಹ ಸೌದೆಗಾಗಿ ನಮ್ಮೂರ ಗುಡ್ಡವನ್ನು ಆಶ್ರಯಸಿದ್ದರು. ವಿಶೇಷವಾಗಿ ಚಿಕ್ಕೇನಹಳ್ಳಿಯ ಜನ. ಬೆಳಿಗ್ಗೆ ಹೊತ್ತಿಗೆ ಮುಂಚೆ ಹೆಣ್ಣು ಮಕ್ಕಳು ಗುಂಪು ಕಟ್ಟಿಕೊಂಡು ಹೊರಟರೆ ಹೊತ್ತು ನೆತ್ತಿಗೆ ಏರುವ ವೇಳೆಗೆ ದೊಡ್ಡದೊಂದು ಹೊರೆ

ಸೌದೆಯನ್ನು ಸಿದ್ಧಪಡಿಸಿಕೊಳ್ಳುತ್ತಿದ್ದರು. ಇವರು ಸೌದೆ ಹೊರೆ ಕಟ್ಟುತ್ತಿದ್ದುದೇ ವಿಶೇಷ. ಮೂಕಿ ಹೊರೆ ಎಂದು ಕರೆಯುತ್ತಿದ್ದರು. ಮಧ್ಯದಲ್ಲಿ ದಪ್ಪವಾಗಿದ್ದರೆ ತುದಿಗೆ ಬರುಬರುತ್ತಾ ಸಣ್ಣದಾಗಿ ಕೊನೆಯಲ್ಲಿ ಒಂದೆರಡು ಸೌದೆಗಳೇ ತುದಿಗಳಾಗಿರುತ್ತಿದ್ದವು. ಆಯಾಸವಾದಾಗ ಯಾವುದಾದರೂ ಮರಕ್ಕೆ ಒರಗಿಸಿ ನಿಲ್ಲಿಸಲು, ಮತ್ತು ಯಾರದೇ ಸಹಾಯವಿಲ್ಲದೆ ಮತ್ತೆ ತಲೆಗೇರಿಸಿಕೊಳ್ಳಲು ಇದರಿಂದ ಅನುಕೂಲ ಆಗುತ್ತಿತ್ತು.

ಹೆಂಗಸರು ಸಾಲು ಸಾಲಾಗಿ ಈ ರೀತಿ ಸೌದೆ ಹೊರುವ ದೃಶ್ಯ ಬಹಳಷ್ಟು ವರ್ಷ ಕಾಣುತ್ತಿತ್ತು. ನಮ್ಮೂರ ಸುತ್ತಮುತ್ತ, ತೆಂಗಿನ ಮರಗಳು ಹಾಗೂ ರೇಷ್ಮೆ ಹೆಚ್ಚಾದಂತೆ ಸೌದೆಗಾಗಿ ಗುಡ್ಡದ ಮೇಲಿನ ಅವಲಂಬನೆ ಕಡಿಮೆಯಾಗಿ ಈಗ ಬಹುತೇಕ ನಿಂತೇ ಹೋಗಿದೆ.

ಮದುವೆ, ತಿಥಿಯಂತಹ ಕಾರ್ಯಗಳಿದ್ದಾಗಲೂ ಊರಿನ ಜನ ಮನೆಗೊಬ್ಬರಂತೆ ಸೌದೆ ಕಡಿಯಲು ಹೋಗಬೇಕಾಗಿತ್ತು. ಹೆಣ್ಣುಮಕ್ಕಳು ಹಪ್ಪಳ ಅರೆಯಲು ಮನೆಗೊಬ್ಬರಂತೆ ಹೋದರೆ ಗಂಡಸರು ಸೌದೆ ಕಡಿಯಲು ಹೋಗುತ್ತಿದ್ದರು.

ಈಗ ಮದುವೆಗಳು ಊರಲ್ಲಿ ನಡೆಯುವುದಿಲ್ಲ. ಛತ್ರಗಳಲ್ಲಿ ಅಡುಗೆ ಭಟ್ಟರು ಗ್ಯಾಸ್ ಬಳಸುತ್ತಾರೆ. ಹೀಗಾಗಿ ಸೌದೆಗಾಗಿ ಗುಡ್ಡವನ್ನು ಅವಲಂಬಿಸುವುದೂ ಬಹುತೇಕ ನಿಂತೇ ಹೋಗಿದೆ. ಗುಡ್ಡದಲ್ಲಿಯೂ ಮರಗಳ ಸಂಖ್ಯೆ ಹೆಚ್ಚಾದಂತೆ ಕಾಣುತ್ತದೆ.

ಊರಿನ ಅರ್ಧಕ್ಕರ್ಧ ಮನೆಗಳಲ್ಲಿಯೂ ಅಡುಗೆಗಾಗಿ ಗ್ಯಾಸ್ ಬಳಸುತ್ತಿದ್ದಾರೆ. ಗ್ಯಾಸ್ ಸಿಲಿಂಡರ್ ಹೊತ್ತ ವಾಹನಗಳು ಊರಿಗೆ ಭೇಟಿ ನೀಡುತ್ತಿವೆ. ಅಡುಗೆ ಅನಿಲ ಉತ್ಪಾದಿಸಲು ಹಾಗೂ ಸಾಗಿಸಲು ಎಲ್ಲೆಲ್ಲಿ ಪರಿಸರಕ್ಕೆ ಎಷ್ಟೆಷ್ಟು ಹಾನಿಯಾಗುತ್ತದೆಯೋ, ಆದರೆ, ಇದು ನಮ್ಮೂರ ಗುಡ್ಡದ ಮರಗಿಡಗಳಿಗಂತೂ ರಕ್ಷಣೆ ನೀಡಿದೆ.

ಎಲ್ಲ ಊರಿನ ಗುಡ್ಡಗಳಲ್ಲಿಯೂ ಇರಬಹುದಾದಂತೆ ನಮ್ಮೂರಿನ ಗುಡ್ಡಕ್ಕೂ ಹಲವಾರು ವೈಶಿಷ್ಟಗಳಿವೆ. ಗುಡ್ಡದ ಒಂದು ಭಾಗವನ್ನು ಏಣಿಮೆಟ್ಟಿಲ ಹಳ್ಳ ಎನ್ನುತ್ತಾರೆ. ಗುಡ್ಡ ಏರುವುದಕ್ಕೆ ಏಣಿಯ ರೀತಿ, ಸಹಜವಾದ ಮೆಟ್ಟಿಲುಗಳಿರುವಂತ ಹಳ್ಳದ ದಾರಿ ಹಿಡಿದು ಹೊರಟರೆ ಗುಡ್ಡದ ಮೇಲೇರಬಹುದು. ಮೇಲೆ ಹೋದರೆ ಅರೆಬಯಲು ಸಿಗುತ್ತದೆ. ಅಂದರೆ ಕಲ್ಲಿನಿಂದ ಕೂಡಿದ ಸಮತಟ್ಟಾದ ಪ್ರದೇಶ.

ಕೆಳಗಿನಿಂದ ನಿಂತು ನೋಡಿದರೆ ಚೂಪಾಗಿ ಕಾಣುವ ಗುಡ್ಡದ ತುದಿ, ಮೇಲೇರಿದರೆ ಸಮತಟ್ಟಾದ ಪ್ರದೇಶದಂತೆ ಕಾಣುತ್ತದೆ. ಇಲ್ಲಿ ಗೇರು ಹಣ್ಣುಗಳನ್ನು ಸಂಗ್ರಹಿಸಿ ಒಣಗಿಸಿ ಸುಟ್ಟು ತಿನ್ನುತ್ತಿದ್ದುದು ಈಗ ನೆನಪು ಮಾತ್ರ.

ನಮ್ಮ ಅಣ್ಣ ತಮ್ಮಂದಿರ ಮನೆಯ ರಾಮಕೃಷ್ಣ ಆಡು ಮೇಯಿಸಲು ಪ್ರತಿದಿನ ಗುಡ್ಡಕ್ಕೆ ಹೋಗುತ್ತಿದ್ದವನು, ಗೇರು ಹಣ್ಣುಗಳನ್ನು ತಂದು ಕೊಡುತ್ತಿದ್ದ ಹಾಗೂ ಗುಡ್ಡ ತಿರುಗಿಸುತ್ತಿದ್ದ ಎನ್ನುವ ಕಾರಣಕ್ಕೇ ನಮಗೆಲ್ಲಾ ಹೆಚ್ಚು ಆಪ್ತವಾಗಿದ್ದವನು.

ಗುಡ್ಡದ ಒಂದು ಭಾಗವನ್ನು ಜಾಗಟೆಕಲ್ಲು ನೆತ್ತಿ ಎನ್ನುತ್ತಾರೆ. ಇಲ್ಲಿರುವ ಒಂದು ಕಲ್ಲನ್ನು ಕುಟ್ಟಿದರೆ ಜಾಗಟೆ ಬಾರಿಸಿದ ಸದ್ದು ಬರುವುದರಿಂದ ಇದನ್ನು ಜಾಗಟೆ ಕಲ್ಲಿನ ನೆತ್ತಿ ಎನ್ನುವುದು. ಏಣಿಮೆಟ್ಟಿಲ ಹಳ್ಳ ಹತ್ತುವ ದಾರಿಯಲ್ಲಿ ದೊಡ್ಡದೊಂದು ಬಂಡೆಯಿದೆ. ಇದನ್ನು ಚುಜ್ಜಲು ಗುಂಡು ಎನ್ನುತ್ತಾರೆ. ಇದರ ಅಕ್ಕ ಪಕ್ಕ ಗುಡ್ಡದಲ್ಲಿ ಚುಜ್ಜಲು ಮುಳ್ಳಿನ ಗಿಡಗಳು ಹೇರಳವಾಗಿರುವುದರಿಂದ ಆ ಹೆಸರಿನಿಂದ ಕರೆಯುತ್ತಿದ್ದರೋ ಏನೋ ಗೊತ್ತಿಲ್ಲ.

ಚಿಕ್ಕವರಿದ್ದಾಗ ಬೃಹದಾಕಾರವಾಗಿ ಕಾಣುತ್ತಿದ್ದ ಈ ಚುಜ್ಜಲಿಗುಂಡು, ಹಂಪಿ, ರಾಮಗಿರಿಬೆಟ್ಟ ಮೊದಲಾದ ಕಲ್ಲು ಅರಣ್ಯಗಳನ್ನು ನೋಡಿದ ಮೇಲೆ, ಈಗ ಒಂದು ಗೋಲಿಯಂತೆ ಕಾಣುತ್ತಿದೆ!

ಬೃಹದಾಕಾರದ ಆಲದ ಮರವೊಂದು ಗುಡ್ಡಕ್ಕೆ ಕಲಶವಿದ್ದಂತೆ ಎಲ್ಲಿಂದ ನೋಡಿದರೂ ಕಾಣುತ್ತಿತ್ತು. ಈ ಆಲದ ಮರದಲ್ಲಿ ಏಳುತಲೆಯ ಸರ್ಪವೊಂದು ವಾಸಿಸುತ್ತದೆ ಎಂದು ಅದರ ಬಳಿ ಹೋಗಲು ಜನ ಹೆದರುತ್ತಿದ್ದರು. ಗುಡ್ಡದ ಒಂದು ಭಾಗವನ್ನು ಹದ್ದಿನವಾಡೆ ಎಂಬ ಹೆಸರಿನಿಂದ ಕರೆಯುತ್ತಾರೆ. ಯಾರು ನಾಮಕರಣ ಮಾಡಿದರೋ, ಯಾಕೆ ಮಾಡಿದರೋ ಗೊತ್ತಿಲ್ಲ. ಮತ್ತೊಂದು ಕಡೆ ಹೊನ್ನೆಸ್ವಾಮಿ ಕಲ್ಲು ನೆತ್ತಿ ಇದೆ. ಹೀಗೆ ಹಲವಾರು ವಿಶಿಷ್ಟ ಹೆಸರಿನ ನೆತ್ತಿಗಳು, ಸ್ಥಳಗಳು ಈ ಗುಡ್ಡದಲ್ಲಿವೆ.

ಗುಡ್ಡದ ಒಂದು ಭಾಗದಲ್ಲಿ ಹುಲಿಗವಿ, ಬನ್ನಿಮಂಟಪ, ಮತ್ತೊಂದು ಭಾಗದಲ್ಲಿ ಬೀರಪ್ಪನ ಗುಡಿ ಇವೆ. ಹುಲಿಗವಿಗೆ ಸಂಬಂಧಿಸಿ ಒಂದು ಐತಿಹ್ಯವೇ ಇದೆ. ಗುಡ್ಡಕ್ಕೆ ಹೊಂದಿಕೊಂಡಿರುವ ಬೃಹದಾಕಾರದ ಬಂಡೆಯಲ್ಲಿ ಸ್ವಲ್ಪ ದೂರ ಮಾತ್ರ ಒಳಹೋಗಬಹುದು. ಹಿಂದೆ ಇಲ್ಲಿ ಯಾರೋ ತಪಸ್ವಿಗಳು ಇದ್ದರು, ಇಲ್ಲಿಂದ ಬಹುದೂರ ಸುರಂಗ ಮಾರ್ಗ ಇದೆ, ಈ ತಪಸ್ವಿಗಳು ಸುರಂಗ ಮಾರ್ಗದ ಮೂಲಕ ಓಡಾಡುತ್ತಿದ್ದರು, ಸರಿ ರಾತ್ರಿಯಲ್ಲಿ ಈಗಲೂ ಗಂಟೆ–ಜಾಗಟೆಯ ಸದ್ದು ಕೇಳುತ್ತದೆ ಹೀಗೆ ಏನೇನೋ ಕಲ್ಪನೆಗಳು.

ಬಹಳಷ್ಟು ವರ್ಷಗಳ ಕಾಲ ಮಧ್ಯಾಹ್ನದ ವೇಳೆ ಇಲ್ಲಿ ಅಡ್ಡಾಡಲು ಜನ ಹೆದರುತ್ತಿದ್ದರು. ಮುಟ್ಟಾದ ಹೆಂಗಸರು ಈ ದಾರಿಯಲ್ಲಿ ಹೋಗುತ್ತಿರಲಿಲ್ಲ. ಯಾವ ಕಾಲದಲ್ಲಿ ಯಾವ ಹುಲಿ ಇಲ್ಲಿ ವಾಸವಾಗಿತ್ತೋ. ಒಟ್ಟಿನಲ್ಲಿ ಹುಲಿಗವಿ ಎಂದು

ಹೆಸರಾಗಿದೆ, ಆದರೆ, ಇತ್ತೀಚಿಗೆ ಇದಕ್ಕೆ ಪುರುಷೋತ್ತಮ ತೀರ್ಥರ ಗುಹೆ ಎಂದು ಹೆಸರಿಟ್ಟು ಬಿಟ್ಟಿದ್ದಾರೆ. ಅಲ್ಲೊಂದು ದೇವರ ವಿಗ್ರಹವನ್ನು ಇಡಲಾಗಿದೆ.

ನಮ್ಮೂರ ತೋಪಿನ ದೇವಸ್ಥಾನದ ಬಳಿ ಪುರುಷೋತ್ತಮ ತೀರ್ಥರ ಗುಹೆಗೆ ದಾರಿ ಎಂಬ ಬೋರ್ಡು ಬಂದಿದೆ.

ಹುಲಿಗವಿಗೆ ಸಮೀಪದಲ್ಲೇ ಗುಡ್ಡದ ಬುಡದಲ್ಲಿ ಬನ್ನಿಮಂಟಪ ಇದೆ. ಇಲ್ಲಿರುವ ಬನ್ನಿಮರದಿಂದ ಆಯುಧ ಪೂಜೆಯ ದಿನ ದೇವರ ಸಮೇತ ಮೆರವಣಿಗೆಯಲ್ಲಿ ಬಂದು ಬನ್ನಿ ಕಡಿಯುವ ಪದ್ಧತಿ ಇದೆ.

ಗುಡ್ಡದ ಮೇಲಿಂದ ನೋಡಿದರೆ ಇಡೀ ಊರು, ಸುತ್ತಮುತ್ತಲ ಪ್ರದೇಶ ಮನೋಹರವಾಗಿ ಕಾಣುತ್ತದೆ.

ಟೂರ್ ಚೀಟಿ ಹಾಕಿಕೊಂಡು ಎಲ್ಲೆಲ್ಲಿಗೋ ಪ್ರವಾಸಕ್ಕೆ ಹೋಗಿ ಬರುವ ನಮ್ಮೂರ ಬಹಳಷ್ಟು ಜನ ಅದರಲ್ಲೂ ವಿಶೇಷವಾಗಿ ಹೆಣ್ಣುಮಕ್ಕಳು ಈ ಗುಡ್ಡವನ್ನು ಒಮ್ಮೆಯೂ ಹತ್ತಿಲ್ಲ. ಗುಡ್ಡ ತಿರುಗುವುದೆಂದರೆ ಎಮ್ಮೆ, ದನ ಆಡು ಮೇಯಿಸುವವರ ಕೆಲಸ ಎಂದೇ ನಮ್ಮೂರ ಜನ ಭಾವಿಸಿದ್ದಾರೆ. ಹಿತ್ತಲ ಗಿಡ ಮದ್ದಲ್ಲ ಅನ್ನುವ ಹಾಗೆ ಬಹುಶಃ ಊರ ಪಕ್ಕದ ಗುಡ್ಡ ಪ್ರೇಕ್ಷಣೀಯವಲ್ಲ ಎಂದು ತಿಳಿದಿರಬೇಕು.

6 ಸರಸೀರುಹ ಮುಖಿ

ಸರಸೀರುಹಮುಖಿ ಎಲೆ ಎನ ಸಖಿ ಮಣಿ ಜಾನಕಿ...
ಏನ ಪೇಳಲೇ ರಮಣಿ ॥

ನಮ್ಮೂರ ಪರಿಶಿಷ್ಟರ ಕೇರಿಯ ಶಂಕರಣ್ಣ ಶ್ರೀರಾಮನ ಪಾತ್ರದಲ್ಲಿ ಹಾಡುತ್ತಿದ್ದ ಈ ಹಾಡು ಇಂದಿಗೂ ಕಿವಿಯಲ್ಲಿ ಗುಯ್‌ಗುಡುತ್ತಿದೆ... ಶ್ರೀರಾಮ ವನವಾಸಕ್ಕೆ ತೆರಳಬೇಕಾದ ವಿಷಯವನ್ನು ಸೀತಾಮಾತೆಗೆ ತಿಳಿಸಲು ಬರುವಾಗಿನ ಸಂದರ್ಭದ ಹಾಡು ಇದು. ನಾಟಕವಾಡುವ ಖಯಾಲಿ ಬಹು ಹಿಂದಿನಿಂದಲೂ ಅಬ್ಬೂರಿಗೆ ಅಂಟಿಕೊಂಡು ಬಂದಿದೆ. ಇಂದಿಗೂ ಮುಂದುವರಿದಿದೆ.

ನಾವೆಲ್ಲಾ ಕಂಡ ಹಾಗೆಯೇ ನಮ್ಮೂರು ಸಹ ನಾಟಕಗಳಿಗೆ ಪ್ರಸಿದ್ಧಿ.

ಒಕ್ಕಲಿಗರು, ಆಚಾರರು, ಬ್ರಾಹ್ಮಣರು, ಕುಂಬಾರರು, ಬೆಸ್ತರು ಹೀಗೆ ಊರ ಸವರ್ಣೀಯರೆಲ್ಲ ಸೇರಿ ಆಡುತ್ತಿದ್ದ ನಾಟಕಗಳು ಒಂದೆಡೆಯಾದರೆ ಪರಿಶಿಷ್ಟರ ಕೇರಿಯವರೇ ಪ್ರತ್ಯೇಕವಾಗಿ ಹಾಡುತ್ತಿದ್ದ ನಾಟಕಗಳು ಮತ್ತೊಂದೆಡೆ.

ಪರಿಶಿಷ್ಟರನ್ನು ಸೇರಿಸಿಕೊಂಡು ಊರವರೆಲ್ಲಾ ಸೇರಿ ಒಟ್ಟಾಗಿ ನಾಟಕ ಆಡಿದ್ದನ್ನು ನೋಡಿಲ್ಲ. ಸಂಖ್ಯೆಯಲ್ಲಿ ಕಡಿಮೆಯಿದ್ದರೂ ನಮ್ಮೂರಿನ ಪರಿಶಿಷ್ಟರ ಕೇರಿಯವರು ಆಡುತ್ತಿದ್ದ ಸಂಪೂರ್ಣ ರಾಮಾಯಣ ನಾಟಕದ ಪಾತ್ರಧಾರಿಗಳ ಹಾಡುಗಾರಿಕೆಯನ್ನು, ಊರ ಇತರರು ಆಡುತ್ತಿದ್ದ ನಾಟಕದಲ್ಲಿ ಮೀರಿಸಿದಂತೇನು ಕಂಡುಬರುತ್ತಿರಲಿಲ್ಲ.

ನಮ್ಮೂರಿನ ನಾಟಕದ ಪೈಕಿ ಇಂದಿಗೂ 'ಕುರುಕ್ಷೇತ್ರ' ಅಚ್ಚುಮೆಚ್ಚಿನ ನಾಟಕ. ಮೈಸೂರು, ಮಂಡ್ಯ ಸೇರಿ ಹಲವಾರು ಕಡೆ ಈಗಲೂ ಈ 'ಕುರುಕ್ಷೇತ್ರ' ನಾಟಕ ಆಡಿರುವುದನ್ನು ಇತ್ತೀಚಿನವರೆಗೂ ನೋಡಿದ್ದರೂ ನಮ್ಮೂರವರು ಆಡಿದಂತೆ 'ಕುರುಕ್ಷೇತ್ರ' ನಾಟಕವಾಡಿದ್ದನ್ನು ನಾನೂ ನೋಡಿಲ್ಲ.

ಶಂಭೂಗೌಡ ಕೃಷ್ಣನ ಪಾತ್ರಧಾರಿಯಾಗಿ, ನಾಗಣ್ಣ ಶಕುನಿಯ ಪಾತ್ರಧಾರಿಯಾಗಿ, ಬೆಟ್ಟೇಗೌಡ ಭೀಮನ ಪಾತ್ರಧಾರಿಯಾಗಿ, ರಾಜು ಅರ್ಜುನನ ಪಾತ್ರಧಾರಿಯಾಗಿ, ಚಿಕ್ಕಣ್ಣ ಧುರ್ಯೋಧನನ ಪಾತ್ರಧಾರಿಯಾಗಿ, ರಾಮಚಂದ್ರ ದುಶ್ಯಾಸನ ಪಾತ್ರಧಾರಿಯಾಗಿ ಮಂಡ್ಯದಿಂದ ಬರುತ್ತಿದ್ದ ಇಂದಿರಮ್ಮ ಎಂಬುವವರು ದ್ರೌಪದಿಯ ಪಾತ್ರಧಾರಿಯಾಗಿ ಅಭಿನಯಿಸಿದ್ದ 'ಕುರುಕ್ಷೇತ್ರ' ನಾಟಕವನ್ನು ಸರಿಗಟ್ಟುವಂತಹ ನಾಟಕವನ್ನು ನಾನಂತೂ ಇದುವರೆಗೂ ಬೇರೆಡೆ ನೋಡಿಲ್ಲ.

ಮಧ್ಯೆ ಮಧ್ಯೆ ಚಂದ್ರಕಾಂತ ದುರ್ಯೋಧನನ ಪಾತ್ರಧಾರಿಯಾಗಿ, ಗುತ್ತಲಗೌಡ ಕರ್ಣನ ಪಾತ್ರಧಾರಿಯಾಗಿ, ರಾಜಶೇಖರ ಶಕುನಿಯ ಪಾತ್ರಧಾರಿಯಾಗಿ ನಟಿಸಿದ್ದು ಉಂಟು. ನಿಜಕ್ಕೂ ಇವರ ಅಭಿನಯದಲ್ಲಿ 'ಕುರುಕ್ಷೇತ್ರ' ನಾಟಕ ಅದ್ಭುತವಾಗಿ ಮೂಡಿಬರುತ್ತಿತ್ತು.

'ಶಿವಜಲಂಧರ' 'ಕುರುಕ್ಷೇತ್ರ' 'ರಾಜಸೂಯಯಾಗ' 'ಸಂಪೂರ್ಣ ರಾಮಾಯಣ' ಬಹುತೇಕ ಈ ನಾಟಕಗಳನ್ನೇ ಪದೇ ಪದೇ ಆಡುತ್ತಿದ್ದರು. ಸಾಮಾನ್ಯವಾಗಿ ಅಕ್ಟೋಬರಿನಲ್ಲಿ ಬರುತ್ತಿದ್ದ ವಿಜಯದಶಮಿಯಂದು ನಮ್ಮೂರಲ್ಲಿ ಹಿರಿಯರಿಗೆ ಎಡೆ ಇಡುವ ಮಾರ್ಲಮ್ಮಿ ಹಬ್ಬ ಆಚರಿಸುತ್ತಿದ್ದರು. ಈ ಸಮಯಕ್ಕೆ ಬರುವ ನೆಂಟರಿಷ್ಟರಿಗೆ ಮನರಂಜನೆಯೂ ಆಯಿತು, ಹಾಸಿಗೆ-ದಿಂಬು ಹೊಂಚುವುದೂ ತಪ್ಪಿತು ಎನ್ನುವ ಕಾರಣಕ್ಕೆ ಮಾರ್ಲಮ್ಮಿ ಹಬ್ಬದಂದೇ ನಾಟಕ ಆಡುತ್ತಿದ್ದರು.

ಅರ್ಧಕ್ಕರ್ಧ ನಾಟಕಗಳು ಮಳೆಗೆ ಬಲಿಯಾಗಿ, ಮರುದಿನ ಬೆಳಿಗ್ಗೆ ಮಾರಿಗುಡಿ ಮುಂದೆ ನೆನೆದ ಸೀನರಿಗಳನ್ನು ಒಣಗಿಸಿ ನಂತರ ತೆಗೆದುಕೊಂಡು ಹೋಗುತ್ತಿದ್ದುದೂ ಉಂಟು.

ಈ ನಾಟಕಗಳ ಜತೆಗೇ ನಾಟಕ ಕಲಿಸುತ್ತಿದ್ದ ಮೇಸ್ಟರ ಪೈಕಿ ಕೃಷ್ಣಮೂರ್ತಿ ಹಾಗೂ ಚೌಡಯ್ಯ ಎಂಬಿಬ್ಬರು ನಾಟಕದ ಮೇಸ್ಟರು ಮನಸ್ಸಿನಲ್ಲಿ ಉಳಿದುಬಿಟ್ಟಿದ್ದಾರೆ. ಕೃಷ್ಣಮೂರ್ತಿ ಅವರು ನಮ್ಮೂರಿಗೆ ನಾಟಕ ಕಲಿಸಲು ಬರುವ ವೇಳೆಗಾಗಲೇ ಅವರಿಗೆ ಸಾಕಷ್ಟು ವಯಸ್ಸಾಗಿತ್ತು. ಹಿಂದೆ ಯಾವುದೋ ನಾಟಕ ಕಂಪನಿಯಲ್ಲಿ ಕೆಲಸ ಮಾಡಿದ್ದರಂತೆ. ಸುಶ್ರಾವ್ಯವಾಗಿ ಹಾರ್ಮೋನಿಯಂ ನುಡಿಸುತ್ತಿದ್ದರು.

ಪಕ್ಕದ ಚಿಕ್ಕೇನಹಳ್ಳಿಯಲ್ಲಿ ವಾಸಿಸುತ್ತಿದ್ದ ಇವರನ್ನು ಪ್ರಾಕ್ಟೀಸ್ ಮುಗಿದ ನಂತರ ದಿನವೂ ರಾತ್ರಿ ಕಾಲ್ನಡಿಗೆಯಲ್ಲಿ ಡ್ರಾಪ್ ಮಾಡಬೇಕಾಗಿತ್ತು. ಸ್ಕೂಟರ್, ಬೈಕ್ ಇಲ್ಲದಿದ್ದ ಕಾಲ ಅದು. ಅಬ್ಬೂರಿನಿಂದ ಇಬ್ಬರು ಸರದಿಯಂತೆ ಜೊತೆಯಾಗಿ ಹೋಗಿ ಚಿಕ್ಕೇನಹಳ್ಳಿಗೆ ಬಿಟ್ಟುಬರುತ್ತಿದ್ದರು. ಊಟ ತಿಂಡಿಯಲ್ಲೂ ಅಂತಹ ತಕರಾರೇನೂ ಇಲ್ಲದ ಮನುಷ್ಯ. ಇವರು ಕಲಿಸಿದ್ದ 'ಶಿವಜಲಂಧರ' ನಾಟಕವನ್ನು ನಮ್ಮೂರಿನಲ್ಲಿ ಕೇಳಿದ್ದು ಬಿಟ್ಟರೆ, ಅಕ್ಕಪಕ್ಕದ ಊರುಗಳಲ್ಲಿ ಅಷ್ಟಾಗಿ ಈ ನಾಟಕ ಆಡಿರಲಿಲ್ಲ.

'ಕುರುಕ್ಷೇತ್ರ' ನಾಟಕ ಕಲಿಸುತ್ತಿದ್ದ ಮೇಷ್ಟರ ಪೈಕಿ ಚೌಡಯ್ಯ ಎಂಬುವವರು ಪ್ರಸಿದ್ಧರು. ಒಂದು ಕೈಯಲ್ಲಿ ಹಾರ್ಮೋನಿಯಂ ನುಡಿಸುತ್ತಾ, ಮತ್ತೊಂದು ಕೈಯಿಂದ ಹಾರ್ಮೋನಿಯಂ ಪೆಟ್ಟಿಗೆ ಹಿಡಿಕೆಯನ್ನೇ ತಾಳದಂತೇ ಕುಟ್ಟುತ್ತಾ, ಹಾಡುಗಳನ್ನು ಹೇಳಿಕೊಡುತ್ತಿದ್ದ ರೀತಿ ಇಂದಿಗೂ ಕಣ್ಣಿಗೆ ಕಟ್ಟುತ್ತದೆ. ನಾಟಕ ಮುಗಿಯವವರೆಗೆ ಈ ಮೇಸ್ಟರದು ಊರಿನಲ್ಲೇ ವಾಸ್ತವ್ಯ. ದಿನಕ್ಕೊಬ್ಬರ ಮನೆಯಲ್ಲಿ ಊಟ. ಮಹಾ ಭೋಜನ ಪ್ರಿಯ. ತುಪ್ಪ ಇಲ್ಲದಿದ್ದರೆ ಊಟವೇ ಹೋಗುತ್ತಿರಲಿಲ್ಲ. ಅಡಿಗೆ ಮಾಡಿದ ಎಲ್ಲರ ಮನೆಯ ಹೆಣ್ಣು ಮಕ್ಕಳನ್ನು, ಅವರ ಅಡುಗೆಯನ್ನು ಹೊಗಳುತ್ತಾ ಎಲ್ಲರ ಮೆಚ್ಚುಗೆಗೆ ಪಾತ್ರರಾಗಿದ್ದವರು. ಲವ್ವಾ, ನಿನ್ ಕೈನ ಅಡುಗೆ ಅಂದ್ರೆ, ಆಹಾಹಾ... ಅಂದರೆ ಇನ್ನೊಂದು ಸ್ಪೂನ್ ತುಪ್ಪ ತಟ್ಟೆಗೆ ಬೀಳಬೇಕು. ಆ ರೀತಿ ಮೋಡಿ ಮಾಡುತ್ತಿದ್ದ ಮನುಷ್ಯ.

ಪರಿಶಿಷ್ಟರ ಕೇರಿಯಲ್ಲಿ ನಾಟಕ ಕಲಿಸಿದ ಮಾಸ್ಟರ್ ನೆನಪು ಅಷ್ಟಾಗಿ ಇಲ್ಲ. ಆದರೆ, ಪ್ರಾಕ್ಟೀಸ್ ಮಾಡುವಾಗ ಪರಿಶಿಷ್ಟರ ಕೇರಿಗೆ ಹೋಗಿ ಹಾಡುಗಳನ್ನು ತದೇಕಚಿತ್ತದಿಂದ ಕೇಳುತ್ತಿದ್ದುದು ಮಾತ್ರ ನೆನಪಿನಲ್ಲಿ ಉಳಿದಿದೆ. ಶಂಕರಣ್ಣ ರಾಮನಾಗಿ, ಅಂಡಣ್ಣ ರಾವಣನಾಗಿ, ಹೊಂಬಾಳೆಯ ಹನುಮಂತನಾಗಿ, ಸತ್ತೇಗುಡ್ಡಣ್ಣ ಇಂದ್ರಜಿತುವಾಗಿ ಅಭಿನಯಿಸಿದ ಸಂಪೂರ್ಣ ರಾಮಾಯಣ, ಅದರ ಹಾಡುಗಳು ಈಗಷ್ಟೆ ಕೇಳಿದ ಹಾಗೆ ಅನಿಸುತ್ತದೆ.

ನಾವು ನೋಡಿದ್ದಕ್ಕಿಂತ ಹಿಂದೆ ನಮ್ಮೂರಲ್ಲಿ ಭಕ್ತ ಕಬೀರ ನಾಟಕ ಆಡಿದ್ದರಂತೆ. ಸೇತಪ್ನೋರು ಅಂದರೆ ಸೇತುಮಾಧವರಾವ್ ಹಾರ್ಮೋನಿಯಂ ಮಾಸ್ಟರ್, ಕೃಷ್ಣಮೂರ್ತಿ ಸೇರಿದಂತೆ ನಮ್ಮೂರ ಹಿಂದಿನ ತಲೆಗಳು ಕರಿಮಲ್ಲಣ್ಣ, ಹನುಮಣ್ಣ, ಚನ್ನೇಗೌಡ ಇವರೆಲ್ಲ ಪಾತ್ರಧಾರಿಗಳು. ನಮ್ಮೂರಿನ ಹಿರಿಯರಿಗೆ ಈ ಹೆಸರುಗಳು ಗೊತ್ತೇ ಹೊರತು ಈಗಿನವರಿಗೆ ಈ ಮಾಹಿತಿ ಅಷ್ಟಾಗಿ ಇಲ್ಲ.

ಪೌರಾಣಿಕ ನಾಟಕಗಳಲ್ಲದೆ ಆಗೊಮ್ಮೆ–ಹೀಗೊಮ್ಮೆ ಸಾಮಾಜಿಕ ನಾಟಕಗಳೂ ನಮ್ಮೂರಲ್ಲಿ ನಡೆಯುತ್ತಿದ್ದವು. ಚಂದ್ರಕಾಂತ್ ರಾಮುನ ಪಾತ್ರಧಾರಿಯಾಗಿ ಅಭಿನಯಿಸಿದ್ದ 'ತ್ಯಾಗಿ' 'ಕುರಿದೊಡ್ಡಿ' 'ಕುರುಕ್ಷೇತ್ರ' ಮೊದಲಾದ ನಾಟಕಗಳು ನೆನಪಿಗೆ ಬರುತ್ತವೆ.

ಈ ನಾಟಕಗಳ ಜತೆಗೇ ಕೆಲವೊಂದು ಹಾಸ್ಯ ಪ್ರಸಂಗಗಳೂ ನೆನಪಿಗೆ ಬರುತ್ತವೆ.

ನಮ್ಮಣ್ಣ ಚಂದ್ರಶೇಖರ ಸೂತ್ರಧಾರಿಯಾಗಿ ನಾಟಕದ ಆರಂಭದಲ್ಲಿ ಹಾಡು ಹೇಳುವಾಗಲೇ ಸೀರೆ ಕಳಚಿ ಬಿದ್ದಿದ್ದು, ಓಡಿ ಹೋಗಿ ಮತ್ತೆ ಸೀರೆ ಸರಿಮಾಡಿಕೊಂಡು ಬಂದುದು, ಇನ್ನೊಬ್ಬ ಅಣ್ಣ ರಾಜು ವಯಸ್ಸಾದ ಮೇಲೂ ನಾಟಕ ಮಾಡಲು ಹೋಗಿ ಮಂಡ್ಯದ ನಟಿ ಸುಭದ್ರೆಯ ಪಾತ್ರಧಾರಿಯ ಜತೆ ಹಾಡಿಗೆ ಹೆಜ್ಜೆ ಹಾಕಲು ತಿಣುಕಾಡಿದ್ದು ಹೀಗೆ.

'ಕುರುಕ್ಷೇತ್ರ' ನಾಟಕದ ಧೃತರಾಷ್ಟ್ರ ಪಾತ್ರವೂ ಹಾಗೆ. ಒಮ್ಮೆ ಕಾನಣ್ಣ, ಮತ್ತೊಮ್ಮೆ ಚಿಕ್ಕಮರಿ ಎಂಬುವರು ಪಾತ್ರಧಾರಿಗಳು. ಇದ್ದುದೇ ಎರಡು ಡೈಲಾಗ್‌ಗಳು. ಇಬ್ಬರು ವಯಸ್ಸಾಗಿ ಹಲ್ಲು ಕಳೆದುಕೊಂಡವರು. ದರ್ಬಾರ್ ಸೀನಿನಲ್ಲಿ ದುರ್ಯೋಧನ ಕೃಷ್ಣನನ್ನು ಬಂಧಿಸಿಯೇ ತೀರುವುದಾಗಿ ಹೊರಟಾಗ, "ಹೋದೆಯಾ ಕುಮಾಲಾ... ಹೊಂಟೇ ಹೋದೆಯಾ" ಎಂದು ಹೇಳಿ ನಗೆಯುಕ್ಕಿಸುತ್ತಿದ್ದರು.

ನಾಟಕದ ಸಮಯದಲ್ಲಿ ಸ್ಟೇಜ್ ಮೇನೇಜರಗಳ ಕಟ್ಟುನಿಟ್ಟಿನ ಶಿಸ್ತಿಗೆ ಸಹ ನಮ್ಮೂರು ಪ್ರಸಿದ್ಧಿಯಾಗಿತ್ತು. ನಾವೆಲ್ಲಾ ಅಂಕಣ್ಣ ಎಂದು ಕರೆಯುತ್ತಿದ್ದ ಅಂಕೇಗೌಡ ಸ್ಟೇಜ್ ಮೇನೇಜರ್. ಪಾತ್ರಧಾರಿಗಳನ್ನು ಹೊರತುಪಡಿಸಿ ಒಂದು ನರಪಿಳ್ಳೆಯನ್ನು ಒಳಕ್ಕೆ ಬಿಡುತ್ತಿರಲಿಲ್ಲ. ಮುಯ್ಯಿ ಮಾಡುವವರಿಗೆ ಪ್ರತ್ಯೇಕ ಸಮಯ ನಿಗಧಿ ಮಾಡಲಾಗುತ್ತಿತ್ತು. ಹಂಡೆ, ತಟ್ಟೆ, ಚೊಂಬು ಮುಯ್ಯಿ ಮಾಡುವುದರಿಂದ ಹಿಡಿದು ನೋಟಿನ ಹಾರ ಹಾಕುವವರೆಗೆ ಎಲ್ಲರೂ ಈ ನಿಗದಿತ ಸಮಯದಲ್ಲೇ ಮುಯ್ಯಿ ಮಾಡಬೇಕಾಗಿತ್ತು.

ಹಿಂದೆಲ್ಲಾ ಊರೂರಿಗೂ ಕಲಾವಿದರು, ನಾಯಕರು, ನಟಶ್ರೇಷ್ಠರು ಇದ್ದ ಕಾಲ. ನಮ್ಮೂರಿನ ಪ್ರತಿಭಾವಂತ ಹಾಡುಗಾರರು, ಅವರು ಹಾಡುತ್ತಿದ್ದ ರೀತಿ ಈಗಲೂ ಮನಸ್ಸಿನಲ್ಲಿ ಸುಳಿದುಹೋಗುತ್ತದೆ. ಸಿನಿಮಾ ಪ್ರಭಾವ ಜಾಸ್ತಿಯಾದಂತೆ ನಾಡಿಗೆಲ್ಲ

ಒಬ್ಬರೇ ನಾಯಕರಾಗಿ, ನಟಶ್ರೇಷ್ಠರಾಗಿ ಮಿಂಚತೊಡಗಿದ ಮೇಲೆ ನಮ್ಮೂರ ಪ್ರತಿಭಾವಂತರು, ನಮ್ಮೂರಿನ ಜನಮಾನಸದಲ್ಲಿ ಮಾತ್ರ ನೆಲಸಿದ್ದಾರೆ. ನಮ್ಮೂರವರ ನಾಲಗೆಯ ಮೇಲಷ್ಟೆ ಉಳಿದುಕೊಂಡಿದ್ದಾರೆ.

ಅದಕ್ಕೆಂದೇ ನಮ್ಮೂರಿನ ಒಂದಿಷ್ಟು ಕಲಾವಿದರ ಬಗ್ಗೆ ಇಲ್ಲಿ ಒಂದಷ್ಟು ಮಾತು, ಕೆಲವಷ್ಟು ನೆನಪು.

7 ನಾಟಕದ ಮೇಷ್ಟ್ರು ಕೃಷ್ಣಮೂರ್ತಿ

ಮುಟ್ಟಬೇಡವೋ, ಮುಟ್ಟಬೇಡವೋ, ಮುಟ್ಟಿದರೇ ಕೆಡುವೆ ನೀನು...
ಇದು 'ಶಿವಜಲಂಧರ' ನಾಟಕದ ಹಾಡು.

ಬೃಂದೆಯನ್ನು ಇಂದ್ರನು ಕೆಡಿಸಲು ಬಂದಾಗ ಹಾಡುವ ಈ ಹಾಡಿನ ಎರಡು ಸಾಲುಗಳು ಮಾತ್ರ ಅದೇಕೋ ನೆನಪಿನಲ್ಲಿ ಉಳಿದುಬಿಟ್ಟಿವೆ.

ನಮ್ಮೂರಿನ ನಾಟಕಗಳದ್ದು ಒಂದು ಇತಿಹಾಸ ಆದರೆ, ಈ 'ಶಿವಜಲಂಧರ' ನಾಟಕದ್ದೇ ಒಂದು ಇತಿಹಾಸ.

ಈ ನಾಟಕವನ್ನು ನಮ್ಮೂರಿನಲ್ಲಿ ನಾಲ್ಕೈದು ಸಲವಾದರೂ ಆಡಿರಬೇಕು. ನಾಟಕ ಆಡುತ್ತಿದ್ದುದು ಮಳೆಗಾಲದ ದಿನಗಳಾದ ಮಾರ್ಲಮ್ಮಿ ಹಬ್ಬದ ದಿವಸ. ನಮ್ಮೂರಿನಲ್ಲಿ ಪಿತೃಪಕ್ಷದ ಎಡೆ ಇಡುವುದು ಅಂದರೆ ಮಾರ್ಲಮ್ಮಿ ಹಬ್ಬ ಮಾಡುವುದು ಆಯುಧ ಪೂಜೆಯ ದಿವಸ. ಮರುದಿನ ವಿಜಯದಶಮಿ. ಊರಿಗೆ ದೊಡ್ಡ ಹಬ್ಬ. ನೆಂಟರಿಷ್ಟರು ಜಾಸ್ತಿ. ಹಬ್ಬಕ್ಕೆ ತಿಂಗಳ ಮುಂಚೆಯೇ ತಯಾರಿಯೂ ನಡೆದಿರುತ್ತದೆ.

ಮನೆಯ ದುಂಬು-ಧೂಳು ತೆಗೆಯುವುದು ಸುಣ್ಣಬಣ್ಣ, ಹೀಗೆ ಮೈ ತುಂಬಾ ಕೆಲಸ.

ಬಂದ ನೆಂಟರಿಗೆಲ್ಲ ಚಾಪೆ ದಿಂಬು ಹವಣಿಸುವುದೂ ತಪ್ಪುತ್ತದೆ, ಮನರಂಜನೆಯೂ ಆಗುತ್ತದೆ ಎಂದು ಮಾರ್ಲಮ್ಮಿ ಹಬ್ಬದ ದಿನ ನಾಟಕ ಆಡುವುದು ರೂಡಿ.

ಅದರಂತೆ ಈ 'ಶಿವಜಲಂಧರ' ನಾಟಕವನ್ನು ಆಡುತ್ತಿದ್ದರು. ಮಧ್ಯದಲ್ಲಿಯೇ ಮಳೆ ಬಂದು ನಾಟಕ ನಿಂತು ಹೋಗುತ್ತಿತ್ತು. ದೇವೇಂದ್ರನ ಸೀನ್ ಬರುವ ವೇಳೆಗೆ ಮಳೆ ಬಂದು ಬಿಡುತ್ತದೆ ಎಂಬ ನಂಬಿಕೆ ಬೇರೆ ಹುಟ್ಟಿಕೊಂಡಿತ್ತು.

ನಾಟಕದ ಮರುದಿನ ಊರ ಮುಂದಿನ ಮಾರಿ ಗುಡಿಯ ಅಂಗಳದಲ್ಲಿ ಮಳೆಯಿಂದ ನೆನೆದಿದ್ದ ಸೀನರಿಗಳನ್ನೆಲ್ಲ ಒಣಗಿ ಹಾಕುತ್ತಿದ್ದ ದೃಶ್ಯವೂ ಈಗಲೂ ಅಚ್ಚಳಿಯದೇ ಮನದಲ್ಲಿ ಉಳಿದಿದೆ.

ಬೃಂದೆಯ ಪಾತ್ರ ಮಾಡುತ್ತಿದ್ದುದು ನಾವೆಲ್ಲ ಬಂಗಾರಿ ಎಂದೇ ಕರೆಯುತ್ತಿದ್ದ ರಾಜಣ್ಣ ಎಂಬಾತ. ಈತ ನಮ್ಮ ಅಣ್ಣತಮ್ಮಂದಿರ ಪೈಕಿಯೇ ಆಗಿದ್ದ. ಈತ ನಮ್ಮ ಚಿಕ್ಕ ತಾತನ ಮೊಮ್ಮಗ. ದೇವೇಂದ್ರನ ಪಾತ್ರ ಮಾಡಿದ್ದುದು ನಮ್ಮ ಅಣ್ಣ ರಾಜು.

ಆದರೆ, ಮುಖ್ಯ ವಿಷಯ ಇದಲ್ಲ. ಮುಖ್ಯ ವಿಷಯವೆಂದರೆ ಈ ನಾಟಕವನ್ನು ಕಲಿಸುತ್ತಿದ್ದ ಹಾರ್ಮೋನಿಯಂ ಮೇಷ್ಟ್ರು ಕೃಷ್ಣಮೂರ್ತಿಯವರು.

ಈ ಕೃಷ್ಣಮೂರ್ತಿ ಯಾವೂರು, ತಂದೆ ತಾಯಿ ಯಾರು, ಎಲ್ಲಿಂದ ಬಂದರು ಎಂಬುದು ನಮ್ಮೂರ ಜನಕ್ಕೆ ತಿಳಿದಿರಲಿಲ್ಲ. ಮೈಸೂರು ಅರಮನೆಯಲ್ಲಿ ಸಂಗೀತ ಹೇಳಿಕೊಡುತ್ತಿದ್ದರಂತೆ ಎಂಬುದಷ್ಟೇ ಗೊತ್ತಿದ್ದ ಮಾಹಿತಿ. ಅದು ಕೂಡ ಎಷ್ಟು ನಿಜವೋ, ಸುಳ್ಳೋ ಗೊತ್ತಿಲ್ಲ.

ಈ ಕೃಷ್ಣಮೂರ್ತಿ ಹೀಗೆ ಎಲ್ಲಿಂದಲೋ ಬಂದು ನಮ್ಮೂರ ಪಕ್ಕದ ಚಿಕ್ಕೇನಹಳ್ಳಿಯಲ್ಲಿ ನೆಲಸಿದ್ದರು. ಚಿಕ್ಕೇನಹಳ್ಳಿಯಲ್ಲೂ ಕೆಲವು ನಾಟಕಗಳನ್ನು ಕಲಿಸಿದ್ದರು. ಅವುಗಳಲ್ಲಿ 'ಕೌಂಡಿಲ್ಯ ವಧೆ' 'ಶಿವಜಲಂಧರ' ನಾಟಕಗಳು ಪ್ರಮುಖವಾದವು.

ಚಿಕ್ಕೇನಹಳ್ಳಿಯಲ್ಲಿ ಒಂದಿಬ್ಬರಿಗೆ ಸಂಗೀತ ಪಾಠ ಕೂಡ ಹೇಳುತ್ತಿದ್ದರಂತೆ. ಅವರ ಬಳಿ ಸಂಗೀತ ಕಲಿಯಲು ಹೋದ ಇಬ್ಬರಲ್ಲಿ ನನ್ನ ಗೆಳೆಯ ಚಿಕ್ಕೇನಹಳ್ಳಿ ಶಿವರಾಮು ಕೂಡ ಒಬ್ಬ. ಆದರೆ, ಅದನ್ನು ಕೂಡ ಮಧ್ಯದಲ್ಲಿಯೇ ಬಿಟ್ಟುಬಿಟ್ಟೆ ಎನ್ನುತ್ತಾನೆ ಅವನು.

ಚಿಕ್ಕೇನಹಳ್ಳಿಯ ಗ್ರಾಮಸ್ಥರೇ ಮಾಕಳಿಯ ಒಂದು ಹೆಣ್ಣನ್ನು ಇವರಿಗೆ ಮದುವೆ ಮಾಡಿಸಿದ್ದರು. ನಮ್ಮೂರಿಗೆ ನಾಟಕ ಕಲಿಸಲು ಬರುವ ವೇಳೆಗೆ ಇವರಿಗೆ ಮದುವೆ ಆಗಿತ್ತು. ಕುಡಿತದ ಚಟ ಇದ್ದ ಇವರನ್ನು ನಾಟಕದ ಪ್ರಾಕ್ಟೀಸ್ ಮುಗಿದ ಮೇಲೆ ಸರದಿಯಂತೆ ಇಬ್ಬರು ಪಕ್ಕದ ಚಿಕ್ಕೇನಹಳ್ಳಿಗೆ ಕರೆದುಕೊಂಡು ಹೋಗಿ ಬಿಟ್ಟು ಬರಬೇಕಿತ್ತು.

ಇದು ಸುಮಾರು 50 ವರ್ಷಗಳ ಹಿಂದಿನ ಮಾತು. ಆ ಕಾಲದಲ್ಲಿಯೇ ಇವರು ಬಿಎವರೆಗೆ ಓದಿದ್ದರು. ನಾಟಕದ ಹಾಡುಗಳನ್ನು ಸಂಗೀತ ಬದ್ಧವಾಗಿ ಅಭ್ಯಾಸ ಮಾಡಿದ್ದವರು. ಹಾರ್ಮೋನಿಯಂ ಅನ್ನು ಸುಶ್ರಾವ್ಯವಾಗಿ ನುಡಿಸುತ್ತಿದ್ದರು. ತುಂಬಾ ಸುಲಲಿತವಾಗಿ ಹಾಡುತ್ತಿದ್ದರು.

ಈ 'ಶಿವಜಲಂಧರ' ಹಾಗೂ 'ಕೌಂಡಿಲ್ಯ ವಧೆ' ಎಂಬ ನಾಟಕಗಳು ಅಷ್ಟೇನೂ ಜನಪ್ರಿಯವಲ್ಲ. ಇವುಗಳನ್ನು ಬೇರೆ ಊರುಗಳಲ್ಲಿ ಹೆಚ್ಚು ಆಡಿರುವುದು ತಿಳಿದಿಲ್ಲ.

ನಮ್ಮೂರ ಸುತ್ತಮುತ್ತ ಈಗಲೂ ಜನಪ್ರಿಯ ನಾಟಕ ಎಂದರೆ ಅದು 'ಕುರುಕ್ಷೇತ್ರ'. ಕೆಲವೊಮ್ಮೆ ರಾಮಾಯಣ. ಅಪರೂಪಕ್ಕೆ 'ಶನಿ ಪ್ರಭಾವ' ಕೂಡ ಆಡುತ್ತಿದ್ದರು ನಮ್ಮ ಊರ ಪಕ್ಕದ ದಶವಾರದಲ್ಲಿ.

ಈ ಕೃಷ್ಣಮೂರ್ತಿಯವರು ಆಡಿಸಲು ಬಳಸುತ್ತಿದ್ದ 'ಕೌಂಡಿಲ್ಯ ವಧೆ' ನಾಟಕ ಈಗ ಕರೀಗೌಡ ಬೀಚನಹಳ್ಳಿ ಅವರಿಗೆ ತಲುಪಿ ಸಂಪಾದನೆಗೊಂಡು ಇದರ ಸಾಹಿತ್ಯಕ ಮೌಲ್ಯದ ವಿವರಣೆಯ ಜೊತೆಗೆ 'ದ್ರೌಪದಿ ಶಕ್ತಿ' ಎಂಬ ಹೆಸರಿನಲ್ಲಿ ಮುದ್ರಣ ಕಾಣುತ್ತಿದೆ.

ಈ ಮೂಲಕ ಮರೆತೇ ಹೋಗಿದ್ದ ಕೃಷ್ಣಮೂರ್ತಿ ಅವರನ್ನು ಮತ್ತೆ ನೆನಪಿಸಿದೆ.

ಎಲ್ಲಿಂದಲೋ ಬಂದು ಚಿಕ್ಕೇನಹಳ್ಳಿಯಲ್ಲಿ ನೆಲೆ ಕಂಡುಕೊಂಡಿದ್ದ ಕೃಷ್ಣಮೂರ್ತಿಯವರು ತಮ್ಮ ಕೊನೆಯ ದಿನಗಳನ್ನು ಎಲ್ಲಿ ಕಳೆದರು ಎಂಬುದು ಗೊತ್ತಿಲ್ಲ. ಚನ್ನಪಟ್ಟಣದಲ್ಲಿ ಅನಾಥನಂತೆ ಕಾಲ ಕಳೆದ ಇವರು ಚನ್ನಪಟ್ಟಣದಲ್ಲಿಯೇ ತೀರಿಕೊಂಡರು, ನಂತರ ಅಬ್ಬೂರಿಗೆ ತಂದು ಮಣ್ಣು ಮಾಡಲಾಯಿತು ಎಂದು ಕೆಲವರು ಹೇಳುತ್ತಾರೆ.

ಈಗಾಗಲೇ 80 ದಾಟಿರುವ ನಮ್ಮೂರ ನಾಗಣ್ಣ ಹೇಳುವ ಪ್ರಕಾರ, ಇವರಿಗೆ ಮಕ್ಕಳು ಇರಲಿಲ್ಲ, ಇವರ ಹೆಂಡತಿ ಇವರಿಗಿಂತ ಮೊದಲೇ ತೀರಿಕೊಂಡಿದ್ದರು. ತೀವ್ರ ಅಸ್ವಸ್ಥ ಸ್ಥಿತಿಯಲ್ಲಿ ಇದ್ದ ಇವರನ್ನು ಅಬ್ಬೂರಿಗೆ ಕರೆತರಲಾಗಿತ್ತು, ಅಬ್ಬೂರಿನಲ್ಲಿಯೇ ತೀರಿಕೊಂಡರು. ಬ್ರಾಹ್ಮಣರಾಗಿದ್ದ ಇವರನ್ನು ನಮ್ಮೂರ ಬ್ರಾಹ್ಮಣರ ನೆರವಿನಿಂದ, ಅವರ ಸಂಪ್ರದಾಯದಂತೆಯೇ ನಮ್ಮ ಊರಿನಲ್ಲಿಯೇ ಅಂತಿಮ ವಿಧಿಗಳನ್ನು ನೆರವೇರಿಸಲಾಯಿತು.

ಹೀಗೆ ಮರೆತೇ ಹೋಗಿದ್ದ ಕೃಷ್ಣಮೂರ್ತಿಯವರನ್ನು 'ಕೌಂಡಿಲ್ಯ ವಧೆ' ನಾಟಕದ ಮೂಲಕ ಮತ್ತೆ ನೆನಪಿಸಿದ ಡಾ. ಕರೀಗೌಡ ಬೀಚನಹಳ್ಳಿ ಅವರಿಗೆ ಅಭಿನಂದನೆಗಳು, ಧನ್ಯವಾದಗಳು.

8. ಪಾರದರ್ಶಕ ಪೀತಾಂಬರವನ್ನುಟ್ಟು...

ನಮ್ಮೂರ ರಾಮಂದ್ರದಲ್ಲಿ ಕೇಳಿದ ಈ ಸಾಲು ಅದೇಕೋ ಕಾಣೆ, ಮನಸ್ಸಿನಲ್ಲಿ ಹಾಗೆಯೇ ಉಳಿದುಬಿಟ್ಟಿದೆ!

ನಾವೆಲ್ಲಾ ಸೇತಪ್ನೋರು ಎಂದು ಕರೆಯುತ್ತಿದ್ದ ಸೇತುಮಾಧವರಾವ್ ಅವರ ಬಾಯಲ್ಲಿ ಕೇಳಿದ ಮಾತಿದು. ರಾಮಾಯಣದ ಕಾವ್ಯವಾಚನ ಸಮಯದಲ್ಲಿ.

ಈ ಸೇತಪ್ನೋರೆ ನಮ್ಮೂರ ಜನರ ಮದುವೆಗೆ ಮಹೂರ್ತವನ್ನು ಫಿಕ್ಸ್ ಮಾಡಿಕೊಡುತ್ತಿದ್ದವರು. ಅದೂ ಉಚಿತವಾಗಿ. ಜನರೇ, ಬಿಟ್ಟಿ ಶಾಸ್ತ್ರ ಕೇಳಬಾರದು ಎಂದೋ ಏನೋ, ನಾಲ್ಕಾಣೆ ಪಾವಲಿ, ವೀಳದೆಲೆ ಇಟ್ಟು ಮಹೂರ್ತ ಕೇಳುತ್ತಿದ್ದರು.

ನಮ್ಮೂರ ರಾಮಂದ್ರ ಅಂದರೆ ಅದೊಂದು ರೀತಿಯಲ್ಲಿ ಸೌಹಾರ್ದತೆಯ ಸಂಕೇತವೇ. ಊರ ಸಾಂಸ್ಕೃತಿಕ ಚಟುವಟಿಕೆಗಳ ಕೇಂದ್ರವೂ ಆಗಿತ್ತು. ಮಂಗಳೂರು ಹೆಂಚಿನ ಕಟ್ಟಡವಾಗಿದ್ದ ರಾಮಂದ್ರವನ್ನು ಅದು ಶಿಥಿಲವಾದ ನಂತರ, ಮಂದಿರವಲ್ಲೇ ಕಟ್ಟುವೆವು ಎಂಬ ಯಾವುದೇ ಘೋಷಣೆಯಿಲ್ಲದೆಯೇ ಹಳೆಯ ರಾಮಂದ್ರ ಇದ್ದ ಜಾಗದಲ್ಲಿಯೇ ಆರ್ಸಿಸಿ ಕಟ್ಟಡದ ಹೊಸ ರಾಮಂದ್ರವನ್ನು ಕಟ್ಟಿಕೊಂಡಿದ್ದಾರೆ, ಊರವರೆಲ್ಲಾ ವಂತಿಗೆ ಸಂಗ್ರಹಿಸಿ.

ಕೆಲವೊಮ್ಮೆ ಪೌರಾಣಿಕ ನಾಟಕಗಳ ಪ್ರಾಕ್ಟೀಸ್ ಇಲ್ಲಿ ನಡೆಯುತ್ತಿತ್ತು. ನಂತರ ಅದು ಊರ ಮಾರಿ ಗುಡಿಗೆ ಶಿಫ್ಟ್ ಆಯಿತು. ಊರ ಯುವಕರು ಉತ್ಸಾಹದಿಂದ ಸ್ಥಾಪಿಸಿದ್ದ ಯುವಕ ಸಂಘಕ್ಕೂ ಆಶ್ರಯ ನೀಡಿತ್ತು. ಯುವಕ ಸಂಘದ ಸಭೆಗಳಿಗೆ ರಾಮಂದ್ರದಿಂದಲೇ ಮೆಮೋ ಕೂಡ ಹೋಗುತ್ತಿತ್ತು.

ಈ ಮೆಮೋ ಕಾರಣದಿಂದ ಗೆಳೆಯ ರಂಗಸ್ವಾಮಿಗೆ ಮೆಮೋ ರಂಗಯ್ಯ ಎಂಬ ಅಡ್ಡ ಹೆಸರು ಉಳಿದುಬಿಟ್ಟಿತು. ಆದದ್ದು ಇಷ್ಟು, ಊರಲ್ಲಿ ಕಲ್ಪತರು ಯವಕ ಸಂಘ ಎಂಬ ಹೆಸರಲ್ಲಿ ಸಂಘ ಕಟ್ಟಿಕೊಳ್ಳಲಾಗಿತ್ತು. ನಾಟಕ, ಕ್ರೀಡಾಕೂಟ ಮೊದಲಾದ ಚಟುವಟಿಕೆ ಹಮ್ಮಿಕೊಳ್ಳಲಾಗುತ್ತಿತ್ತು. ಸಂಘದ ಸಭೆಗೆ ಸದಸ್ಯರನ್ನು ಸೇರಿಸಬೇಕಾದಾಗ ಕಾರ್ಯದರ್ಶಿ ಎಲ್ಲರಿಗೂ ಹೇಳಿ ಕಳುಹಿಸುವುದು ವಾಡಿಕೆ. ಹೀಗೊಮ್ಮೆ ಸಭೆ ಸೇರಿದ್ದಾಗ ಒಬ್ಬ ಆಕ್ಷೇಪ ತೆಗೆದ, ತನಗೆ ಸಭೆಯ ಮಾಹಿತಿಯೇ ಇರಲಿಲ್ಲ ಎಂದು. ಅದಕ್ಕೆ ನಮ್ಮ ಕಾರ್ಯದರ್ಶಿ ರಂಗಸ್ವಾಮಿ, ಸಭೆಗೆ ಹಾಜರಾಗಲು ಎಲ್ಲರಿಗೂ ನಾನೇ ಮೆಮೋ ಕಳುಹಿಸಿದ್ದೇನೆ ಎಂದ. ಅಂದಿನಿಂದ ಆತ ಮೆಮೋ ರಂಗಯ್ಯ ಎಂದೇ ಖ್ಯಾತನಾದ.

ಸಾಮಾಜಿಕ ನಾಟಕಗಳ ಪ್ರಾಕ್ಟೀಸ್‌ಗಳೂ ರಾಮಂದ್ರದಲ್ಲಿ ನಡೆಯುತ್ತಿದ್ದವು. ಹೀಗೆ ರಾಮಂದ್ರ, ಶ್ರೀರಾಮನಿಗಷ್ಟೇ ಅಲ್ಲದೆ ನಮ್ಮೂರ ಹಲವು ಚಟುವಟಿಕೆಗಳಿಗೂ ಜಾಗ ಮಾಡಿಕೊಟ್ಟಿತ್ತು.

ಇಂತಹ ರಾಮಂದ್ರದಲ್ಲಿ ಸೇತಪ್ನೋರು ಶ್ರೀರಾಮನವಮಿಯ ದಿನಗಳಲ್ಲಿ ಇಡೀ ರಾಮಾಯಣದ ಕಥೆಯನ್ನು ವಾಚಿಸುತ್ತಿದ್ದರು. ರಾಗವಾಗಿ ಹಾಡುತ್ತಾ, ಅದರ ಅರ್ಥವನ್ನು ವಿವರಿಸುತ್ತಿದ್ದರು. ಉತ್ತಮ ಗಮಕಿಗಳು. ಸಾಕಷ್ಟು ಜನ ಪ್ರತಿದಿನ ತಪ್ಪದೇ ಈ ಕಾವ್ಯ ವಾಚನಕ್ಕೆ ಹಾಜರಾಗುತ್ತಿದ್ದರು. ಶೂರ್ಪನಖಿಯು ಮಾಯಾವೇಷ ಧರಿಸಿ, ಸುಂದರವದನೆಯಾಗಿ, ಶ್ರೀರಾಮಲಕ್ಷ್ಮಣರ ಬಳಿ ಬರುವ ಪ್ರಸಂಗದಲ್ಲಿ ಕೇಳಿದ ವರ್ಣನೆಯೇ ಈ ಪಾರದರ್ಶಕ ಪೀತಾಂಬರವನ್ನುಟ್ಟು...

ಪಾರದರ್ಶಕ ಪೀತಾಂಬರವನ್ನುಟ್ಟ ಮಾಯಾಶೂರ್ಪನಖಿ ಶ್ರೀರಾಮಲಕ್ಷ್ಮಣರ ಕಣ್ಣಿಗೆ ಹೇಗೆ ಕಂಡಿದ್ದಳೋ ಏನೋ, ಆದರೆ, ನಮ್ಮ ಕಲ್ಪನೆಯ ಕಣ್ಣುಗಳಿಗಂತೂ ಅದ್ಭುತವಾಗಿಯೇ ಕಂಡಿದ್ದಳು, ಈಗಿನ ಸೀಥ್ರೂ ಸೀರೆ ಉಟ್ಟ ನಾರಿಯರ ಹಾಗೆ.

ಹೀಗಾಗಿಯೇ ಈ ಸಾಲು ಬಹುಕಾಲವಾದರೂ ಮನಸ್ಸಿನಲ್ಲಿ ಉಳಿದು ಕೊಂಡಿರಬೇಕು ಅನಿಸುತ್ತದೆ.

ಹಾಗೆಯೇ ಶ್ರೀರಾಮನ ಕಾವ್ಯ ವಾಚಿಸುತ್ತಿದ್ದ ಸೇತಪ್ನೋರು ಕೂಡ.

ರಾಮಂದ್ರದ ನೆನಪಿನ ಇನ್ನೊಂದು ಮುಖ್ಯ ಭಾಗ ಎಂದರೆ ಧನುರ್ಮಾಸದ ಕಾಲಕ್ಕೆ ಊರಲ್ಲಿ ನಡೆಯುತ್ತಿದ್ದ ಭಜನೆಗಳು. ರಘುಪತಿ ರಾಘವ ರಾಜಾರಾಮ್, ಪತಿತ ಪಾವನ ಸೀತಾರಾಮ್, ಈಶ್ವರ ಅಲ್ಲಾ ತೇರೋ ನಾಮ್, ಸಬ್‌ಕೋ ಸನ್ಮತಿ

ದೇ ಭಗವಾನ್... ಮಹಾತ್ಮಗಾಂಧಿಯವರ ಬಹುಮೆಚ್ಚಿನ ಈ ಗೀತೆಯನ್ನು ನಾನು ಮೊದಲು ಕೇಳಿದ್ದೇ ಈ ಭಜನೆಯ ಸಮಯದಲ್ಲಿ. ಗರುಡಗಂಭ ಹಿಡಿದು ಊರ ಮಕ್ಕಳು-ದೊಡ್ಡವರೆನ್ನದೆ ಭಜನೆಯಲ್ಲಿ ಪಾಲ್ಗೊಳ್ಳುತ್ತಿದ್ದರು. ಊರ ಸುತ್ತಾ ಒಂದು ಸುತ್ತು ಬರುತ್ತಿದ್ದರು. ಪ್ರತಿ ಶನಿವಾರ.

ಗರುಡಗಂಭಕ್ಕೆ ಎಣ್ಣೆ ಬತ್ತಿ ರೆಡಿಮಾಡಿ ಅದನ್ನು ಹಿಡಿದುಕೊಳ್ಳಲು ಪೈಪೋಟಿ ಇರುತ್ತಿತ್ತು. ದಾರಿ ಮಧ್ಯೆ ಎಣ್ಣೆ ಮುಗಿದರೆ ಯಾರದಾದರೂ ಮನೆಯಲ್ಲಿ ಗರುಡಗಂಭಕ್ಕೆ ಎಣ್ಣೆ ಹಾಕುತ್ತಿದ್ದರು. ಹಾಗೆಯೇ ಪ್ರತಿ ಮನೆಯಿಂದಲೂ ಐದು ಪೈಸೆಯಿಂದ ನಾಲ್ಕಾಣೆವರೆಗೆ ಕಾಸು ಗರುಡಗಂಭಕ್ಕೆ ಬೀಳುತ್ತಿತ್ತು. ಊರ ಸುತ್ತಾ ಭಜನಾ ಮೆರವಣಿಗೆ ಮುಗಿದ ನಂತರ ಕಾಸನ್ನೆಲ್ಲಾ ಒಂದು ದೊಡ್ಡ ಗೋಲಕದಲ್ಲಿ ಸಂಗ್ರಹಿಸುತ್ತಿದ್ದರು. ನಂತರ ಊರೊಟ್ಟಿನ ಕೆಲಸಕ್ಕೆ ಅಥವಾ ರಾಮನವಮಿಯ ಮೆರವಣಿಗೆ ಖರ್ಚಿಗೆ ಈ ಹಣ ಬಳಕೆ ಆಗುತ್ತಿತ್ತು.

ಈ ಭಜನೆಯ ಸಮಯದಲ್ಲಿಯೇ ನೆನಪಾಗುವ ಇನ್ನೆರಡು ಹೆಸರುಗಳು ಪುರ್ಲಿ ಚಿಕ್ಕೇಗೌಡರ ಶಿವಲಿಂಗಣ್ಣ ಹಾಗೂ ಊರವರಿಂದ ಕಿಟ್‌ಸ್ವಾಮಪ್ಪ ಎಂದು ಕರೆಯಿಸಿಕೊಳ್ಳುತ್ತಿದ್ದ ಕೃಷ್ಣಮೂರ್ತಿ ಎಂಬುವವರು. ಈ ಇಬ್ಬರು ಸುಶ್ರಾವ್ಯವಾಗಿ ಭಜನೆಗಳನ್ನು ಹೇಳಿ ಕೊಡುತ್ತಿದ್ದರು. ಕನಕ-ಪುರಂದರರೂ ಸೇರಿದಂತೆ ಹಲವು ದಾಸರ ಪದಗಳು, ಕೀರ್ತನೆಗಳು ಇವರಿಗೆ ಕಂಠಪಾಠವಾಗಿದ್ದವು.

ಯಾರಿಗೆ ಯಾರುಂಟು ಎರವಿನ ಸಂಸಾರ, ಕಲಿಯುಗದೊಳು ಹರಿನಾಮವ ನೆನೆದರೆ ಮೊದಲಾದ ದಾಸರ ಪದಗಳನ್ನು ಇವರು ಹೇಳಿಕೊಡುತ್ತಿದ್ದರೆ ಉಳಿದವರು ಅದಕ್ಕೆ ದನಿಗೂಡಿಸುತ್ತಿದ್ದರು. ಕೆಲವೊಮ್ಮೆ ಇವರ ಗೈರುಹಾಜರಿಯಲ್ಲಿ ಶಾಲೆ ಕಲಿಯುತ್ತಿದ್ದ ಮಕ್ಕಳೂ ಸೇರಿದಂತೆ ಬೇರೆಯವರಿಗೂ ಅವಕಾಶ ಸಿಗುತ್ತಿತ್ತು.

ಊರ ಎಲ್ಲಾ ಮೆರವಣಿಗೆಗಳ ಹಾಗೆ ಈ ಭಜನಾ ಮೆರವಣಿಗೆ ಸಹ ಸವರ್ಣೀಯರ ಕೇರಿಗಳಲ್ಲಿ ಸುತ್ತುಹೊಡೆಯುತ್ತಿತ್ತೇ ಹೊರತು, ಪರಿಶಿಷ್ಟರ ಕೇರಿಗೆ ಹೋಗುತ್ತಿರಲಿಲ್ಲ. ಹೀಗಾಗಿ ನಮ್ಮೂರ ಪರಿಶಿಷ್ಟರು ಈ ಸವರ್ಣೀಯ ರಾಮನ ಸಹವಾಸವೇ ಬೇಡವೆಂದು ತಮ್ಮದೇ ಆದ ರಾಮನನ್ನು ಇಟ್ಟುಕೊಂಡಿದ್ದರು.

ಈಗ ಆರ್ಸಿಸಿ ರಾಮಂದ್ರದಲ್ಲಿ ಶ್ರೀರಾಮಚಂದ್ರ, ಲಕ್ಷ್ಮಣ, ಸೀತಾಮಾತೆಯರು ಹನುಮಂತನೊಡಗೂಡಿ ಸುರಕ್ಷಿತವಾಗಿದ್ದಾರೆ. ಆದರೆ, ಅಲ್ಲಿ ರಾಮನವಮಿಯ ಕಥಾವಾಚನ ನಡೆಯುವುದಿಲ್ಲ. ಯಾಕೆಂದರೆ ಸೇತಪ್ನೋರು ಇಲ್ಲ. ಅವರ ಪರಂಪರೆಯೂ ಮುಂದುವರಿದಿಲ್ಲ.

ಭಜನೆಯ ಪರಂಪರೆ ಕೂಡ ನಿಂತು ಎಷ್ಟೋ ಸಮಯವಾಗಿದೆ. ದೂರದರ್ಶನದ ಮೆಗಾ ಸೀರಿಯಲ್‌ಗಳು–ಇಲ್ಲದಿದ್ದ ಆ ಕಾಲದಲ್ಲಿ, ಸಿನಿಮಾಕ್ಕಾಗಿ ಚನ್ನಪಟ್ಟಣದ ಪಾರ್ವತಿ ಟಾಕೀಸ್, ಮೋತಿಮಹಲ್ ಹಾಗೂ ಶಿವಾನಂದ ಟಾಕೀಸ್‌ಗೆ ಎತ್ತಿನಗಾಡಿ, ಸೈಕಲ್‌ಗಳಲ್ಲಿ ಹೋಗಬೇಕಾಗಿದ್ದ ಆ ದಿನಗಳಲ್ಲಿ ರಾಮಾಯಣವಾಚನ, ಭಜನೆಗಳು ಕೇವಲ ಧಾರ್ಮಿಕ ಕಾರ್ಯಕ್ರಮಗಳು ಮಾತ್ರ ಆಗಿರಲಿಲ್ಲ.

ಊರ ಜನರಿಗೆ ಏಕತಾನತೆಯಿಂದ ಹೊರಬರಲು, ಒಂದಷ್ಟು ಮನರಂಜನೆ ಪಡೆಯಲು ಇದ್ದ ಅವಕಾಶಗಳೂ ಕೂಡ ಆಗಿದ್ದವು.

ರಾಮಾಯಣ, ಮಹಾಭಾರತದ ಮೆಗಾ ಸೀರಿಯಲ್‌ಗಳೇ ಕಿರುತೆರೆಯ ಮೇಲೆ ಬಂದು ಹೋಗಿರುವಾಗ, ಬೆಳಿಗ್ಗೆ ಏಳುತ್ತಿದ್ದಂತೆಯೇ ಎಲ್ಲಾ ಟೀ. ವಿ. ಚಾನಲ್‌ಗಳಲ್ಲೂ ಭಾರೀ ಭಾರೀ ಸಾಧು–ಸಂತರೇ ಬಂದು ಥರಾವರಿ ವ್ರತಗಳ ಬಗ್ಗೆ ಉಪನ್ಯಾಸ ನೀಡುತ್ತಿರುವಾಗ ನಮ್ಮೂರ ರಾಮಂದ್ರಕ್ಕೆ ಹೆಚ್ಚಿನ ಕೆಲಸ ಇದ್ದಂತೆ ಕಾಣುತ್ತಿಲ್ಲ.

ಹೀಗಾಗಿ ಒಂದು ಕಾಲಕ್ಕೆ ಸದಾ ಚಟುವಟಿಕೆಯ ತಾಣವಾಗಿದ್ದ ರಾಮಂದ್ರ ಈಗ ಮೌನವ್ರತ ಆಚರಿಸುತ್ತಿದೆ.

9 ಎಲ್ಡಕ್ಕೋಗೋದೆಲ್ಲಿ

ವಾರ್ತಾ ಮತ್ತು ಸಾರ್ವಜನಿಕ ಸಂಪರ್ಕ ಇಲಾಖೆ 30 ವರ್ಷಗಳ ಕಾಲ ನನ್ನ ಕಾರ್ಯಕ್ಷೇತ್ರವಾಗಿತ್ತು.

ಸರ್ಕಾರದ ಕಾರ್ಯಕ್ರಮಗಳ ಮಾಹಿತಿಯನ್ನು ವಿವಿಧ ಮಾಧ್ಯಮಗಳ ಮೂಲಕ ಸಾರ್ವಜನಿಕರಿಗೆ ತಲುಪಿಸುವುದು ಇಲಾಖೆಯ ಕೆಲಸ. ಅಂದರೆ ಅದು ನನ್ನ ಕೆಲಸವೂ ಆಗಿತ್ತು.

ಬಹಳಷ್ಟು ವರ್ಷಗಳ ಕಾಲ ನಮ್ಮ ಕ್ಷೇತ್ರ ಪ್ರಚಾರ ಕಾರ್ಯಕ್ರಮಗಳ ಪ್ರಮುಖ ಅಂಶ ಗ್ರಾಮೀಣ ನೈರ್ಮಲ್ಯ.

ಗ್ರಾಮೀಣ ನೈರ್ಮಲ್ಯಕ್ಕಾಗಿ ಹಲವಾರು ಕಾರ್ಯಕ್ರಮಗಳು ಬೇರೆ ಬೇರೆ ಹೆಸರಿನಲ್ಲಿ ಅನುಷ್ಠಾನಗೊಂಡಿವೆ. ನಿರ್ಮಲ ಕರ್ನಾಟಕ ಯೋಜನೆಯಿಂದ ಸ್ವಚ್ಛಭಾರತ ಯೋಜನೆಯವರೆಗೆ ಬಯಲು ಶೌಚಮುಕ್ತ ಗ್ರಾಮಗಳ ನಿರ್ಮಾಣಕ್ಕೆ ಅಪಾರ ಪ್ರಮಾಣದ ಹಣ ವೆಚ್ಚವಾಗಿದೆ. ಹಲವಾರು ಪ್ರೋತ್ಸಾಹಕ ಯೋಜನೆಗಳನ್ನು ಸರ್ಕಾರ ರೂಪಿಸಿದೆ. ಶೌಚಾಲಯ ಕಟ್ಟಿಸಿಕೊಳ್ಳಲು ಸಹಾಯಧನ ನೀಡುತ್ತಾ ಬರಲಾಗಿದೆ.

ಪ್ರತಿದಿನ ಆಕಾಶವಾಣಿ, ದೂರದರ್ಶನವೂ ಸೇರಿದಂತೆ ವಿವಿಧ ಮಾಧ್ಯಮಗಳಲ್ಲಿ ಶೌಚಾಲಯ ಕಟ್ಟಿಸಿ, ಬಳಸಿ ಎನ್ನುವ ಸಂದೇಶವನ್ನು ಸರ್ಕಾರ ನೀಡುತ್ತಲೇ ಇದೆ.

ವಾರ್ತಾ ಇಲಾಖಾ ವತಿಯಿಂದ ಆಡಲಾಗುವ ಒಂದು ಬೀದಿನಾಟಕದ ಹೆಸರು ಎಲ್ಡಕ್ಕೋಗೋದೆಲ್ಲಿ?

ಬಹುತೇಕ ಎಲ್ಲಾ ಗ್ರಾಮಗಳಂತೆ ನಮ್ಮ ಊರು, ಅಬ್ಬೂರಿನದೂ ಪ್ರಮುಖ ಸಮಸ್ಯೆ ಎಲ್ಡಕ್ಕೋಗೋದೆಲ್ಲಿ?

ನೈರ್ಮಲ್ಯದ ಬಗ್ಗೆ ತಲೆಕೆಡಿಸಿಕೊಳ್ಳುವ ಜನರಿಗೆ ಹಾಗೂ ಸಮಸ್ಯೆ ಅಂದುಕೊಳ್ಳುವವರಿಗೆ ಇದೊಂದು ಭಾರೀ ಸಮಸ್ಯೆಯೇ. ಮತ್ತೆ ಕೆಲವರಿಗೆ ಇದೊಂದು ಸಮಸ್ಯೆಯೇ ಅಲ್ಲ. ಇದೆಂಥದೋ ಮಾರಾಯಾ! ಎಲ್ಡಕ್ಕೋಗೋದೆಲ್ಲಿ ಎಂಬ ಪ್ರಶ್ನೆ? ಇದ್ದೇ ಇದೆಯಲ್ಲಾ ಕಾಲುವೆ ಏರಿ, ತೊರೆ–ಕಡೆ ಎನ್ನುವ ಉತ್ತರ ಸಿಗುತ್ತದೆ!!

ಊರಿನಲ್ಲಿ ಏನೆಲ್ಲಾ ಬದಲಾವಣೆ ಆಗಿವೆ. ಆದರೆ, ಈ ಎಲ್ಡಕ್ಕೋಗೋವುದು ಮಾತ್ರ ಹೆಚ್ಚಿನ ಬದಲಾವಣೆ ಕಂಡಿಲ್ಲ. ನಾಡ ಹೆಂಚಿನ ಮನೆಗಳು ಇದ್ದ ಕಡೆ ಆರ್ಸಿಸಿ ಮನೆ ಬಂದಿವೆ. ಸೌದೆ ಒಲೆ ಇದ್ದ ಕಡೆ ಗ್ಯಾಸ್ ಸ್ಟೌವ್ ಬಂದಿವೆ. ಆದರೆ, ಎಲ್ಡಕ್ಕೋಗುವುದು ಮಾತ್ರ ತೊರೆಕಡೆ. ಈ ವಿಷಯಗಳಲ್ಲಿ ನಮ್ಮೂರ ಹೆಣ್ಣು ಮಕ್ಳು ಪರವಾ ಇಲ್ಲ. ಶೌಚಾಲಯ ಬಳಕೆಗೆ ಮನಸ್ಸು ಮಾಡಿದ್ದಾರೆ. ಆದರೆ, ಬಹುತೇಕ ಗಂಡಸರು ಇಂದಿಗೂ ಬಯಲಿನಲ್ಲೇ ಆರಾಮ್ ಕಂಡುಕೊಂಡು ಬಿಟ್ಟಿದ್ದಾರೆ.

ಇದು ಎಲ್ಲಾ ಊರಿನ ಸಮಸ್ಯೆ ಎಂದ ಮೇಲೆ ನಮ್ಮೂರಿನದೇನು ವಿಶೇಷ ಬಿಡಿ!

ಆದರೂ, ಬಹುಶಃ ನಮ್ಮ ಊರಿನ ವಿಶೇಷ ಎಂದರೆ ಊರಿನ ಪಕ್ಕದಲ್ಲೇ ಕಣ್ವ ತೊರೆ, ಕಾಲುವೆಗಳು ಇದ್ದು, ನೀರಿನ ಅನುಕೂಲವಿರುವುದರಿಂದ ಊರಿನವರು ಕೆಲವೊಂದು ಏರಿಯಾಗಳನ್ನು ಹಂಚಿಕೊಂಡು ಬಿಟ್ಟಿದ್ದಾರೆ. ಇಡೀ ಊರನ್ನೇ ಮೇಲಿನ ಕೇರಿ, ಕೆಳಗಿನ ಕೇರಿ ಎಂದು ಎರಡು ಭಾಗಗಳಾಗಿ ವಿಂಗಡಿಸಿಕೊಂಡಿದ್ದರಿಂದ ಕೆಳಗಿನ ಕೇರಿಯವರಿಗೆ ತೊರೆಯ ಏರಿ ಆಶ್ರಯ ನೀಡಿದರೆ, ಮೇಲಿನ ಕೇರಿಯರಿಗೆ ಕಣ್ವ ಕಾಲುವೆಯ ಏರಿ ಆಶ್ರಯ ನೀಡಿತ್ತು. ಜೊತೆಗೆ ತೊರೆಯ ಪಕ್ಕದ ಜಮೀನುಗಳು, ಹೊಳೆಯ ನಡುವಿನ ಕಲ್ಲು ಬಂಡೆಗಳು ವಿಶೇಷವಾಗಿ ಮಕ್ಕಳಿಗೆ. ಮತ್ತೆ ಗಂಡಸರು ಒಂದು ಏರಿ ಹಂಚಿಕೊಂಡಿದ್ದರೆ, ಹೆಣ್ಣುಮಕ್ಕಳಿಗೆ ಮತ್ತೊಂದು ಏರಿ.

ಪ್ರತಿದಿನವೂ ಅದೇ ನದಿ, ಅದೇ ತೊರೆಯ ದಡವನ್ನು ಎಲ್ಡಕ್ಕೆ ಬಳಸುತ್ತಿದ್ದ ಪರಿಣಾಮ, ಇದ್ದ ಜಾಗದಲ್ಲಿಯೇ ಹೊಸ ಹೊಸ ಸ್ಥಳ ಹುಡುಕ ಬೇಕಾಗಿತ್ತು. ಹಳೆಯ ಗುಪ್ಪೆಗಳ ನಡುವೆ ಕಾಲೂರಿ ಜಾಗ ಮಾಡಿಕೊಳ್ಳುತ್ತಾ ಹೊಸ ಗುಪ್ಪೆಗಳ ನಿರ್ಮಾಣ ಕಾರ್ಯದಲ್ಲಿ ತೊಡಗಬೇಕಾಗಿತ್ತು.

ಆಗಿನ್ನೂ ಚಪ್ಪಲಿಯನ್ನು ಬಳಸದೇ ಇದ್ದ ದಿನಗಳು. ಮಳೆಗಾಲದಲ್ಲಿ ಕೆಸರು ಹುಣ್ಣುಗಳಾಗಿ ಉಂಟಾಗುತ್ತಿದ್ದ ಪಾಡನ್ನು ಹೇಳಿಕೊಳ್ಳುವಂತಿಲ್ಲ. ಒಂದು ಚೂರು ಕೆರೆದರೂ ಸಾಕು ಮತ್ತೆ ಮತ್ತೆ ಕೆರೆದುಕೊಂಡು ಯಮನ ಹಿಂಸೆ ಪಡಬೇಕಾಗುತ್ತಿತ್ತು.

ಒಲೆ ತೊಡೆಯ ಮೇಲೆ ಕಾಲನ್ನು ಇಟ್ಟು ಬೆಚ್ಚಗೆ ಮಾಡಿಕೊಂಡರೆ ಸ್ವರ್ಗಸುಖ ಸಿಕ್ಕಂತಾಗುತ್ತಿತ್ತು. ಕಡಿತದಿಂದ ಸ್ವಲ್ಪಮಟ್ಟಿಗೆ ಮುಕ್ತಿ ಸಿಗುತ್ತಿತ್ತು.

ಈ ಎಲ್ಡಕ್ಕೋಗುವುದು ಕರ್ಮ ಎನಿಸುತ್ತಿದ್ದುದು ನಮ್ಮೂರ ತೋಪಿನ ಗುಡಿಯ ಸಮಾರಾಧನೆಯ ದಿನಗಳಲ್ಲಿ. ಊರಿನ ಜನರ ಜತೆಗೆ ಮೂರ್ನಾಲ್ಕು ದಿನ ಹೆಚ್ಚುವರಿಯಾಗಿ 400–500 ಜನರಿಗೆ ಈ ಏರಿ, ಹೊಳೆಯ ಅಂಚಿನ ತೋಟಗಳು ಆಶ್ರಯ ನೀಡಬೇಕಾಗಿತ್ತು. ಜನ ಹೆಚ್ಚಾಗುತ್ತಿದ್ದರೇ ಹೊರತು ಜಾಗ ಹೆಚ್ಚುತ್ತಿರಲಿಲ್ಲವಲ್ಲ. ಹೀಗಾಗಿ ಸ್ಥಳ ಹುಡುಕುವುದಕ್ಕೆ ಪಡಬೇಕಾದ ಪಾಡು ಒಂದೆಡೆಯಾದರೆ ಹೆಚ್ಚುವರಿ ದುರ್ನಾತವನ್ನು ಅನುಭವಿಸಬೇಕಾದ ದುರ್ದೆಸೆ ಮತ್ತೊಂದೆಡೆ. ಆದರೂ, ಜನ ಇದನ್ನು ಅಷ್ಟೊಂದು ದುರ್ದೆಸೆ ಅಂದುಕೊಂಡು ತಲೆ ಕೆಡಿಸಿಕೊಂಡಂತೇನು ಕಾಣುತ್ತಿರಲಿಲ್ಲ. ಯಾಕೆಂದರೆ ಅವರೆಂದೂ ಇದಕ್ಕೊಂದು ಪರ್ಯಾಯ ಬೇಕು ಎಂದು ಆಲೋಚಿಸಿದವರಲ್ಲ.

ಇದೀಗ ಕಾಲ ಬದಲಾಗಿದೆ. ಸರ್ಕಾರದ ಒತ್ತಡವೋ, ಸಹಾಯಧನದ ಆಸೆಯೋ, ಹೆಣ್ಣು ಮಕ್ಕಳ ಗೌರವದ ಪ್ರಶ್ನೆಯೋ, ಕಾಲವೇ ಬದಲಾಯಿಸಿದ ಮನೋಧರ್ಮವೋ ಅಂತೂ ಶೌಚಾಲಯಗಳ ಸಂಖ್ಯೆ ಊರಲ್ಲಿ ಗಣನೀಯವಾಗಿ ಹೆಚ್ಚಿದೆ. ಶೌಚಾಲಯ ಬಳಸುವ ಹೆಣ್ಣು ಮಕ್ಕಳ ಸಂಖ್ಯೆಯೂ ಹೆಚ್ಚಿದೆ.

ಆದರೆ, ಗಂಡಸರು ಮಾತ್ರ ಈ ಶೌಚಾಲಯ ವ್ಯವಸ್ಥೆಗೆ ಒಗ್ಗಿಕೊಳ್ಳಲು ಇಂದಿಗೂ ಹಿಂದೆ ಮುಂದೆ ನೋಡುತ್ತಿದ್ದಾರೆ. ಬೀಡಿ ಎಳೆಯುತ್ತಾ ಬಯಲಿನಲ್ಲಿ ಎಲ್ಡಕ್ಕೋಗುವುದರಲ್ಲಿಯೇ ಒಂದು ರೀತಿಯ ವಿಚಿತ್ರ ಸಂತೋಷ ಅನುಭವಿಸುತ್ತಾ ಅದನ್ನೇ ಮುಂದುವರಿಸಿಕೊಂಡು ಬರುತ್ತಿದ್ದಾರೆ.

ವಯಸ್ಸಾದವರು ಮಾತ್ರ ಇದಕ್ಕೆ ವಿನಾಯಿತಿ ನೀಡಿ ಶೌಚಾಲಯ ಬಳಸುವ ಯತ್ನ ನಡೆಸಿದ್ದಾರೆ.

ನಿರ್ಮಲ ಗ್ರಾಮ ಎಂಬ ಬೋರ್ಡು ತಗುಲಿಸಿಕೊಂಡು ಊರಿಗೆಲ್ಲಾ ಕಾಂಕ್ರೀಟ್ ರಸ್ತೆ, ಬಾಕ್ಸ್ ಚರಂಡಿಗಳು ಬಂದಿದ್ದರೂ, ಸಂಪೂರ್ಣ ಬಯಲು ಶೌಚ ಮುಕ್ತ ಗ್ರಾಮ ಎಂಬ ಪದವಿ ಪಡೆದುಕೊಳ್ಳಲು ಅಬ್ಬೂರಿಗೆ ಇನ್ನೆಷ್ಟು ದಿನಗಳು ಬೇಕೋ ಗೊತ್ತಿಲ್ಲ. ಆದರೆ, ಅಂಥದೊಂದು ದಿನ ಬಂದೇ ಬರುತ್ತದೆ ಎಂಬ ಭರವಸೆ ಮಾತ್ರ ಖಂಡಿತಾ ಇದೆ.

ಯಾಕೆಂದರೆ ನಟಿ ವಿದ್ಯಾಬಾಲನ್ ಪ್ರತಿ ದಿನ ಸರ್ಕಾರಿ ಜಾಹಿರಾತಿನಲ್ಲಿ ಹೇಳುತ್ತಲೇ ಇದ್ದಾರಲ್ಲ, ಶೌಚಾಲಯ ಕಟ್ಟಿಸಿಕೊಳ್ಳಿ ಹಾಗೂ ಅದನ್ನು ಬಳಸಿ ಎಂದು!

10 ಬಾಗಿನದ ಭಾಗ್ಯ

ಇಗ್ಗಲೂರು ಬ್ಯಾರೇಜ್, ರಾಮನಗರ ಜಿಲ್ಲೆ ಚನ್ನಪಟ್ಟಣ ತಾಲ್ಲೂಕಿನ ಜನತೆಗೆ ಇದು ಒಂದು ರೀತಿಯಲ್ಲಿ ತಲಕಾವೇರಿ ಇದ್ದ ಹಾಗೆ ಎಂದರೆ ತಪ್ಪಾಗಲಾರದು. ಆದ್ದರಿಂದಲೇ ಇದನ್ನು ಒಮ್ಮೆ ನೋಡಬೇಕು ಎಂಬ ಬಹುದಿನದ ಇಚ್ಛೆ ಈಗ ಪೂರೈಸಿದೆ.

ಸತತ ಬರದಿಂದ ಬಳಲಿದ್ದ ತಾಲ್ಲೂಕಿನ ಭೂಮಿಗೆ ಅಂತರ್ಜಲದ ಅಮೃತ ಸಿಂಚನವಾದದ್ದು ಈ ಬ್ಯಾರೇಜ್ನಿಂದ.

ಶಿಂಷಾ ನದಿಗೆ ಅಡ್ಡಲಾಗಿ ನಿರ್ಮಿಸಿರುವ ಬ್ಯಾರೇಜ್ ಇದು. ಬ್ಯಾರೇಜ್ ನಿರ್ಮಾಣ ಆದದ್ದು ಹೆಚ್.ಡಿ.ದೇವೇಗೌಡರ ಆಸಕ್ತಿಯಿಂದ. ಅದರ ಸದ್ಬಳಕೆಗೆ ಕಾರಣ ಆದವರು ಯೋಗೀಶ್ವರ್ ಅವರು.

ರಾಜ್ಯದಲ್ಲಿಯೇ ಪ್ರಥಮಬಾರಿಗೆ ಕೆರೆ ತುಂಬಿಸುವ ಯೋಜನೆ ಅತ್ಯಂತ ಯಶಸ್ವಿ ಆಗಿದ್ದು ಇಲ್ಲಿ. ಇಂದು ಚನ್ನಪಟ್ಟಣ ತಾಲ್ಲೂಕಿನ ಎಲ್ಲ ಕೆರೆಗಳು ತುಂಬಿ ತುಳುಕುತ್ತಿವೆ. ಅಂತರ್ಜಲದ ಮಟ್ಟ ಏರಿದೆ. ವೆಂಕಟೇಗೌಡ ಅವರಂತಹ ಎಂಜಿನಿಯರ್‌ಗಳ ಸೇವೆ ಸಹ ಇಲ್ಲಿ ಸ್ಮರಣೀಯ.

ಚನ್ನಪಟ್ಟಣ ತಾಲೂಕಿನ ಒಂದು ತುದಿಯಲ್ಲಿದೆ ಇಗ್ಗಲೂರು ಬ್ಯಾರೇಜ್. ಇನ್ನೊಂದು ತುದಿಯಲ್ಲಿ ಇರುವ ಕಣ್ವ ಜಲಾಶಯದವರೆಗೆ ಎಲ್ಲಾ ಸಣ್ಣ ಪುಟ್ಟ ಕೆರೆಗಳೂ ಇಂದು ಮೈದುಂಬಿ ನಿಂತಿವೆ. ತಾಲೂಕು ಹಸಿರಿನಿಂದ ನಳನಳಿಸುತ್ತಿದೆ.

ಇಂದು ತಾಲೂಕನ್ನು ಪ್ರತಿನಿಧಿಸುತ್ತಿರುವ ಹೆಚ್. ಡಿ. ಕುಮಾರಸ್ವಾಮಿ ಅವರೂ ಸೇರಿದಂತೆ ಎಲ್ಲ ಜನಪ್ರತಿನಿಧಿಗಳ ಶ್ರಮ, ತಾಲೂಕಿನ ಚಿತ್ರಣವನ್ನೇ ಬದಲಿಸಿದೆ. ರಾಜ್ಯದ ಇತರ ಭಾಗಗಳಿಗೆ ಮಾದರಿ ಈ ಯೋಜನೆ.

ನಮ್ಮೂರ ಕೆರೆಗಳಿಗೆ ಬಾಗಿನದ ಭಾಗ್ಯವನ್ನು ಈ ಯೋಜನೆ ತಂದುಕೊಟ್ಟಿದೆ.

ನಮ್ಮೂರಿನಲ್ಲಿ 'ಶಿವಜಲಂಧರ' ಎಂಬ ನಾಟಕವನ್ನು ಮಾರ್ಲಮ್ಮಿ ಹಬ್ಬದ ದಿನ ಆಡುವುದು ರೂಢಿಯಾಗಿತ್ತು. ಮಾರ್ಲಮ್ಮಿ ಹಬ್ಬದ ದಿನವೇ ಹಿರಿಯರಿಗೆ ಎಡೆ ಇಡುತ್ತಿದ್ದುದು. ಆಯುಧಪೂಜೆ ದಿವಸ.

ಸಾಮಾನ್ಯವಾಗಿ ಸೆಪ್ಟೆಂಬರ್, ಅಕ್ಟೋಬರ್ ತಿಂಗಳಲ್ಲಿ ಈ ಹಬ್ಬ ಬರುತ್ತದೆ. ಬಂದ ನೆಂಟರಿಷ್ಟರಿಗೆ ಹಾಸಿಗೆ–ಹೊದಿಕೆ ಹೊಂಚುವುದು ಈ ನಾಟಕಗಳಿಂದ ತಪ್ಪುತ್ತಿತ್ತು. ಮಾರ್ಲಮ್ಮಿ ಹಬ್ಬದ ದಿನಗಳಂದು ನಾಟಕ ಆಡುವುದು ಬಹಳಷ್ಟು ವರ್ಷ ಕಾಯಂ ಪದ್ಧತಿಯಾಗಿ ನಡೆದುಕೊಂಡು ಬಂದಿತ್ತು. 'ಶಿವಜಲಂಧರ' ಎನ್ನುವ ನಾಟಕವನ್ನು ಏಳೆಂಟು ಬಾರಿಯಾದರೂ ಆಡಿರಬೇಕು. ಆದರೆ, ಒಮ್ಮೆಯೂ ಪೂರ್ಣವಾಗಿ ಆಡಿಲ್ಲ. ಪ್ರತಿ ವರ್ಷ ಮಳೆ ಬಂದು ಅರ್ಧಕ್ಕೆ ನಿಲ್ಲುತ್ತಿತ್ತು. ಮೊದಲೇ ನಡು ಮಳೆಗಾಲ. ಮಳೆಗಾಲ ಚೆನ್ನಾಗಿ ನಡೆಯುತ್ತಿದ್ದ ದಿನಗಳವು. ಬಹಳಷ್ಟು ವರ್ಷ ಇದೇ ವೇಳೆಗೆ ಕಣ್ವ ಜಲಾಶಯ ಸಹ ಭರ್ತಿಯಾಗಿ ಸೈಫನ್ ವರ್ಕ್ ಆಗಿ ಬಾರಿ ಪ್ರಮಾಣದ ನೀರು ಜಲಾಶಯದಿಂದ ಹೊರ ಬರುತ್ತಿತ್ತು. 33 ಅಡಿ ಸಾಮರ್ಥ್ಯದ ಕಣ್ವ ಜಲಾಶಯದಲ್ಲಿ ಸೈಫನ್ ವರ್ಕ್ ಆದರೆ, 3 ಅಡಿಗಳಷ್ಟು ನೀರು ಖಾಲಿಯಾಗುತ್ತಿತು. ನಂತರ ಸೈಫನ್‌ಗಳು ತಾವಾಗಿಯೇ ನಿಲ್ಲುತ್ತಿದ್ದವು.

ಕಣ್ವ ಹೊಳೆಗೆ ನಮ್ಮೂರಿನ ಬಳಿ ಕಣ್ವ ಜಲಾಶಯ ನಿರ್ಮಾಣಕ್ಕೂ ಮೊದಲೇ ಕಟ್ಟಿರುವ ಅಣೆಕಟ್ಟೆಯೊಂದಿದೆ. ಇದರ ಎರಡೂ ಬದಿಗಳಲ್ಲಿ ಕಾಲುವೆಗಳು ಇವೆ. ಒಂದಕ್ಕೆ ಪಟ್ಲು ಕಾಲುವೆ ಎಂತಲೂ, ಮತ್ತೊಂದನ್ನು ಮಳೂರು ಕಾಲುವೆ ಎಂತಲೂ ಕರೆಯುತ್ತಾರೆ. ಕಣ್ವ ಜಲಾಶಯ 30 ಅಡಿ ದಾಟಿ ನಂತರ ಬೇಬಿ ಸೈಫನ್‌ಗಳು ವರ್ಕ್ ಆಗಿ ಸಾಕಷ್ಟು ಪ್ರಮಾಣದ ನೀರು ಹೊಳೆಯಲ್ಲಿ ಹರಿಯುತ್ತಿತ್ತು. ಈ ನೀರು ನಮ್ಮೂರಿನ ಅಣೆಕಟ್ಟೆಯ ಬಳಿ ಸಂಗ್ರಹವಾಗಿ ಕಾಲುವೆಗಳಿಗೆ ಹರಿಯುತ್ತಿತ್ತು. ಈ ಕಾಲುವೆಗಳಿಂದ ಪಟ್ಲುಕೆರೆ, ತಿಟ್ಟಮಾರನಹಳ್ಳಿ ಬಳಿ ಇರುವ ರಾಮಮ್ಮನ ಕೆರೆ, ಮಳೂರು ಕೆರೆ.

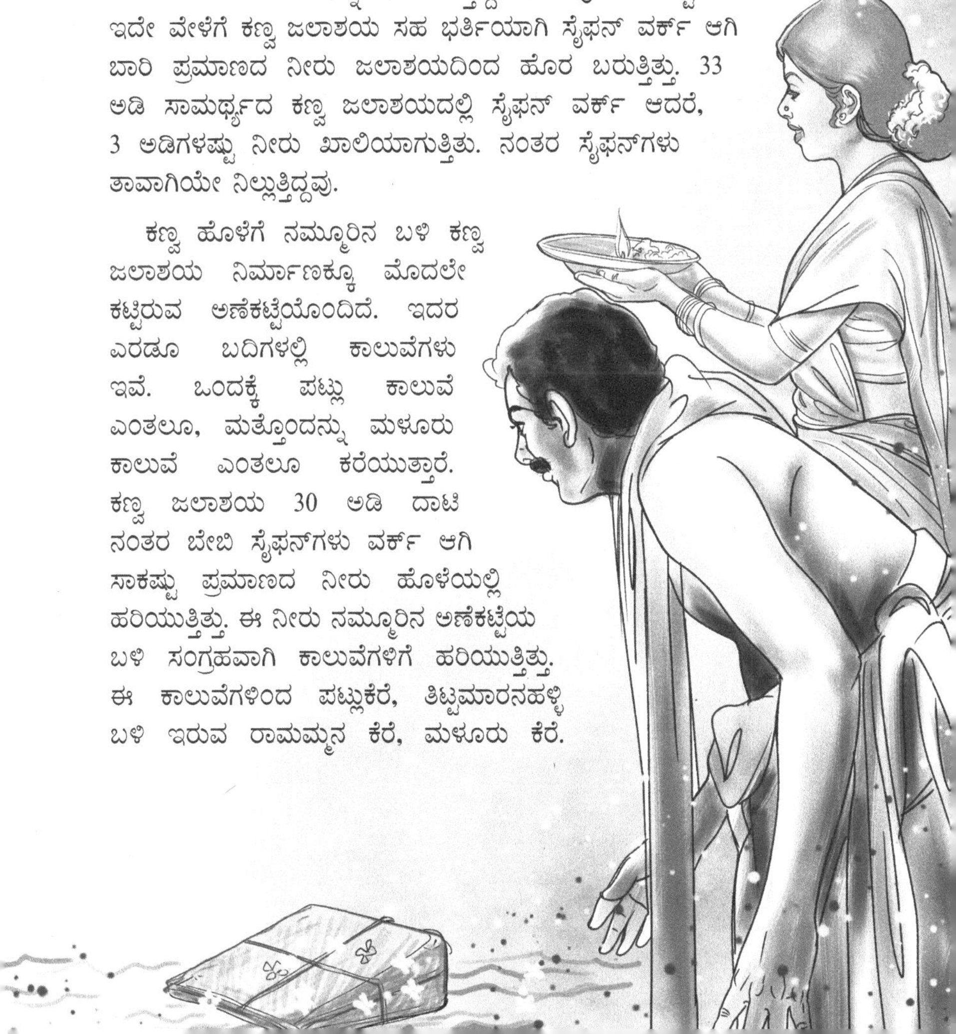

ಹೀಗೆ ಹಲವಾರು ಕೆರೆಗಳಿಗೆ ಹರಿದು, ಆ ಕೆರೆಗಳನ್ನೆಲ್ಲಾ ತುಂಬಿಸುತ್ತಿತ್ತು. ಒಂದೇ ವರ್ಷದಲ್ಲಿ ಕಣ್ವ ಜಲಾಶಯ ಏಳೆಂಟು ಬಾರಿ ಭರ್ತಿಯಾಗಿ ಸೈಫನ್ ವರ್ಕ್ ಆದ ಉದಾಹರಣೆಗಳೂ ಇವೆ. ಅಷ್ಟು ಸಮೃದ್ಧವಾದ ಮಳೆಯಾಗುತ್ತಿತ್ತು.

ನಾನು ನೋಡು ನೋಡುತ್ತಿದ್ದಂತೆಯೇ ಪ್ರತಿ ವರ್ಷ ಸೈಫನ್ ವರ್ಕ್ ಆದಾಗಲೂ ನಮ್ಮೂರಿನಿಂದ ಆರಂಭಗೊಂಡು ಹೊಳೆಯ ಪಾತ್ರದ ದಂಡೆಗಳು ಕುಸಿಯುತ್ತಾ ವಿಸ್ತಾರವಾಗುತ್ತಾ ಹೋಗಿತ್ತು. ಪ್ರತಿ ವರ್ಷ ದಂಡೆಗಿದ್ದ ಹಲವಾರು ತೆಂಗಿನಮರಗಳು ಜಲಸಮಾಧಿಯಾಗುತ್ತಿದ್ದವು. ಹೀಗೆ ಸಮೃದ್ಧವಾಗಿದ್ದ ಕಣ್ವ ಜಲಾಶಯಕ್ಕೆ ಮೇಲ್ಭಾಗದಲ್ಲಿ ಮತ್ತೊಂದು ಜಲಾಶಯ ನಿರ್ಮಾಣವಾಗಿ ನೀರಿನ ಹರಿವೂ ಕಡಿಮೆಯಾಗುತ್ತಾ ಬಂದು ಕಣ್ವ ಜಲಾಶಯ ಭರ್ತಿಯಾಗಿ 20 ವರ್ಷಗಳೇ ಕಳೆದು ಹೋಗಿತ್ತು. ಕಣ್ವದಿಂದ ಕಾಲುವೆಯಲ್ಲಿ ನೀರು ಹರಿಯುತ್ತಿದ್ದಾಗ ಸಮೃದ್ಧವಾಗಿದ್ದ ಅಂತರ್ಜಲ ಕ್ರಮೇಣ ಬತ್ತುತ್ತಾ ಹೋಯಿತು.

ಆರಂಭದಲ್ಲಿ 50–60 ಅಡಿಗಳಿಗೆ ಬೋರ್‌ವೆಲ್‌ನಲ್ಲಿ ನೀರು ಸಿಗುತ್ತಿದ್ದುದು ನಂತರ 500–600 ಅಡಿ ಆಳಕ್ಕೆ ಇಳಿಯಿತು. ಈಗಂತೂ ವಿಫಲ ಕೊಳವೆ ಬಾವಿಗಳೇ ಹೆಚ್ಚು. ಕಣ್ವ ಹೊಳೆಯಲ್ಲಿ ನೀರು ಹರಿಯುತ್ತಿದ್ದಷ್ಟು ಕಾಲವೂ ಇಕ್ಕೆಲದ ಗ್ರಾಮಗಳಲ್ಲಿ ಅಂತರ್ಜಲ ಸಮೃದ್ಧವಾಗಿತ್ತು. ಹೊಳೆಯಲ್ಲಿ ಅಲ್ಲಲ್ಲಿ ಬಾರಿ ಮಡುವುಗಳು ಇದ್ದು ಎಂಥದೇ ಕಡು ಬೇಸಿಗೆಯಲ್ಲೂ ನೀರು ಬತ್ತುತ್ತಿರಲಿಲ್ಲ. ಮುಂದೊಂದು ದಿನ ಈ ಹೊಳೆಯಲ್ಲಿ ಸಂಪೂರ್ಣವಾಗಿ ನೀರು ಬತ್ತಿಹೋಗುತ್ತದೆ ಎಂದು ಯಾರಾದರೂ ಹೇಳಿದರೆ, ಅದನ್ನು ಖಂಡಿತಾ ನಂಬಲಾಗುತ್ತಿರಲಿಲ್ಲ ಆದರೂ, ಹೊಳೆಯಲ್ಲಿ ನೀರು ಸಂಪೂರ್ಣ ಬತ್ತಿಹೋದ ದಿನಗಳನ್ನು ನೋಡಬೇಕಾಯಿತು. ಇದು ಹೊಳೆಯ ಉದ್ದಕ್ಕೂ ಮರಳಿನ ಲೂಟಿಗೂ ಕಾರಣವಾಯಿತು.

ಒಂದು ಕಾಲಕ್ಕೆ ತೆರೆದ ಬಾವಿಗಳಲ್ಲಿ ನೀರು ಸಿಗುತ್ತಿದ್ದ ಪ್ರದೇಶದಲ್ಲಿಯೂ ನೀರು ಬತ್ತತೊಡಗಿತ್ತು. ಇದ್ದವರು ಬೋರ್‌ವೆಲ್ ಕೊರೆದು ತಮ್ಮ ಹೊಲಗದ್ದೆ ತೋಟಗಳಿಗೆ ನೀರು ಉಣಿಸತೊಡಗಿದ ಮೇಲೆ ಸಣ್ಣಪುಟ್ಟ ರೈತರ ಜಮೀನಿನಲ್ಲಿ ಮರಗಳು ಒಣಗಲು ಆರಂಭಿಸಿದವು. ಕೊನೆಗೆ ಈ ಗತಿ ಎಲ್ಲರ ತೋಟಕ್ಕೂ ಬಂದೊದಗತೊಡಗಿತು. ಕೆಲವು ವರ್ಷ ನಮ್ಮೂರ ಸುತ್ತಮುತ್ತ ಒಣಗಿ ಹೋದ ತೆಂಗಿನ ಮರಗಳು ಸಾವಿರಾರು. ಇಂತಹ ಸಂದರ್ಭದಲ್ಲಿಯೇ ಸರ್ಕಾರದ ಯೋಜನೆಯೊಂದು ರೈತರಿಗೆ ವರವಾಗಿ ಬಂದು, ಇದೀಗ ಚನ್ನಪಟ್ಟಣ ತಾಲ್ಲೂಕಿನ ಬಹುತೇಕ ಕೆರೆಗಳು ನೀರು ಕಾಣತೊಡಗಿವೆ.

ಚನ್ನಪಟ್ಟಣದ ಶಾಸಕ ಸಿ.ಪಿ.ಯೋಗೇಶ್ವರ್ ಅವರು ಸಚಿವರಾಗಿದ್ದ ಅವಧಿಯಲ್ಲಿ ವಹಿಸಿದ ಆಸಕ್ತಿಯ ಪರಿಣಾಮವಾಗಿ ಮಂಜೂರಾದ ಯೋಜನೆ ಇದು. ಇಗ್ಗಲೂರು ಬ್ಯಾರೇಜ್‌ನಿಂದ ಏತ ನೀರಾವರಿ ಮೂಲಕ ಕೆರೆಗಳನ್ನು ತುಂಬಿಸಲಾಗುತ್ತಿದೆ. ಇದರಿಂದ ರೈತರ ಮೊಗದಲ್ಲಿ ಮತ್ತೆ ಭರವಸೆಯ ಬೆಳಕು ಮೂಡತೊಡಗಿದೆ. ಶಿಂಷಾ ನದಿಯ ನೀರು ಏತ ನೀರಾವರಿ ಮೂಲಕ ಚನ್ನಪಟ್ಟಣದ ಹಲವಾರು ಸಣ್ಣ ಕೆರೆಗಳನ್ನು ತುಂಬಿಸುತ್ತಾ ಹಂತ ಹಂತವಾಗಿ ಮೇಲೇರಿ ಇದೀಗ ಈ ನೀರು ಕಣ್ವ ಕೆರೆ ತುಂಬತೊಡಗಿದೆ.

ಕಳೆದ 20 ವರ್ಷಗಳಲ್ಲಿ ಕಣ್ವ ಹೊಳೆಯಲ್ಲಿ ನೀರನ್ನೇ ಕಾಣದಿದ್ದ ಜನ ಈಗ ಹೊಳೆಯಲ್ಲಿಯೂ ನೀರು ಕಾಣುತ್ತಿದ್ದಾರೆ. ನೀರಿಲ್ಲದೆ ಮರಳು ದೋಚುವವರ ತಾಣವಾಗಿದ್ದ ಹೊಳೆ ಇದೀಗ ಮತ್ತೆ ಜೀವಕಳೆ ಪಡೆಯತೊಡಗಿದೆ. ಇಂದಿಗೂ ಮಳೆಯಿಂದ ಕಣ್ವ ಕೆರೆ ತುಂಬುತ್ತಿಲ್ಲವಾದರೂ ಶಾಸಕರ ಹಾಗೂ ನಿಷ್ಠಾವಂತ ಅಧಿಕಾರಿಗಳ ಭಗೀರಥ ಪ್ರಯತ್ನದಿಂದಾಗಿ ಕಣ್ವ ಕೆರೆ ಭರ್ತಿಯಾಗ ತೊಡಗಿದೆ. ಆ ಮೂಲಕ ಅದನ್ನು ಆಶ್ರಯಿಸಿದ್ದ ಎಲ್ಲ ಸಣ್ಣಪುಟ್ಟ ಕೆರೆಗಳೂ ಭರ್ತಿಯಾಗತೊಡಗಿವೆ.

ಚನ್ನಪಟ್ಟಣ ಬಳಿ ರೈಲ್ವೆ ಹಳಿಗೆ ಹೊಂದಿಕೊಂಡೇ ಇರುವ ರಾಮಮ್ಮನಕೆರೆ ಮತ್ತೆ ಹಲವಾರು ಪಕ್ಷಿ ಸಂಕುಲವನ್ನು ಕೈಬೀಸಿ ಕರೆಯತೊಡಗಿದೆ. ಬೆಂಗಳೂರಿನಿಂದ ಜನ ವಾರಾಂತ್ಯ ದಿನಗಳಲ್ಲಿ ಕಣ್ವದತ್ತ ಮುಖ ಮಾಡ ತೊಡಗಿದ್ದಾರೆ. ರೈತರೂ ಅಷ್ಟೆ. ನೆಮ್ಮದಿಯ ನಿಟ್ಟುಸಿರು ಬಿಡುತ್ತಿದ್ದಾರೆ. ತಾಲ್ಲೂಕಿನ ಬಹುತೇಕ ಕೆರೆಗಳು ತುಂಬುತ್ತಾ ನಡೆದಿದ್ದು ಬಾಗಿನ ಸ್ವೀಕರಿಸುವ ಸಂಭ್ರಮದಲ್ಲಿವೆ. ಆದರೆ, ಈ ಸಂಭ್ರಮ ಅನುಭವಿಸಲು ನಮ್ಮೂರ ಕುಂಬಾರಗುಂಡಿ ಮಾತ್ರ ಇಲ್ಲ.

11 ಶತಾಯುಷಿ ಸುಂದರಿಯ ಸ್ವಗತ

ಆಯುಷ್ಯದ ನೂರು ವರ್ಷ ಕಳೆದ ಮೇಲೂ ಯಾರಾದರೂ ಸುಂದರಿಯಾಗಿರಬಹುದೆ!?

ಯಾಕಾಗಬಾರದು? ಯಾಕಿರಬಾರದು ಎನ್ನುತ್ತಿದೆ ನಮ್ಮೂರ ಅಣೆಕಟ್ಟೆ, ಅಂದರೆ ಅಬ್ಬೂರ ಅಣೆಕಟ್ಟೆ

ಈ ಅಬ್ಬೂರು ಅಣೆಕಟ್ಟೆಯದು ದೀರ್ಘ ನಿಟ್ಟುಸಿರಿನ ಕತೆ. ಶಬರಿಯ ನಿರೀಕ್ಷೆಯ ಹಾಗೆ.

ಕ್ರಿ.ಶ.1891ರಲ್ಲಿ ಅಣೆಕಟ್ಟೆ ನಿರ್ಮಾಣ ಆಯಿತೆಂದು ಅದರ ಮೇಲೆ ಅಳವಡಿಸಿರುವ ಶಿಲಾಫಲಕ ಹೇಳುತ್ತದೆ. ಇಸವಿ ಹೊರತುಪಡಿಸಿ ಇನ್ನಾವುದೇ ವಿವರ ಅಲ್ಲಿ ಇಲ್ಲ. ಅಣೆಕಟ್ಟು ಬಳಸಿಕೊಂಡು ತಮ್ಮ ಹೆಸರನ್ನು ಅಜರಾಮರ ಮಾಡಿಕೊಳ್ಳಲು ಆ ಕಾಲಕ್ಕೆ ಯಾರೂ ಪ್ರಯತ್ನಿಸಿಲ್ಲ.

ಈ ಅವಧಿಯಲ್ಲಿ ಮೈಸೂರು ಸಂಸ್ಥಾನವನ್ನು ಆಳುತ್ತಿದ್ದವರು ಹತ್ತನೇ ಚಾಮರಾಜ ಒಡೆಯರ್. ಇವರ ಅವಧಿ 1868 ರಿಂದ1894 .ಅಂದರೆ ಇವರ ಆಳ್ವಿಕೆ ಕೊನೆಗೊಳ್ಳುವ ಮೂರು ವರ್ಷಗಳಿಗೆ ಮುನ್ನ ಅಬ್ಬೂರು ಅಣೆಕಟ್ಟೆ ಕಾಮಗಾರಿ ಪೂರ್ಣಗೊಂಡಿದೆ.

ಮೈಸೂರು ಸಂಸ್ಥಾನದಲ್ಲಿ ಪ್ರಜಾಪ್ರತಿನಿಧಿ ಸಭೆ ಆರಂಭವಾದದ್ದು ಇವರ ಕಾಲದಲ್ಲಿ. ಸ್ವಾಮಿ ವಿವೇಕಾನಂದ ಅವರು ಸುಪ್ರಸಿದ್ಧ ಚಿಕಾಗೋ ಧರ್ಮ ಸಮ್ಮೇಳನಕ್ಕೆ ತೆರಳಲು ಧನಸಹಾಯ ಮಾಡಿದವರು ಕೂಡ ಹತ್ತನೇ ಚಾಮರಾಜ ಒಡೆಯರ್. ಮೈಸೂರು ಸಂಸ್ಥಾನವು ಆಧುನಿಕ ವಿದ್ಯಾಭ್ಯಾಸ ಮತ್ತು ಅಭಿವೃದ್ಧಿಗೆ ತೆರೆದುಕೊಳ್ಳುತ್ತಿದ್ದ ಕಾಲಘಟ್ಟದಲ್ಲಿ, ಕನ್ನಂಬಾಡಿ ಕಟ್ಟೆ ನಿರ್ಮಾಣಕ್ಕೂ ಮುನ್ನವೇ

ನಿರ್ಮಾಣಗೊಂಡದ್ದು ಈ ಅಬ್ಬೂರು ಅಣೆಕಟ್ಟು.

ಇಂತಹ ಐತಿಹಾಸಿಕ ಮಹತ್ವವನ್ನು ಹೊಂದಿರುವ ಈ ಅಣೆಕಟ್ಟೆಯದು ಗೋಳಿನ ಬಾಳಾಗಿದೆ. ನಿರ್ಲಕ್ಷ್ಯಕ್ಕೆ ತುತ್ತಾಗಿದೆ.

ಇಂತಹ ಅಣೆಕಟ್ಟೆಯ ಸ್ವಗತಕ್ಕೆ ನೀವೂ ಒಮ್ಮೆ

ಕಿವಿ ಕೊಟ್ಟು ಬಿಡಿ....

ನನ್ನನ್ನು, ಇಂತಹ ಸೌಂದರ್ಯವತಿಯನ್ನು ಈ ಪರಿ ನಿರ್ಲಕ್ಷಿಸಿದ್ದಾರಲ್ಲ. ಆಳುವ ವರ್ಗ, ಜನರ ಕುಂದು ಕೊರತೆ ಆಲಿಸಲು ಈಗ ಏನೆಲ್ಲಾ ಮಾಡುತ್ತಾರೆ. ಗ್ರಾಮ ವಾಸ್ತವ್ಯ, ಜನಸ್ಪಂದನ, ಜನವಾಣಿ ಹೀಗೆ ಏನೇನೋ ಹೆಸರಿಟ್ಟು ಕರೆಯುತ್ತಾರೆ. ಆದರೂ ನನ್ನ ಮಹತ್ವ ತಿಳಿಯದ ನನ್ನೂರ ಜನ ತಾವೂ ನನ್ನನ್ನು ಸರಿಯಾಗಿ ನಡೆಸಿಕೊಳ್ಳಲಿಲ್ಲ, ತಮ್ಮ ಪ್ರತಿನಿಧಿಗಳ ಗಮನಕ್ಕೂ ತರಲಿಲ್ಲ.

ನಾನೂ ಸಮಯ ಕಾಯುತ್ತಿದ್ದೆ. ಕೊನೆಗೊಮ್ಮೆ ನಾನೇ ಮನವಿಯೊಂದನ್ನು ಅರ್ಪಿಸಿದೆ. ಅದೂ ಕೂಡ ಮುಖಪುಸ್ತಕದ ಗೋಡೆ ಬರಹದ ಮೂಲಕ.

ಆ ಮನವಿಯನ್ನು ನೀವೂ ಒಮ್ಮೆ ಓದಿ. ನನ್ನ ನೋವು ನಿಮಗೂ ಅರ್ಥ ಆಗುತ್ತದೆ.

ದಿನಾಂಕ: 19–12–2020.
ಸ್ಥಳ: ಅಬ್ಬೂರು

ಸನ್ಮಾನ್ಯ ಶ್ರೀ. ಹೆಚ್.ಡಿ.ಕುಮಾರಸ್ವಾಮಿ ಅವರಿಗೆ, Belated Happy birthday.

ಕ್ಷಮಿಸಿ, ಒಂದೆರಡು ದಿನ ತಡವಾಯಿತು.

ಪ್ರಧಾನ ಮಂತ್ರಿಗಳು ಸೇರಿದಂತೆ ನಾಡಿನ ಎಲ್ಲೆಡೆಯಿಂದ ತಮಗೆ ಶುಭಾಶಯಗಳ ಹೊಳೆಯೇ ಹರಿದಿದೆ.ನನಗೂ ತುಂಬಾ ಸಂತೋಷವಾಗಿದೆ. ನನ್ನ ಕ್ಷೇತ್ರವನ್ನು ಪ್ರತಿನಿಧಿಸುವ ಶಾಸಕರು ನೀವು. ಎರಡು ಬಾರಿ ಮುಖ್ಯ ಮಂತ್ರಿ ಆಗಿದ್ದೀರಿ. ಈಗಲೂ ಪ್ರಭಾವಿ ನಾಯಕರು.

ಈಗಷ್ಟೇ ಹಿರಿಯ ನಾಗರಿಕರಾಗಿರುವ ತಮ್ಮಲ್ಲಿ ಶತಾಯುಷಿ ಯಾಗಿರುವ ನನ್ನದೊಂದು ವೇದನೆಯ ಮನವಿ ಇದೆ.

ಬಹುಶಃ ನೀವು ನನ್ನನ್ನು ನೋಡಿರಲಿಕ್ಕಿಲ್ಲ, ನಿಮ್ಮ ಅಭಿಮಾನಿಗಳು ಕೂಡ ನಿಮಗೆ ನನ್ನನ್ನು ತೋರಿಸಿಲ್ಲ ಎಂದುಕೊಳ್ಳುತ್ತೇನೆ.

ನೀವೆಂತಾ ಕರುಣಾಳು ಎಂದು ಕೇಳಿ ತಿಳಿದಿದ್ದೇನೆ. ಅಸಹಾಯಕರ ಕಷ್ಟಕ್ಕೆ ನೀವು ಮರುಗುವ ಪರಿಯ ಬಗ್ಗೆ , ಕಣ್ಣೀರು ಹಾಕುವ ಬಗ್ಗೆ ಕೇಳಿದ್ದೇನೆ.

ಆದರೆ ನಿಮ್ಮದೇ ಮತಕ್ಷೇತ್ರದಲ್ಲಿರುವ ನನ್ನ ಬಗ್ಗೆ ನಿಮಗೆ ಏಕೆ ಅಲಕ್ಷ್ಯ. ನನಗೆ ಒಂದು ಓಟು ಇಲ್ಲವೆಂದೇ !?

ನಾನು ಈಗ ಇರುವ ಸ್ಥಿತಿ ಬಗ್ಗೆ ಒಮ್ಮೆ ನೋಡಿ. ಖಂಡಿತವಾಗಿ ನೀವು ಕಣ್ಣೀರು ಹಾಕುತ್ತೀರಿ.

ನನ್ನ ವೈಭವದ ದಿನಗಳನ್ನು ನೀವು ಖಂಡಿತಾ ನೋಡಿಲ್ಲ.ಓಹ್, ಅದೆಂತಾ ಸುಂದರ ದಿನಗಳು, ಕಣ್ವ ಜಲಾಶಯದ ಬೇಬಿ ಸೈಫನ್ ವರ್ಕ್ ಆದ ದಿನಗಳಲ್ಲಿ ನನ್ನ ಮೈಮೇಲೆ ಕಚಗುಳಿ ಇಡುವಂತೆ ನೀರು ಹರಿಯುತ್ತಿತ್ತು. ಅಬ್ಲೂರಿನ ಹೆಂಗಳೆಯರು ಪ್ರತಿನಿತ್ಯ ನನ್ನೆಡೆ ಬರುತ್ತಿದ್ದರು, ಬಟ್ಟೆ ಒಗೆಯುತ್ತಿದ್ದರು, ಪಾತ್ರೆ ತೊಳೆಯುತ್ತಿದ್ದರು, ತಮ್ಮ ಕಷ್ಟ ಸುಖ ಹಂಚಿಕೊಂಡು ನಿರಾಳವಾಗುತ್ತಿದ್ದರು. ಮೆಣಸಿನಕಾಯಿ ಕಾಲದಲ್ಲಿ ನನ್ನ ಮೈಮೇಲೆಲ್ಲಾ ಮೆಣಸಿನಕಾಯಿ ಹರಡುತ್ತಿದ್ದರು, ಹಾಗೆಲ್ಲಾ ನಾನು ಎಷ್ಟು ಕೆಂಪು ಕೆಂಪಾಗಿ ಕಾಣುತ್ತಿದ್ದೆ. ತೊಗರಿ ಕಾಳಿಗೆ ಮಣ್ಣು ಕಟ್ಟಿ ಒಣಗಲು ಹಾಕುತ್ತಿದ್ದರು, ನೆನೆದ ರಾಗಿ ತೆನೆ ಒಣಗಿಸುತ್ತಿದ್ದರು,ಹೀಗೆ ಹತ್ತು ಹಲವು ರೀತಿಯಲ್ಲಿ ನನ್ನೊಡನೆ ಅವರ ಸಾಂಗತ್ಯ ಇತ್ತು.

ಬೇಸಿಗೆಯಲ್ಲಿ ಒಮ್ಮೊಮ್ಮೆ ನೀರು ಬತ್ತಿದಾಗ ಊರ ಜನವೆಲ್ಲಾ ದಾಳಿ ಇಡುತ್ತಿದ್ದರು ಸಿಗುವ ಮೂರು ಮುಕ್ಕಾಲು ಮೀನುಗಳಿಗಾಗಿ. ಎಷ್ಟು ಹುಡುಗರು ನನ್ನ ಒಡಲಲ್ಲಿ ಈಜು ಕಲಿತಿಲ್ಲ.

ಹೇಳುತ್ತಾ ಹೋದರೆ ಇನ್ನೊಂದು ರಾಮಾಯಣವೇ ಆಗುತ್ತದೆ.

ಅಂತಹ ವೈಭವದಿಂದ ಮೆರೆದ ನನ್ನ ಈಗಿನ ಸ್ಥಿತಿ ನೋಡಿ. ನನ್ನಲ್ಲಿಗೆ ಬರಲು ದಾರಿಯೇ ಇಲ್ಲದಂತಾಗಿದೆ. ನನ್ನ ಒಡಲಲ್ಲಿ ಬೆಳೆದು ನಿಂತ ಗಿಡ ಕಂಟಿಗಳನ್ನು ಒಮ್ಮೆ ನೋಡಿ,

ನಾನು ಶತಾಯುಷಿ. ಕಣ್ವ ಜಲಾಶಯ ನಿರ್ಮಾಣಕ್ಕೂ ಮೊದಲೇ ಜನ್ಮ ತಳೆದವಳು. ಕಣ್ವ ಜಲಾಶಯಕ್ಕೆ ನೀರು ತುಂಬಿಸುವ ಹಲವು ಯೋಜನೆ ಜಾರಿಯಲ್ಲಿವೆ ಎಂದು ಕೇಳಿದ್ದೇನೆ. ಈ ಬಡಪಾಯಿಯ

ಬಗ್ಗೆಯೂ ಒಮ್ಮೆ ಕಣ್ಣು ಹರಿಸಿ. ಇನ್ನಷ್ಟು ವರ್ಷ ಇರುವ ಆಸೆ ನನಗೂ ಇದೆ.

ಮುಂದಿನ ವರ್ಷದ ನಿಮ್ಮ ಹುಟ್ಟು ಹಬ್ಬದ ವೇಳೆಗೆ ನಾನು ಮದುವಣಗಿತ್ತಿಯಂತೆ ಕಾಣಬೇಕು ಎಂಬುದು ನನ್ನ ಆಸೆ. ಕೈಮುಗಿದು ಕೇಳಿಕೊಳ್ಳುತ್ತೇನೆ. ದಯವಿಟ್ಟು ಈಡೇರಿಸಿಕೊಡುವಿರಾ!?

ಇಂತಿ,

ನೊಂದ ಜೀವಿ;

ಶತಾಯುಷಿ ಅಬ್ಬೂರು ಅಣೆಕಟ್ಟು

ನನ್ನ ಮನವಿಗೆ ಸ್ಪಂದಿಸಿದ ಕ್ಷೇತ್ರದ ಶಾಸಕರೂ ಆದ ಹೆಚ್.ಡಿ.ಕುಮಾರ ಸ್ವಾಮಿ ಅವರು ವೈಯಕ್ತಿಕ ಗಮನ ಹರಿಸಿ ದುರಸ್ತಿಗೆ ಹಣ ಮಂಜೂರು ಮಾಡಿದರು. ಹಲವು ಅಡೆ ತಡೆಗಳನ್ನು ದಾಟಿ ಅಂತೂ ಇಂತೂ ದುರಸ್ತಿ ಕೆಲಸವೂ ಆರಂಭವಾಯಿತು.

ಇವತ್ತಿನ ನಿಧಾನಗತಿಯ ಧೋರಣೆಯನ್ನು ನೋಡಿದಾಗ ಐವತ್ತು ವರ್ಷ ಹಿಂದಿನ ಚಿತ್ರಣ ನೆನಪಾಗುತ್ತದೆ.

ಅಂದು ನನ್ನ ಉಸ್ತುವಾರಿ ನೋಡಿಕೊಳ್ಳುತ್ತಿದ್ದ ಸೋಡಿ ಒಬ್ಬರು ಇದ್ದರು. ಅವರ ಹೆಸರು ಜವರಣ್ಣ ಎಂದು ನೆನಪು. ಸಾಕಷ್ಟು ವಯಸ್ಸಾಗಿತ್ತು. ಕಾಲಕಾಲಕ್ಕೆ ಕಾಲುವೆ ಮೇಲಿನ ಗಿಡ ಕಂಟಿ ತೆಗೆಯುತ್ತಿದ್ದರು, ಅಣೆಕಟ್ಟೆ ಹಾಗೂ ಕಾಲುವೆಗಳ ತೂಬುಗಳನ್ನು ತೆಗೆಯುವ ಮತ್ತು ಮುಚ್ಚುವ ಕಬ್ಬಿಣದ ರಾಡುಗಳಿಗೆ ಗ್ರೀಸ್ ಹಚ್ಚಿ ಸುಸ್ಥಿತಿಯಲ್ಲಿ ಇರುವಂತೆ ನೋಡಿಕೊಳ್ಳುತ್ತಿದ್ದರು. ಹೀಗಾಗಿ ನನ್ನ ಸರ್ವ ಅಂಗಾಂಗಗಳು ಚನ್ನಾಗಿದ್ದವು. ಮಳೆಗಾಲ ಚನ್ನಾಗಿ ನಡೆಸಿಕೊಡುತ್ತಿದ್ದ ಆ ದಿನಗಳಲ್ಲಿ ಕಣ್ವ ಜಲಾಶಯದಿಂದ ಹೆಚ್ಚುವರಿ ನೀರು ಬಿಟ್ಟರೂ, ನದಿಗೆ ಹೋಗುವಷ್ಟು ನದಿಗೆ, ಕಾಲುವೆ ಸಾಮರ್ಥ್ಯದಷ್ಟು ಕಾಲುವೆಗೆ ನೀರು ಬಿಡುತ್ತಿದ್ದರು.

ಯಾವಾಗ ಕಣ್ವ ಜಲಾಶಯ ತುಂಬುವುದು ವಿರಳವಾಯಿತೋ, ನನ್ನ ಸ್ಥಿತಿಯೂ ಹದಗೆಡತೊಡಗಿತು.

ಕೊನೆಗೊಮ್ಮೆ ಮೈಮೇಲೆಲ್ಲಾ ಗಿಡಕಂಟಿ ಬೆಳೆದುಕೊಂಡವು. ನನ್ನ ಕಡೆ ತಿರುಗಿ ನೋಡುವವರೂ ಇಲ್ಲವಾಗಿ ನಿಜಕ್ಕೂ ನಾನು ಇಷ್ಟೊಂದು ಅಪ್ರಯೋಜಕಳಾಟೆನೆ ಎಂದು ನೊಂದುಕೊಂಡೆ. ಕಣ್ವ ನೀರಿನ ಜೊತೆಗೆ ನನ್ನ ಕಣ್ಣ ನೀರೂ ಬತ್ತಿಹೋದವು.

ನನ್ನ ಕಣ್ಣ ಮುಂದೆ ಒಂದು ನಾಯಿ ನೇರಳೆ ಮರ ಇತ್ತು. ಬಹಳ ದೊಡ್ಡದಾಗಿ ಬೆಳೆದಿತ್ತು. ಹಣ್ಣುಗಳು ಅಂತಹ ರುಚಿಕರವಾಗಿ ಇಲ್ಲದಿದ್ದರೂ ಊರ ಹೈಕಳು ಅವಕ್ಕೇ ಮುಗಿ ಬೀಳುತ್ತಿದ್ದರು. ಮಳೆ ಚೆನ್ನಾಗಿ ನಡೆಸಿಕೊಟ್ಟ ದಿನಗಳಲ್ಲಿ ಕಣ್ವ ಡ್ಯಾಮ್ ನಿಂದ ಏಳೆಂಟು ಸಲ ಡೂಮ್ ವರ್ಕ್ ಆಗಿ, ಅಪಾರ ಪ್ರಮಾಣದ ನೀರು ಬಂದು ಹೊಳೆ ಪಾತ್ರ ವಿಸ್ತಾರವಾಗಿ ಈ ನೇರಳೆ ಮರದ ಬೇರುಗಳೆಲ್ಲಾ ಮಣ್ಣು ಬಿಟ್ಟುಕೊಂಡು, ಈ ಬೇರುಗಳನ್ನು ವೆಸ್ಟರ್ನ್ ಕಮೋಡ್ ಶೈಲಿಯಲ್ಲಿ ಊರ ಹೈಕಳು ಬಳಸಿ ಎಲ್ಡ ಮಾಡುವುದನ್ನು ನೋಡಿ ನಾನು ಮುಸಿ ಮುಸಿ ನಕ್ಕದ್ದಿದೆ. ಈಗಂತೂ ಆ ಮರ ಇಲ್ಲ. ಕಣ್ಣಳತೆಯಲ್ಲೇ ಇದ್ದ ಹಲವು ತೆಂಗಿನ ಮರಗಳನ್ನು ನಾನು ಉಳಿಸಿಕೊಡಲಾಗಲಿಲ್ಲ ಎಂಬ ನೋವೂ ಇದೆ. ಆದರೇನು ಮಾಡುವುದು. ನನಗೇ ಕಣ್ಣ ನೀರು ಸುರಿಸಲೂ ಕೂಡ ಆಗದಷ್ಟು ಬರ ಬಂದರೆ ಅದು ನನ್ನ ತಪ್ಪೆ.

ಅಂತೂ ನನಗೂ ಶುಕ್ರ ದೆಸೆ ಆರಂಭವಾಯಿತು. ಕೆರೆ ತುಂಬಿಸುವ ಯೋಜನೆಯಿಂದ ನನ್ನ ಒಡಲಲ್ಲೂ ನೀರಾಡುವಂತಾಯಿತು.

ಈ ವರ್ಷ 2022 ಅದೇನು ಮಳೆ, ಕಳೆದ 30 ವರ್ಷಗಳಿಂದಲೂ ಇಲ್ಲದ ಮಳೆ. ಮತ್ತೆ ಹಳೆಯ ವೈಭವವನ್ನು ನನಗೆ ಮರಳಿಸಿದೆ. ದುರಸ್ತಿ ಆರಂಭ ಆಗಿ ಇದೀಗ ಸ್ವಲ್ಪ ಸ್ವಚ್ಚವಾಗಿ ಕಾಣುತ್ತಿದ್ದೇನೆ. ಜನ ಕೂಡ ನನ್ನ ಕಡೆಗೆ ತಿರುಗಿ ನೋಡುವಂತಾಗಿದೆ.

ಈ ಸಂತೋಷದ ನಡುವೆಯೂ ದುಃಖದ ಸಂಗತಿಗಳಿವೆ. ನನ್ನ ಆವರಣದ ತುಂಬೆಲ್ಲಾ ಗಿಡಕಂಟಿ ಬೆಳೆದಿದ್ದಾಗ ಹಲವು ಪಕ್ಷಿಗಳು ಆಶ್ರಯ ಪಡೆದಿದ್ದವು, ಈಗ ಅವುಗಳೆಲ್ಲಾ ನೆಲೆ ಕಳೆದುಕೊಂಡಿವೆ. ತುಂಬಾ ನೋವಿನ ಸಂಗತಿ ಎಂದರೆ ಸರಿ ಸುಮಾರು 70 ವರ್ಷಗಳಿಂದ ನಾನು ನೋಡುತ್ತಾ ಬಂದಿದ್ದ, ನನ್ನ ಸನಿಹದಲ್ಲೇ ಇದ್ದ ಬೇಲದ ಮರವೊಂದನ್ನು ಉರುಳಿಸಿರುವುದು. ಈ ಮನುಷ್ಯರಿಗೆ ಮರಗಳೆಂದರೆ ಅದೇನು ಅಲರ್ಜಿಯೋ, ನನ್ನನ್ನು ಸರಿ ಮಾಡುತ್ತೇನೆಂದು ಹೋಗಿ, ಅನ್ಯಾಯವಾಗಿ, ಯಾರಿಗೂ ತೊಂದರೆ ಕೊಡದೆ ತನ್ನ ಪಾಡಿಗೆ ತಾನಿದ್ದ ಆ ಮರವನ್ನು ಉರುಳಿಸಿಬಿಟ್ಟರು.

ಎಷ್ಟೆಲ್ಲಾ ನೋವು ನಲಿವು ಕಂಡ ನನಗೆ, ಈಗ ಸಂತಸದ ಗಳಿಗೆಗಳು ಮತ್ತೆ ಮರಳುವಂತೆ ಕಾಣುತ್ತಿದೆ.

ನೋಡೋಣ, ಮತ್ತೆ ಎಂದಾದರೂ ನಿಮ್ಮ ಮುಂದೆ ಬರುತ್ತೇನೆ, ಆಗ ಮತ್ತೊಮ್ಮೆ ನನ್ನ ಕಷ್ಟ ಸುಖ ಹೇಳಿಕೊಳ್ಳುತ್ತೇನೆ.

12 ಅಬ್ಬೂರ ಕೇರಿಯಲಿ ವಾಲಗದ ಸದ್ದು

ಅಂದು ಮಂಗಳವಾರ ನವಿಲೂರ ಕೇರಿಯಲಿ
ವೋಲಗದ ಸದ್ದು ತುಂಬಿತ್ತು.
ಬಳೆಯ ತೊಡಿಸಿದರಂದು ಅಮ್ಮನಿಗೆ ತೌರಿನಲಿ
ಅಂಗಳದ ತುಂಬಾ ಜನವಿತ್ತು ॥

ಮೈಸೂರು ಮಲ್ಲಿಗೆಯ ಕವಿ ಕೆ.ಎಸ್.ನರಸಿಂಹಸ್ವಾಮಿ ಅವರ ಈ ಹಾಡಿನ ಸಾಲುಗಳನ್ನು ಕೇಳಿದಾಗ ನೆನಪಾಗುವುದು ನಮ್ಮೂರಿನ ಹೊಟ್ಟೆ ಬೋರಣ್ಣನ ಮ್ಯೂಸಿಕ್ ಪಾರ್ಟಿಯ ವಾಲಗದ ಸದ್ದು.

ನಮ್ಮೂರಿನ ಯಾವುದೇ ಶುಭ ಸಮಾರಂಭವಿರಲಿ, ಅಲ್ಲಿ ಒಂದು ಕಾಲಕ್ಕೆ ಹೊಟ್ಟೆ ಬೋರಣ್ಣನವರ ವಾಲಗದ ಸದ್ದು ಖಂಡಿತಾ ತುಂಬಿರುತಿತ್ತು. ಗುಡ್ಲು ಕೂಡುವ ಸಮಾರಂಭವಿರಲಿ, ಬಳೆಶಾಸ್ತ್ರ ಇರಲಿ, ಮದುವೆ ಇರಲಿ ಅಥವಾ ಇತರೆ ಯಾವುದೇ ಸಮಾರಂಭವಿರಲಿ, ಹೊಟ್ಟೆ ಬೋರಣ್ಣ ಹಾಗೂ ಅವರ ಸ್ನೇಹಿತರಿಬ್ಬರ ವಾಲಗ–ಪೀಪಿಯ ಹಾಗೂ ಡೋಲಿನ ಸದ್ದು ಇಲ್ಲದೆ ಸಮಾರಂಭ ನಡೆಯುವಂತಿರಲಿಲ್ಲ.

ಹೊಟ್ಟೆಬೋರಣ್ಣ ಎಂಬುದು ಅವರ ಅಡ್ಡ ಹೆಸರು, ಹೊಟ್ಟೆ ಯಾವುದೋ ಕಾರಣಕ್ಕೆ ಗೆಂಡೊಟ್ಟೆ ಥರ ಬೆಳೆದು ಊದಿಕೊಂಡಿತ್ತು. ಹೀಗಾಗಿ ಅವರಿಗೆ ಹೊಟ್ಟೆ ಬೋರಣ್ಣ ಎಂದು ಕರೆಯುತ್ತಿದ್ದರು. ಪರಿಶಿಷ್ಟ ಜನಾಂಗದ ಹೊಟ್ಟೆ ಬೋರಣ್ಣನವರಿಗೆ ಸಾಥ್ ನೀಡುತ್ತಿದ್ದವರು ಸಹ ಇದೇ ಜನಾಂಗಕ್ಕೆ ಸೇರಿದ ಜೋಗಿಪಿಳ್ಳೆ ಹಾಗೂ ಕಾಡಪ್ಪಯ್ಯನ ಬೋರಣ್ಣ ಎಂಬಿಬ್ಬರು ಗೆಳೆಯರು.

ಪರಿಶಿಷ್ಟ ಜಾತಿಗೆ ಸೇರಿದ್ದ ಈ ಮೂವರಿಗೆ ಮಂಗಳವಾದ್ಯ ನುಡಿಸುವುದು ಪಾರ್ಟ್ ಟೈಮ್ ಕೆಲಸವಾಗಿತ್ತು.

ಇಬ್ಬರಲ್ಲಿ ಒಬ್ಬರು ನುಡಿಸುತ್ತಿದ್ದ ವಾದ್ಯ ಒಂದೇ ಸಮನೆ ಹಿಮ್ಮೇಳದಲ್ಲಿ ಪೀ... ಎಂದು ಊದುತ್ತಿದ್ದರೆ ಮತ್ತೊಂದು ವಾದ್ಯದಿಂದ ಯಾವುದೇ ಹಾಡನ್ನೋ ಮತ್ತೇನನ್ನೋ ನುಡಿಸಿದ ಹಾಗಿರುತಿತ್ತು.

ಕಾಡಪ್ಪಯ್ಯನ ಬೋರಣ್ಣನದು ಡೋಲು ನುಡಿಸುವ ಕೆಲಸ. ಒಟ್ಟಿನಲ್ಲಿ ಊರಿನ ಏಕೈಕ ವಾದ್ಯತಂಡ ಇವರದಾಗಿತ್ತು. ಕೌಟುಂಬಿಕ ಶುಭ ಸಮಾರಂಭಗಳಲ್ಲಿ ಇವರ ವಾಲಗ ಬಿಟ್ಟರೆ ಊರಿನ ಬೇರೆ ಸಂದರ್ಭಗಳಿಗೆ ಬಳಕೆಯಾಗುತ್ತಿದ್ದುದು ತಮಟೆ ಮತ್ತು ನಗಾರಿಗಳು.

ವಿಶಿಷ್ಟವೆಂದರೆ ಹೊಟ್ಟೆ ಬೋರಣ್ಣನವರ ಮ್ಯೂಸಿಕ ಪಾರ್ಟಿಯು ಹೆಚ್ಚಾಗಿ ಬಳಕೆಯಾಗುತ್ತಿದ್ದುದು ಮನೆಗಳಲ್ಲಿ ವೈಯಕ್ತಿಕವಾಗಿ ಏರ್ಪಡಿಸುವ ಸಮಾರಂಭ ಗಳಲ್ಲಿ. ಮದುವೆಯ ಹಿಂದಿನ ದಿನ ದೇವರ ನೀರು, ಶಾಸ್ತ್ರದ ನೀರು ತರುವಾಗ ಅಗಸರ ಸಿದ್ದಣ್ಣನವರ ನಡೆಮುಡಿಯ ಜತೆಗೆ ಹೊಟ್ಟೆ ಬೋರಣ್ಣನವರ ವಾಲಗ ಮುಂಚೂಣಿಯಲ್ಲಿ ಇರಲೇಬೇಕಿತ್ತು.

ಇದು ಬಿಟ್ಟರೆ ಊರಲ್ಲಿ ಹೆಣ್ಣು ಮಕ್ಕಳ ಗುಡ್ಲು ಕೂರುವ ಸಮಾರಂಭದಂದು ಹೊಟ್ಟೆ ಬೋರಣ್ಣನ ವಾಲಗದ ಸದ್ದು ತುಂಬಿರುತ್ತಿತ್ತು.

ಗುಡ್ಲು ಕೂಡುವುದು ಎಂದರೆ ವಿಶೇಷವಾದ ಗುಡಿಸಲನ್ನೇನು ಅದಕ್ಕಾಗಿ ನಿರ್ಮಿಸುತ್ತಿರಲಿಲ್ಲ ಎರಡು ಹಸಿ ತೆಂಗಿನ ಗರಿಗಳನ್ನು ಹೆಣೆದು, ಅದನ್ನು ಗುಡಿಸಿಲ ಆಕಾರದಲ್ಲಿ ಜೋಡಿಸಿ ಜತೆಗೆ ಒಂದಿಷ್ಟು ಹೊಂಗೆ ಸೊಪ್ಪು ಹೊದಿಸಿದರೆ ಗುಡ್ಲು ರೆಡಿ ಆಗುತ್ತಿತ್ತು. ಒಂದಿಷ್ಟು ಸೋಬಾನದ ಪದಗಳು ಹಾಗೂ ಹಾಡುಗಳ ಜತೆಗೆ ಗುಡ್ಲು ಕೂಡುವ ಶಾಸ್ತ್ರ ನಡೆಯುತ್ತಿತ್ತು. ಬಹುಶಃ ಹೆಣ್ಣು ಮಕ್ಕಳು ಮೈನರೆದ ಸಂದರ್ಭದಲ್ಲಿ ಮಾಡುತ್ತಿದ್ದ ಶಾಸ್ತ್ರ ಕ್ರಮೇಣ ಬದಲಾವಣೆಯಾಗಿ ಮದುವೆಯ ಹಿಂದಿನ ದಿನಕ್ಕೆ ಬಂದಿತ್ತೆಂದು ಕಾಣುತ್ತದೆ. ಒಟ್ಟಿನಲ್ಲಿ ಈ ಶಾಸ್ತ್ರಕ್ಕೆ ಸಾಥ್ ನೀಡುತ್ತಿದ್ದುದು ಹೊಟ್ಟೆ ಬೋರಣ್ಣನವರ ವಾಲಗದ ಪಾರ್ಟಿ.

ಉಳಿದಂತೆ ಸಾಮೂಹಿಕವಾಗಿ ಆಚರಿಸಲಾಗುತ್ತಿದ್ದ ಸಮಾರಂಭಗಳಲ್ಲೆಲ್ಲಾ ತಮಟೆ ಹಾಗೂ ನಗಾರಿ ಪಾರ್ಟಿ ಬಳಕೆ ಆಗುತ್ತಿತ್ತು. ಊರಿನಲ್ಲಿ ಯಾವುದೇ ದೇವರ ಮೆರವಣಿಗೆ ಇರಲಿ, ಅಥವ ಯಾರಾದರೂ ತೀರಿಕೊಂಡಾಗ ತಮಟೆ ಹಾಗೂ ನಗಾರಿ ಬಳಕೆಯಾಗುತಿತ್ತು. ಊರಗೊಟ್ಟಿನ ಹಣದಿಂದ ಕೆಲವೊಮ್ಮೆ ಈ ತಮಟೆ, ನಗಾರಿಗಳನ್ನು ಖರೀದಿಸುತ್ತಿದ್ದರು. ಹೆಚ್ಚಾಗಿ ಪರಿಶಿಷ್ಟರೇ ಈ ಕಾಯಕದಲ್ಲಿ ತೊಡಗಿಸಿಕೊಳ್ಳುತ್ತಿದ್ದುದು. ಊರಲ್ಲಿ ಏನೆಲ್ಲಾ ಬದಲಾವಣೆಗಳಾದರೂ ಈ ತಮಟೆ ಬಾರಿಸುವ ಕೆಲಸ ಮಾತ್ರ ನಮ್ಮೂರ ಪರಿಶಿಷ್ಟರನ್ನು ಇನ್ನು ಬಿಟ್ಟಿರಲಿಲ್ಲ.

ಮಧ್ಯೆ ಯಾವಾಗಲೂ ಒಮ್ಮೆ ಯಾವುದೋ ಕಾರಣಕ್ಕೆ ಊರ ಪರಿಶಿಷ್ಟರಿಗೂ ಇತರೆ ಜನಾಂಗದವರಿಗೂ ಮನಸ್ತಾಪ ಉಂಟಾಗಿ ಪರಿಶಿಷ್ಟರು ಈ ತಮಟೆ ಬಾರಿಸುವ ಕೆಲಸಕ್ಕೆ ಬಹಿಷ್ಕಾರ ಹಾಕಿದ್ದರು. ಆ ಸಂದರ್ಭದಲ್ಲಿ ಬೇರೆ ಜನಾಂಗದ ಕೆಲವು ಯುವಕರು ಉತ್ಸಾಹದಲ್ಲಿ ತಮಟೆ ಬಾರಿಸುವುದನ್ನು ಕಲಿಯಲು ಪ್ರಯತ್ನಿಸಿದರಾದರೂ ಏಕೋ ಏನೋ ಆ ವಿದ್ಯೆ ಅವರಿಗೆ ಒಲಿಯಲಿಲ್ಲ. ಹಲ ದಿನಗಳ ನಂತರ ಮುನಿಸು ಕಡಿಮೆಯಾದ ಮೇಲೆ ಯಥಾಪ್ರಕಾರ ತಮಟೆ ಬಡಿಯುವ ಕಾರ್ಯಕ್ರಮವನ್ನು ಮಾತ್ರ ಊರ ಪರಿಶಿಷ್ಟರೇ ಮುಂದುವರಿಸಿಕೊಂಡು ಬರುತ್ತಿದ್ದರು. ಈಗ ಹೊರ ಊರುಗಳ ವೃತ್ತಿಪರ ತಂಡಗಳನ್ನು ಕರೆಸುತ್ತಾರೆ.

ಊರಿನಲ್ಲಿ ಮಾರಿ ಹಬ್ಬ ಇರಲಿ, ಮಾರ್ಲಮ್ಮಿ ಹಬ್ಬದ ಮರುದಿನ ವಿಜಯದಶಮಿ ವೇಳೆ ಬನ್ನಿ ತರುವ ಆಚರಣೆ ಇರಲಿ, ಮಳೆ ಬಾರದೇ ಇದ್ದಾಗ ಕುಣಿಗೆರೆ ಬೆಟ್ಟದಿಂದಲೋ, ಕಂಬದರಾಯನ ಗುಡ್ಡೆಯಿಂದಲೋ ದೇವರು ತರುವಾಗ ಇರಲಿ ಹಾಗೂ ಬೇರೆ ಬೇರೆ ಹಬ್ಬಗಳಂದು ಊರ ನರಸಿಂಹಸ್ವಾಮಿ ದೇವಸ್ಥಾನದ ಉತ್ಸವ ಮೂರ್ತಿಯ ಮೆರವಣಿಗೆ ಇರಲಿ ಎಲ್ಲ ಸಂದರ್ಭಗಳಲ್ಲಿಯೂ ಬಳಕೆ ಆಗುತ್ತಿದ್ದುದು ತಮಟೆ ನಗಾರಿಗಳೇ. ಆದರೆ, ನಾನು ನೋಡಿದ ಮಟ್ಟಿಗೆ ಒಂದೆರಡು ಮೆರವಣಿಗೆಗಳಲ್ಲಿ ಮಾತ್ರ ಈ ತಮಟೆ-ನಗಾರಿಗಳ ಬಳಕೆ ಆಗುತ್ತಿರಲಿಲ್ಲ. ಆಗ ಚನ್ನಪಟ್ಟಣದಿಂದ ನಾದಸ್ವರದ ಬ್ಯಾಂಡ್‌ಸೆಟ್ ಬರುತ್ತಿತ್ತು. ಊರಿನಲ್ಲಿ ಗಣೇಶನನ್ನು ಕೂರಿಸಿ ಗಣೇಶ ವಿಸರ್ಜನೆ ಮಾಡುವ ಮೆರವಣಿಗೆ ವೇಳೆ ಹಾಗೂ ಶ್ರೀರಾಮನವಮಿ ದಿನಗಳಲ್ಲಿ ಮಾಡುತ್ತಿದ್ದ ಶ್ರೀರಾಮನ ಪಟದ ಮೆರವಣಿಗೆ ವೇಳೆ ಮಾತ್ರ ನಮ್ಮೂರ ಪರಿಶಿಷ್ಟರ ತಮಟೆ-ನಗಾರಿ ಬಳಕೆಯಾಗುತ್ತಿರಲಿಲ್ಲ. ಈ ಎರಡು ದೇವರುಗಳಿಗೆ ಸ್ಪೆಷಲ್ ಟ್ರೀಟ್‌ಮೆಂಟ್ ಯಾಕೆ ಸಿಗುತ್ತಿತ್ತೋ ಗೊತ್ತಿಲ್ಲ.

ಈಗಿನ ದಿನಗಳಲ್ಲಿ ಮದುವೆಗಳೆಲ್ಲಾ ಚನ್ನಪಟ್ಟಣದ ಛತ್ರಗಳಲ್ಲಿ ನಡೆಯುವುದರಿಂದ ಶಾಸ್ತ್ರದ ಸ್ವರೂಪಗಳೂ ಬದಲಾಗಿವೆ. ಎಲ್ಲಾ ಮದುವೆಗಳಿಗೂ ಬ್ಯಾಂಡ್‌ಸೆಟ್ ಕಡ್ಡಾಯವಾದಂತಾಗಿದೆ. ಊರಿನ ಹಲವಾರು ಸಮಾರಂಭಗಳಿಗೆ ಸಾಕ್ಷಿಯಾಗಿದ್ದ ಹೊಟ್ಟೆ ಬೋರಣ್ಣ ಹಾಗೂ ಅವರ ಸ್ನೇಹಿತರು ಬಳಸುತ್ತಿದ್ದ ವಾಲಗ-ಪೀಪಿ, ಡೋಲುಗಳು ಯಾವ ಅಟ್ಟ ಸೇರಿವೆಯೋ. ಆದರೆ, ಅವರು ಹಾಗೂ ಅವರ ವಾಲಗದ ಸದ್ದು ಮಾತ್ರ ಅಬ್ಬೂರಿನ ನೆನಪಿನ ಕೋಶದಲ್ಲಿ ಸೇರಿಹೋಗಿದೆ.

13 ಓದಲು ಕಲಿಸಿದ ಗಿರಿಯಮ್ಮ

ಗಿರಿಯಮ್ಮ ಓದಲು ಕಲಿಸಿದರು ಅಂದರೆ ಅವರೇನು ನಮಗೆ ಪ್ರಾಥಮಿಕ ಶಾಲೆಯ ಮಾಸ್ತರರಾಗಿರಲಿಲ್ಲ ಅಥವಾ ಅ. ಆ. ಇ. ಈ ಕಲಿಸಿದ ಗುರುವೂ ಅಲ್ಲ ಓದಲು ಕಲಿಸಿದರು ಅಂದರೆ ನಮ್ಮ ಶಾಲಾ ಪುಸ್ತಕಗಳಿಂದಾಚೆಗೆ ಓದಲು ಕಲಿಸಿದವರು ಎಂದು.

ಪ್ರತಿ ದಿನ ಬೆಳಿಗ್ಗೆ ಸುದ್ದಿ ಪತ್ರಿಕೆಗಳನ್ನು ಓದುವಾಗ ಯಾವ್ಯಾವುದೋ ಆತ್ಮಹತ್ಯೆಗಳ ಸುದ್ದಿ ಕಣ್ಣಿಗೆ ಬೀಳುತ್ತದೆ. ಅಪ್ಪ ಬೈಕ್ ಕೊಡಿಸಲಿಲ್ಲ ಎಂದು, ಅಮ್ಮ ಪ್ರವಾಸಕ್ಕೆ ಕಳಿಸಲಿಲ್ಲ ಎಂದು ಸಾವಿಗೆ ಶರಣಾಗುವವರು

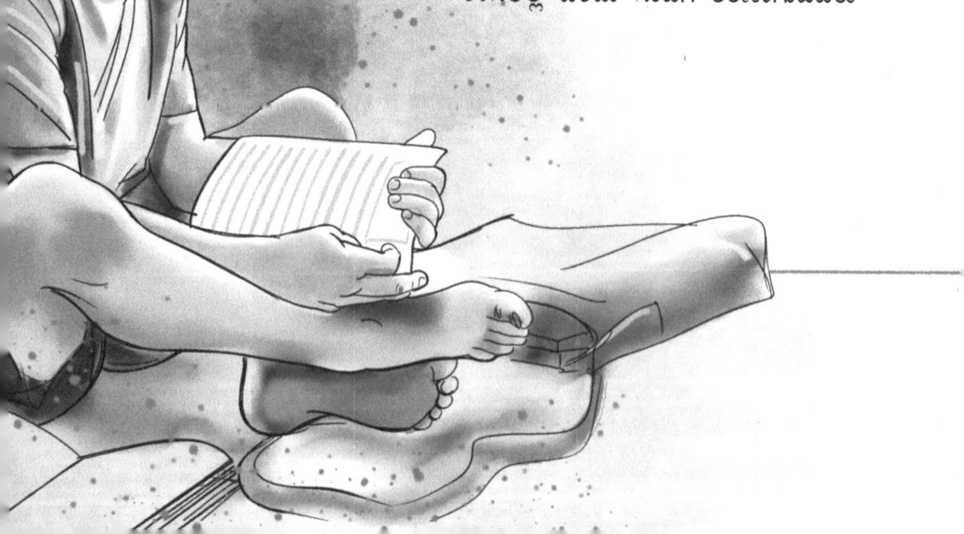

ಅಥವಾ ಬದುಕನ್ನು ಎದುರಿಸಲಾಗದೇ ಆತ್ಮಸ್ಥೈರ್ಯ ಕಳೆದುಕೊಂಡು ಸಾವಿಗೀಡಾದವರು, ಹೀಗೆ ಕಾರಣಗಳು ಬೇರೆಯಾದರೂ ಸಾವು ಮಾತ್ರ ಎಲ್ಲರಿಗೂ ಒಂದೇ.

ನಮ್ಮೂರ ಗಿರಿಯಮ್ಮ ಬದುಕನ್ನು ಎದುರಿಸಿದ, ಕೊನೆ ಉಸಿರಿರುವವರೆಗೆ ಸಾವಿನ ವಿರುದ್ಧ ಹೋರಾಡಿದ ಬಗೆ ಮಾತ್ರ ಅನನ್ಯ. ದುರ್ಬಲ ಮನಸ್ಸಿನವರಿಗೆಲ್ಲಾ ಗಿರಿಯಮ್ಮನ ಬದುಕೇ ಒಂದು ಪಾಠವಾಗಿತ್ತು.

ನಮ್ಮೂರಿನಲ್ಲಿದ್ದ ಏಕೈಕ ರಜಪೂತ ಕುಟುಂಬಕ್ಕೆ ಸೇರಿದ ಏಕೈಕ ಹೆಣ್ಣುಮಗಳು ಈ ಗಿರಿಯಮ್ಮ. ಊರಿನ ಹಲವಾರು ತೋಟಗಳಿಗೆ ಹೊಲಗಳಿಗೆ ರಾಮಸಿಂಗು ತೋಟ ರಾಮಸಿಂಗು ಹೊಲ ಎಂದು ಈಗಲೂ ಕರೆಯುತ್ತಾರೆ. ಹೀಗೆ ಒಂದು ಕಾಲಕ್ಕೆ ಹಲವಾರು ಎಕರೆ ಜಮೀನಿನ ಮಾಲೀಕ ರಾಮ್‌ಸಿಂಗ್, ಕುದುರೆಯ ಮೇಲೆ ಓಡಾಡುತ್ತಿದ್ದನಂತೆ, ಭಾರೀ ದರ್ಪದ ಮನುಷ್ಯನಾಗಿದ್ದನಂತೆ ಹೀಗೆ ಹಲವಾರು ಕಥೆಗಳನ್ನು ಊರ ಹಿರಿಯರು ಹೇಳುತ್ತಿದ್ದರು. ಇಂತಹ ರಜಪೂತ ಕುಟುಂಬದ ಹೆಣ್ಣು ಮಗಳು ಗಿರಿಯಮ್ಮ.

ನಮ್ಮ ತಾಯಿ ವೆಂಕಟಮ್ಮ ಹೇಳುತ್ತಿದ್ದುದು ಗಿರಿಯಮ್ಮ ಕೈಕೋಳರವಳು ಎಂದು. ಇದೇನು ಜಾತಿಯೋ ಅಥವಾ ವೃತ್ತಿಯೋ ನನಗೂ ಗೊತ್ತಿಲ್ಲ.

ನಾವು ನೋಡುವ ವೇಳೆಗಾಗಲೇ ಗಿರಿಯಮ್ಮನ ಬಳಿ ಯಾವುದೇ ಆಸ್ತಿ ಇರಲಿಲ್ಲ, ಇದ್ದ ಒಂದು ಮನೆ ಬಿಟ್ಟರೆ. ಆ ಮನೆಯಲಿಯೂ ಅರ್ಧಭಾಗ ಬೇರೆಯವರ ಪಾಲಾಗಿತ್ತು. ಆಕೆಯ ಸಂಬಂಧಿಕರು ಗೋಪಾಲ್‌ಸಿಂಗ್ ಎಂಬುವವರು ಬನ್ನೇರುಘಟ್ಟದಲ್ಲಿ ನೆಲಸಿದ್ದು, ಅಪರೂಪಕ್ಕೊಮ್ಮೆ ಗಿರಿಯಮ್ಮ ಅಲ್ಲಿಗೆ ಹೋಗಿ ಕೆಲವಾರು ದಿನ ಇದ್ದು ಬರುತ್ತಿದ್ದರು.

ನಮಗೆಲ್ಲಾ ಚಂದಮಾಮ, ಬಾಲಮಿತ್ರ, ಪತ್ರಿಕೆಗಳನ್ನು ಪರಿಚಯಿಸಿದ್ದೇ ಈ ಗಿರಿಯಮ್ಮ. ಜೊತೆಗೆ ಆ ಕಾಲದ ವಾರ ಪತ್ರಿಕೆಗಳು. ನನಗೆ ತಿಳಿದ ಮಟ್ಟಿಗೆ ನಮ್ಮೂರ ಬ್ರಾಹ್ಮಣರ ಕುಟುಂಬದವರನ್ನು ಬಿಟ್ಟರೆ ಈ ರೀತಿಯ ಮಾಗ್ಯಝಿನ್‌ಗಳನ್ನು ಓದುತ್ತಿದ್ದವರು ಗಿರಿಯಮ್ಮ ಮಾತ್ರ. ಗಿರಿಯಮ್ಮನ ಮೂಲಕ ನಾವುಗಳು ಚಂದಮಾಮದ ಕಥೆಗಳಿಗೆ, ಬೇರೆ ರೀತಿಯ ಕಥೆ ಕಾದಂಬರಿಗಳಿಗೆ ಪ್ರವೇಶ ಪಡೆದಿದ್ದು. ಆದ್ದರಿಂದಲೇ ನಮಗೆ ಓದಲು ಕಲಿಸಿದ್ದು ಗಿರಿಯಮ್ಮ ಎಂದು ನಾನು ಭಾವಿಸಿರುವುದು.

ಗಿರಿಯಮ್ಮನ ಹಿಂದಿನ ಬದುಕು ಹೇಗಿತ್ತೋ ಗೊತ್ತಿಲ್ಲ, ನಾನು ನೋಡಿದಾಗಿನಿಂದಲೂ ಆಕೆ ಒಂಟಿಯೇ. ಬ್ರಾಹ್ಮಣರ ಮನೆಯಲ್ಲಿ ಒಂದಿಷ್ಟು ಧವಸ ಧಾನ್ಯ ಬಿಟ್ಟರೆ ಬೇರೆ ಒಂದೆರಡು ಮನೆಯಲ್ಲಿ ಮಾತ್ರ ಆಕೆ ಏನಾದರೂ

ಪಡೆಯುತ್ತಿದ್ದುದು ಅಥವಾ ಯಾವಾಗಲೋ ಒಮ್ಮೆ ಒತ್ತಾಯದ ಮೇರೆಗೆ ಊಟ ಮಾಡುತ್ತಿದ್ದುದು. ಇದರ ಹೊರತಾಗಿ ಆಕೆ ಪೂರ್ತಿ ಬದುಕಿದ್ದುದು ಸರ್ಕಾರ ನೀಡುತ್ತಿದ್ದ ವೃದ್ಧಾಪ್ಯ ವೇತನದ ಮೇಲೆ.

ಆಗ ಸಿಗುತ್ತಿದ್ದ ವೃದ್ಧಾಪ್ಯ ವೇತನ ತಿಂಗಳಿಗೆ ರೂ. 50 ಮಾತ್ರ. ಇದರಲ್ಲಿಯೇ ಆಕೆ ಎಲ್ಲವನ್ನು ಹೊಂದಿಸಿಕೊಳ್ಳುತ್ತಿದ್ದರು.

ತಿಂಗಳ ಕೊನೆಯಲ್ಲಿ ಅಥವಾ ವೃದ್ಧಾಪ್ಯ ವೇತನ ಬರುವುದು ತಡವಾದಲ್ಲಿ ಹಣದ ಅವಶ್ಯಕತೆ ಬಿದ್ದರೆ ಅಂದು ಪೋಸ್ಟ್ ಮಾಸ್ಟರ್ ಆಗಿದ್ದ ನಾರಾಯಣನಿಂದ ಒಂದಿಷ್ಟು ಅಡ್ವಾನ್ಸ್ ಪಡೆಯುತ್ತಿದ್ದರು. ಜೀವನಕ್ಕಾಗಿ ಎಂದೂ ಯಾರ ಬಳಿಯೂ ಕೈಚಾಚದೆ, ಇದ್ದಷ್ಟು ಹಣದಲ್ಲಿಯೇ ಬಹಳಷ್ಟು ವರ್ಷ ಬದುಕು ಸಾಗಿಸಿದವರು ಗಿರಿಯಮ್ಮ.

ಬಹುಶಃ 85 ವರ್ಷಕ್ಕೂ ಹೆಚ್ಚು ಕಾಲ ಬದುಕಿದ್ದ ಗಿರಿಯಮ್ಮನಿಗೆ ಕೊನೆಯ ದಿನಗಳು ತುಂಬಾ ಕಷ್ಟಕರವಾಗಿದ್ದವು. ಕೈಲಾಗುವಷ್ಟು ದಿನವೂ ತಾನೇ ಅಡುಗೆ ಮಾಡಿಕೊಳ್ಳುತ್ತಿದ್ದವರು ಗಿರಿಯಮ್ಮ. ನೋಡುವವರ ಕಣ್ಣಿಗೆ ಈ ಗಿರಿಯಮ್ಮ ಏಕೆ ಬದುಕಿದ್ದಾಳೆ ಅನ್ನಿಸಿದರೂ, ಆಕೆ ಮಾತ್ರ ನಿರ್ಲಿಪ್ತವಾಗಿ ಬದುಕಿಯೇ ಇದ್ದರು. ಕೊನೆ ಕೊನೆಗೆ ಎದ್ದು ಓಡಾಡುವುದು, ಅಡುಗೆ ಮಾಡಿಕೊಳ್ಳುವುದು ಅಸಾಧ್ಯವಾದಾಗ ನೆರೆಹೊರೆಯವರು ನೆರವಿಗೆ ಬಂದಿದ್ದರು. ದೀರ್ಘಕಾಲದ ಹೋರಾಟದ ನಂತರ ಇಹದ ಯಾತ್ರೆ ಮುಗಿಸಿದ ಗಿರಿಯಮ್ಮನಿಗೆ ಸಂಸ್ಕಾರ ಮಾಡಿದ್ದು ನೆರೆಹೊರೆಯವರು. ತನ್ನವರೆಂದು, ರಕ್ತ ಸಂಬಂಧಿಗಳೆಂದು ಹೇಳಿಕೊಳ್ಳಲು ಸಮೀಪದಲ್ಲಿ ಯಾರೂ ಇರದಿದ್ದರೂ, ಅನಿವಾರ್ಯ ಸ್ಥಿತಿಯಲ್ಲಿ ಕೇರಿಯವರ ಒಂದಿಷ್ಟು ನೆರವು ಪಡೆದು ಬದುಕಿದವರು ಗಿರಿಯಮ್ಮ.

ಈ ಭೂಮಿಯ ಮೇಲೆ ಬದುಕಿರುವ ಆನಂದಕ್ಕಾಗಿ ಮಾತ್ರ ಗಿರಿಯಮ್ಮ ತನ್ನ ಕೊನೆಯ ದಿನಗಳಲ್ಲಿ ಬದುಕಿದ್ದಂತೆ ಕಾಣುತ್ತದೆ. ನನಗಂತೂ ಇಂದಿಗೂ ಆಕೆ ಬದುಕಿದ್ದ ರೀತಿಯೇ ಒಂದು ಅಚ್ಚರಿ.

14 ಬೋರಾ ಎಂಬ ಆಪ್ತಮಿತ್ರ

ಬೋರ ನನ್ನ ಆಪ್ತಮಿತ್ರ ಎಂದರೆ ಆತನ ನನಗೇನು ಕುಚುಕು ಕುಚುಕು ಗೆಳೆಯನಾಗಿರಲಿಲ್ಲ. ಬಾಲ್ಯದ ರಜಾ ದಿನಗಳಲ್ಲಿ ಎಮ್ಮೆ ಮೇಯಿಸಲು ಜೊತೆಗೆ ಕರೆದುಕೊಂಡು ಹೋಗುತ್ತಿದ್ದನು. ಆ ದಿನಗಳ ನೆನಪುಗಳೇ ಇಂದಿಗೂ ಆತನನ್ನು ಆಪ್ತವಾಗಿಸಿವೆ.

ಬೋರ ನಮ್ಮ ಮನೆಯಲ್ಲಿ ಎಮ್ಮೆ ಮೇಯಿಸುವ ಕಾಯಕ ಮಾಡುತ್ತಿದ್ದವನು. ಆಗಿನ್ನು ಜೀತಪದ್ಧತಿ ನಿಷೇಧ ಇರಲಿಲ್ಲ. ಅವರಪ್ಪನ ಯಾವುದೋ ತಾಪತ್ರಯಗಳಿಗೆ ಈತ ಹೊಣೆಯಾಗಿ ನಮ್ಮ ಮನೆಯ ಎಮ್ಮೆ ಮೇಯಿಸುವ ಅನಿವಾರ್ಯಕ್ಕೆ ಸಿಕ್ಕಿಬಿದ್ದಿದ್ದನು.

ಹನ್ನೆರಡು ಮಕ್ಕಳ ತಾಯಿಯಾದ ನನ್ನವ್ವ ವೆಂಕಟಮ್ಮನಿಗೆ ಈತ ಹಾಗೂ ಇನ್ನೊಬ್ಬ ಕೆಲಸಗಾರ ಎಮ್ಮೆಜೋಗಿ ಮತ್ತಿಬ್ಬರು ಮಕ್ಕಳಂತಿದ್ದರು. ಅಂದರೆ ಊಟ ತಿಂಡಿಗೆ ಕೊರತೆ ಮಾಡುತ್ತಿರಲಿಲ್ಲ. ತಾಯಿಯಿಲ್ಲದ ಎಮ್ಮೆಜೋಗಿಗೆ ವೆಂಕಟಮ್ಮನೇ ಬೆನ್ನು ಉಜ್ಜಿ ಸ್ನಾನದ ವೇಳೆ ತಲೆಯ ಮೇಲೆ ನೀರು ಹಾಕುತ್ತಿದ್ದುದು.

ಹಾಗೆಂದ ಮಾತ್ರಕ್ಕೆ ಈ ಇಬ್ಬರಿಗೂ ನಮ್ಮ ಮನೆ ಅವರ ಮನೆಯ ರೀತಿ ಅನಿಸುತ್ತಿತ್ತು ಎಂದು ಹೇಳಲಾರೆ. ಜೀತ ಜೀತವೇ. ಒಬ್ಬರು ಮಾತೃ ಹೃದಯದಿಂದ ಕಂಡರೆ ಮನೆಯ ಎಲ್ಲರಿಗೂ ಅಂಥದೇ ಹೃದಯ ಇರಬೇಕಲ್ಲ.

ಬೋರನ ಅಪ್ಪನ ಹೆಸರು ಮೆಣಸಿ ಎಂದು. ಆತನಿಗೆ ನಾಲ್ವರು ಮಕ್ಕಳು ಮೂರು ಗಂಡು, ಒಂದು ಹೆಣ್ಣು ಇದ್ದುದೊಂದು ಸಣ್ಣ ಮನೆ ಅಷ್ಟೆ. ಅಂಗೈಯಗಲ ಸ್ವಂತ ಜಮೀನು ಎಂಬುದಿರಲಿಲ್ಲ. ಆ ವೇಳೆಗಾಗಲೇ ಊರಿನಲ್ಲಿ ಶಾಲೆ ಇದ್ದರೂ ಮೊದಲ

ಮೂರು ಮಕ್ಕಳು ಶಾಲೆ ಮೆಟ್ಟಲು ಹತ್ತಲಿಲ್ಲ. ಶಾಲೆ ಕಲಿತ ನಾಲ್ಕನೆಯವನು ತಲಾ-ತಿಟ್ಟು ಹತ್ತಲಿಲ್ಲ. ಹೀಗಾಗಿ ಜೀವನಕ್ಕೆ ಬೇರೆಯವರ ಮನೆಯಲ್ಲಿ ದುಡಿಯುವ ಅನಿವಾರ್ಯ.

ನಿನ್ನ ಮಕ್ಕಳಿಗೆ ಏನು ಇಟ್ಟಿದ್ದೀಯೇ ಮೆಣಸಿ ಎಂದು ಯಾರೋ ಕೇಳಿದಾಗ ಮೋಟು ಗುದ್ದಲಿ ಕಡೆ ಕೈ ತೋರಿಸಿದ್ದ ನಮ್ಮಪ್ಪ ಎನ್ನುತ್ತಿದ್ದ ಬೋರ. ಹೀಗೆ ಮೋಟು ಗುದ್ದಲಿಯ ಒಡೆಯನಾದ ಬೋರನಿಗೆ ಬಾಲ್ಯದಿಂದಲೇ ದುಡಿಮೆ ಅನಿವಾರ್ಯ ಎಂಬಂತಾಗಿತ್ತು.

ಇದು ಬೋರ ಒಬ್ಬನ ಕಥೆಯಾಗಿರಲಿಲ್ಲ. ನಮ್ಮೂರ ಪರಿಶಿಷ್ಠರ ಕುಟುಂಬಗಳ ಬಹುತೇಕರ ಸ್ಥಿತಿ ಇಂಥದೇ ಇತ್ತು. ಆ ಕಾಲಕ್ಕೆ ಊರಿನಲ್ಲಿ ಅಲ್ಪ-ಸ್ವಲ್ಪ ಜಮೀನು ಇದ್ದು ಮೂರು ಹೊತ್ತು ಹೊಟ್ಟೆ ತುಂಬಾ ಉಣ್ಣುತ್ತಿದ್ದವರೇ ಶ್ರೀಮಂತರು. ಇಂತಹ ಮೂರು ಹೊತ್ತು ಉಣ್ಣುತ್ತಿದ್ದ ಶ್ರೀಮಂತರ ಕುಟುಂಬಗಳಲ್ಲಿ ಚಿಕ್ಕವರಾದರೆ ಎಮ್ಮೆ ಮೇಯಿಸುವ ಕೆಲಸಕ್ಕೆ, ದೊಡ್ಡವರಾದರೆ ಬೇರೆ ವ್ಯವಸಾಯದ ಕೆಲಸಕ್ಕೆ ದುಡಿಯುವ ಸಲುವಾಗಿ ವರ್ಷದ ಸಂಬಳದ ಮೇಲೆ ಬೋರನಂಥವರು ಕೆಲಸ ಮಾಡಬೇಕಾಗಿತ್ತು ಮತ್ತು ಈ ಕಾರಣಕ್ಕೆ ಮಾಲೀಕರಿಂದ ನಾನಾ ರೀತಿಯ ಅವಮಾನ ಕಿರುಕುಳ ಎದುರಿಸಬೇಕಾಗಿತ್ತು.

ಕಳ್ಳತನದ ಆರೋಪದ ಮೇಲೆ ಮೈಮೇಲೆ ಕೆಂಜಿಗದ ಗೂಡನ್ನು ಸುರಿದು ಕಂಬಕ್ಕೆ ಕಟ್ಟಿ ಹಿಂಸಿಸಿದ ಘಟನೆಯನ್ನು ನಮ್ಮೂರಿನಲ್ಲಿ ನೋಡಿದ್ದೇನೆ.

ಆದರೆ, ಬೋರನ ಜತೆ ನನಗಿರುವ ಬಾಲ್ಯದ ನೆನಪುಗಳೆಲ್ಲಾ ಆಪ್ತವಾದವುಗಳೇ. ಬೇಸಿಗೆ ರಜಾ ದಿನಗಳಲ್ಲಿ ಎಮ್ಮೆ ಮೇಯಿಸಲು ಬೋರನ ಜತೆಗೆ ಹೋಗುತ್ತಿದ್ದೆ. ಆಗ ಊರಿನಲ್ಲಿ ಪ್ರಾಕ್ಟೀಸ್ ಮಾಡುತ್ತಿದ್ದ ನಾಟಕದ ಹಾಡುಗಳನ್ನು ಹಾಡಿಕೊಳ್ಳುತ್ತಾ ನಾಟಕದ ದೃಶ್ಯಗಳನ್ನು ಅಭಿನಯಿಸುತ್ತಿದ್ದೆವು. ನಮ್ಮ ಹಾರ್ಮೋನಿಯಂ ಪೆಟ್ಟಿಗೆ ಎಂದರೆ ದೊಡ್ಡದಾದ ಅರೆ ಕಲ್ಲಿನ ಮೇಲೆ ಸಣ್ಣ ಸಣ್ಣ ಕಲ್ಲುಗಳನ್ನು ಹಾರ್ಮೋನಿಯಂ ಮಣೆಯ ರೀತಿ ಜೋಡಿಸಿ ಅವುಗಳನ್ನೇ ನುಡಿಸಿದಂತೆ ಅಭಿನಯಿಸುವುದು, ಕಲ್ಲುಗಳಿಂದ. ಉದುರುತ್ತಿದ್ದ ಬಣ್ಣದ ರೀತಿಯ ಪುಡಿಯನ್ನೇ ಮುಖಕ್ಕೆ ಬಳದುಕೊಳ್ಳುವುದು, ಹರಳಿನ ಗಿಡದಿಂದ ಮಾಡಿದ ಪೀಪಿ, ಕಣ್ವ ಕಾಲುವೆಯ ಈಜು ಹೀಗೆ ಬಾಲ್ಯದ ಏನೆಲ್ಲಾ ಆಟಗಳಿದ್ದವೋ ಅವುಗಳಿಗೆಲ್ಲಾ ಕಂಪನಿ ನೀಡುತ್ತಿದ್ದವನು ಈ ಬೋರ.

ಹಾಗಾಗಿಯೇ ನನಗೆ ಆತ ಬಾಲ್ಯದ ಆಪ್ತಮಿತ್ರ. ಆದರೆ, ಆ ದಿನಗಳು ಆತನಿಗೂ ಅಷ್ಟೇ ಮಧುರ ನೆನಪುಗಳನ್ನು ನೀಡಿವೆಯೇ? ಅದು ಮಾತ್ರ ಗೊತ್ತಿಲ್ಲ.

ಇಂದು ಕಾಲ ಬದಲಾಗಿದೆ. ಪರಿಶಿಷ್ಟರ ರಕ್ಷಣೆಗೆ ಹಲವು ಕಾನೂನುಗಳು ಇವೆ ಹಾಗೂ ಅವುಗಳ ಅರಿವೂ ಇದೆ. ಇಂದು ಜೀತ ಪದ್ಧತಿ ಇಲ್ಲ. ಆದರೆ, ಬೋರನ ಬದುಕು ಸುಧಾರಿಸಿದೆಯೇ!

ಶಾಲೆ ಕಲಿತ ನನ್ನ ಬದುಕನ್ನು, ಜಮೀನು ಇಲ್ಲದೆ, ಶಿಕ್ಷಣದಿಂದಲೂ ವಂಚಿತರಾದ ಬೋರನ ಬದುಕಿನ ಜತೆ ಹೋಲಿಸಿಕೊಂಡರೆ, ವ್ಯತ್ಯಾಸಗಳು ಹೋಲಿಕೆಗೂ ನಿಲುಕುವುದಿಲ್ಲ. ಸರ್ಕಾರದಿಂದ ಬೋರ ಹಾಗೂ ಆತನ ಅಣ್ಣನಿಗೆ ಬಹಳಷ್ಟು ವರ್ಷಗಳ ನಂತರ 20×30 ಅಳತೆಯ ಒಂದೊಂದು ನಿವೇಶನ ಮಂಜೂರಾಗಿದೆ. ಸರ್ಕಾರದ ವಸತಿ ಯೋಜನೆಯ ನೆರವು ಪಡೆದು ಅಲ್ಲೊಂದು ಮನೆ ಕಟ್ಟಿಕೊಂಡಿದ್ದಾರೆ. ಅಪ್ಪ ಮೆಣಸಿಗೂ ಒಂದು ನೆರಕೆ ಮನೆ ಇತ್ತು. ಮಗ ಬೋರನಿಗೂ ಒಂದು ಹೆಂಚಿನ ಮನೆ ಇದೆ. ಇಷ್ಟೇ, ಇದರ ಹೊರತಾಗಿ ಬೇರೇನೂ ಬದಲಾವಣೆ ಇಲ್ಲ.

ನಿಷ್ಣಾತ ತಮಟೆ ಕಲಾವಿದನಾದ ಬೋರ ಇಂದಿಗೂ ನೆಚ್ಚಿಕೊಂಡಿರುವುದು ಅವರಪ್ಪ ನೀಡಿದ ಮೋಟುಗುದ್ದಲಿಯನ್ನೇ.

ಬೋರನ ಇಬ್ಬರು ಹೆಣ್ಣು ಮಕ್ಕಳು ಶಾಲೆ ಕಲಿಯುತ್ತಿದ್ದಾರೆ. ಬೋರನ ಬದುಕಿನಲ್ಲಿ ಬದಲಾವಣೆ ಈಗ ಆರಂಭವಾಗಿದೆ ಅನಿಸುತ್ತಿದೆ.

15 ಮಾಮಾ, ಬೋಂಡ ತಂದ್ಕೊಡನೇ

ಇದು ನಮ್ಮ ಅಣ್ಣನ ಮಗಳು ಸರಿತಾ ಹಬ್ಬಕ್ಕೆಂದು ಬಂದಿದ್ದ ನಮ್ಮ ಅಕ್ಕ ಜಯಮ್ಮನ ಅಳಿಯ ಕಾಳೇಗೌಡರಿಗೆ ನೀಡಿದ್ದ ಆಫರ್. ಈಗಲೂ ಆಕೆಯನ್ನು ತಮಾಷೆಗಾಗಿ ಮಾಮಾ ಬೋಂಡಾ... ಎಂದು ರೇಗಿಸುವುದುಂಟು. ಇವಳು ಆಫರ್ ಮಾಡಿದ್ದ ಬೋಂಡಾ ಎದುರಿನ ರಾಮಣ್ಣನ ಹೋಟೆಲ್‌ನದು. ತೀರಾ ಚಿಕ್ಕವಳಿದ್ದ ಸರಿತಾ, ಬೋಂಡಾ ತರಲು ಹೇಳಿದರೆ ತನಗೊಂದು ಬೋಂಡಾ ಸಿಗುತ್ತದಲ್ಲಾ ಎಂಬ ಆಸೆಯಿಂದ ಈ ಆಫರ್ ಇಟ್ಟಿದ್ದಳು ಎಂದು ಕಾಣುತ್ತದೆ.

ಬಹಳ ಕಾಲದಿಂದ ನಮ್ಮ ಊರ ಮುಂದಿದ್ದ ಎರಡು ಹೋಟೆಲ್‌ಗಳು ರಾಮಣ್ಣನ ಹೋಟ್ಲು ಮತ್ತು ಲಕ್ಷ್ಮಣನ ಹೋಟ್ಲು. ರಾಮಣ್ಣ ಮತ್ತು ಲಕ್ಷ್ಮಣ ಇಬ್ಬರು ಅಣ್ಣ ತಮ್ಮಂದಿರು. ರಾಮಣ್ಣ ಹಿರಿಯವನು. ಇವರ ತಂದೆಯ ಹೆಸರು ದಶರಥ ಎಂದೇನೂ ಇರಲಿಲ್ಲ. ನಾವೂ ಸಹ ಇವರ ತಂದೆಯನ್ನು ನೋಡಿರಲಿಲ್ಲ.

ಈ ಇಬ್ಬರಿಗೂ ಹೆಚ್ಚಿನ ಜಮೀನು ಇದ್ದಂತೆ ಕಾಣುತ್ತಿರಲಿಲ್ಲ. ಹಾಗಾಗಿಯೇ ಹೋಟಲ್ ಉದ್ಯಮಕ್ಕೆ ಇಳಿದಿರಬೇಕು. ಇವರುಗಳ ಇಡೀ ಕುಟುಂಬವೇ ಹೋಟಲ್ ಕೆಲಸಗಳಲ್ಲಿ ತೊಡಗಿಸಿಕೊಂಡಿರುತ್ತಿತ್ತು. ಹೆಣ್ಣು ಮಕ್ಕಳು ಮನೆಯಲ್ಲಿ ದೋಸೆ, ಇಡ್ಲಿಗೆ ಅಕ್ಕಿ ಹಿಟ್ಟು ರುಬ್ಬುವ ಕೆಲಸವನ್ನು ಮಾಡುವುದರ ಜತೆಗೇ ಹೋಟೆಲ್‌ನಲ್ಲಿ ಸಪ್ಲೈಯರ್ ಕೆಲಸವನ್ನೂ ಮಾಡುತ್ತಿದ್ದರು.

ಗಂಡು ಮಕ್ಕಳು ಸೌದೆ ಹೊಂಚುವುದು ಜತೆಗೆ ಸಪ್ಲೈಯರ್ ಕೆಲಸ.

ನಮ್ಮೂರಿನಲ್ಲಿ ಈ ಎರಡು ಹೋಟೆಲ್‌ಗಳಿಗೆ ವಿಶೇಷವಾದ ಸ್ಥಾನಮಾನಗಳಿದ್ದವು. ಊರಿನ ಅಷ್ಟೇ ಏಕೆ ರಾಜ್ಯದ, ದೇಶದ, ಜಗತ್ತಿನ ರಾಜಕಾರಣವೆಲ್ಲಾ ಇಲ್ಲಿ ಚರ್ಚೆಯಾಗುತ್ತಿತ್ತು.

ಊರಿನಲ್ಲಿ ಆಗಿನ್ನು ಸಾರಾಯಿ ಅಂಗಡಿ ಬಂದಿರಲಿಲ್ಲ. ಪೆಟ್ಟಿಗೆ ಅಂಗಡಿಗಳಲ್ಲಿ ಬಾಟ್ಲಿ ಮಾರುವ ಅಭ್ಯಾಸವೂ ಇರಲಿಲ್ಲ. ಅಷ್ಟೇಕೆ ಕುಡಿತದ ಚಟ ಇದ್ದ ಮಂದಿಯೂ ತೀರಾ ಕಡಿಮೆ. ಆದರೆ, ಟೀ ಕುಡಿಯುವ ಚಟ ಇದ್ದವರು ತುಂಬಾ ಜನರಿದ್ದರು. ಹೀಗಾಗಿ ಎರಡೂ ಹೋಟೆಲ್‌ಗಳಿಗೆ ಚೆನ್ನಾಗಿಯೇ ವ್ಯಾಪಾರ ನಡೆಯುತ್ತಿತ್ತು.

ಮನೆಯ ಅಕ್ಕಿ ರೊಟ್ಟಿ, ರಾಗಿ ರೊಟ್ಟಿ ಕಡಿಯಲು ಇಷ್ಟವಿಲ್ಲದ ಜನ ಹೋಟೆಲ್‌ನ ನಾಷ್ಟಾ ಮಾಡಲು ಬರುತ್ತಿದ್ದರು. ಬಹಳಷ್ಟು ಜನ ಬೆಳಗಿನ ಟೀ ಹಾಗೂ ರಾಜಕೀಯದ ಚರ್ಚೆಗಾಗಿ ಮಾತ್ರ ಬರುತ್ತಿದ್ದರು. ಈ ಹೋಟೆಲ್‌ಗಳ ಎದುರೇ ನಮ್ಮ ಅಕ್ಕ ಜಯಮ್ಮನ ಮನೆ ಇದ್ದು, ಇವರ ಮನೆಯ ಪಡಸಾಲೆಯೂ ಹೋಟಲ್ ಟೀ ಗೆ ಬರುವವರಿಗೆ ಆಶ್ರಯ ನೀಡಿತ್ತು. ಬೆಳಿಗ್ಗೆ 5 ಗಂಟೆಗೇ ಇವರ ಚಟುವಟಿಕೆ ಶುರುವಾಗುತ್ತಿತ್ತು.

ಹೋಟೆಲ್‌ನ ರಾಮಣ್ಣ ಮತ್ತು ಲಕ್ಷ್ಮಣ ಬರುವವರೆಗೂ ಜನರೇನೂ ಕಾಯುತ್ತಿರಲಿಲ್ಲ. ಇವರೇ ಒಲೆ ಹೊತ್ತಿಸಿ ಬಿಸಿ ನೀರು ಕಾಯಿಸಿ ರೆಡಿ ಮಾಡಿಡುತ್ತಿದ್ದರು. ಹೋಟೆಲ್‌ನವರ ಕೆಲಸವೆಂದರೆ ಬರುತ್ತಿದ್ದ ಹಾಗೆಯೇ ಟೀ ಸೊಪ್ಪು, ಬೆಲ್ಲ ಹಾಕುವುದು. ಕೆಲವರಿಗೆ ಇಲ್ಲೊಂದು ಟೀ ಕುಡಿದು ತೊರೆ ಕಡೆ ಹೋಗುವುದು, ಅಥವಾ ತೊರೆ ಕಡೆ ಹೋಗಿ ಬಂದು ಟೀಗೆ ಕುಳಿತುಕೊಳ್ಳುವುದು ಈ ರೀತಿಯಾಗಿ ರೂಢಿಯಾಗಿ ಹೋಗಿದ್ದರು.

ಇಡ್ಲಿ, ದೋಸೆಯ ಗಿರಾಕಿಗಳು ಹೆಚ್ಚಿನ ಮಟ್ಟಿಗೆ ನಮ್ಮೂರ ಪರಿಶಿಷ್ಟರ ಕೇರಿಯವರೇ ಆಗಿರುತ್ತಿದ್ದರು. ಕೂಲಿ ಕೆಲಸಕ್ಕೆ ಹೆಚ್ಚಾಗಿ ಇವರೇ ಹೋಗುತ್ತಿದ್ದುದರಿಂದ ಕೂಲಿಯ ನಗದಿನ ಜತೆಗೇ ಇಡ್ಲಿ ದೋಸೆ ಒಂದು ಕಾಂಪೊನೆಂಟ್ ಆಗಿತ್ತು. ಈಗ ಬಾಟ್ಲಿ ಕಡ್ಡಾಯವಾಗಿದೆ. ನಮ್ಮೂರ ಪರಿಶಿಷ್ಟರ ಕೇರಿಯ ಜನರಿಗೆ ಅದೇಕೋ ಟೀ ಎನ್ನಲು ನಾಲಗೆ ಹೊರಳುತ್ತಿರಲಿಲ್ಲ. ಟಿಯ್ಯು, ಟೀಯು ಎನ್ನುತ್ತಿದ್ದರು. ಇವರ ಬಾಯಲ್ಲಿ ನಾಥವ್ವಾ, ಒಂದು ಟೀಯು ಎನ್ನುವುದೇ ಬರುತ್ತಿತ್ತು. ಈ ನಾಥವ್ವಾ ಟೀ ಸಪ್ಲೈ ಮಾಡುತ್ತಿದ್ದವಳು. ರಾಮಣ್ಣನ ಮಗಳು. ನಾವೆಲ್ಲ ನಾತೀ ಎಂದು ಕರೆಯುತ್ತಿದ್ದುದು.

ಹನ್ನೊಂದು ಗಂಟೆಯ ವೇಳೆಗೆ ವಡೆ ಮತ್ತು ಬೋಂಡದ ಗಮಲು ಹೋಟಲ್ ಸುತ್ತ ಮುತ್ತ ಆವರಿಸಿಕೊಳ್ಳುತ್ತಿತ್ತು. ಜಮೀನಿನ ಕೆಲಸ ಮಾಡುವವರಿಗೆ ಹನ್ನೊಂದು ಗಂಟೆ ವೇಳೆಗೆ ಒಂದು ಟೀ ಕೊಡಬೇಕಾಗಿತ್ತು. ಕೆಲವರು ಟೀ ಜತೆಗೆ ವಡೆ ಅಥವಾ ಬೊಂಡಾ ಡಿಮ್ಯಾಂಡ್ ಮಾಡುತ್ತಿದ್ದರು. ಎಲ್ಲರೂ ಅಲ್ಲದಿದ್ದರೂ ಅನುಕೂಲ ಇದ್ದವರು ಟೀ ಜತೆ ವಡೆ-ಬೊಂಡಾ ಕೊಡಿಸುತ್ತಿದ್ದರು. ಹೋಟಲ್ ಟೀಗೆ ಕಾಸು ಏಕೆ ಹಾಕಬೇಕು ಎನ್ನುವವರು ಮನೆಯಲ್ಲೇ ಟೀ ಮಾಡಿ ಕಳುಹಿಸುತ್ತಿದ್ದರು.

ಹೋಟೆಲ್ ರಾಮಣ್ಣ ಹೋಟೆಲ್‌ನಿಂದಾಚೆಯೂ ಪ್ರಸಿದ್ಧಿಯಾಗಿದ್ದುದು ಅವನ ನಾನ್‌ವೆಜ್ ಅಡುಗೆಯಿಂದಾಗಿ. ನಮ್ಮೂರಿನಲ್ಲಿ ಯಾವುದೇ ಬೀಗರ ಊಟವಿದ್ದು ನಾನ್‌ವೆಜ್ ಅಡುಗೆ ಇದ್ದರೆ ರಾಮಣ್ಣನದೇ ಒಗ್ಗರಣೆ. ಆ ಕಾಲಕ್ಕೆ ಈಗಿನಷ್ಟು ವೆರೈಟಿ ಇರಲಿಲ್ಲ. ಒಂದೆರಡು ಮರಿ ಕಡಿದು, ಸಾರು ಮುದ್ದೆ ಮಾಡುತ್ತಿದ್ದರು. ಸಾರಿನ ಬೆಂದ ಮಾಂಸವನ್ನೆಲ್ಲ ತೆಗೆದು ಅದಕ್ಕೆ ಒಗ್ಗರಣೆ ಹಾಕಿ ಪಂಕ್ತಿಯ ಮೇಲೆ ಎರಡೆರಡು ಪೀಸ್ ಹಾಕಿದರಾಯಿತು. ಜತೆಗೆ ಒಂದಿಷ್ಟು ಒಗ್ಗರಣೆ ಅನ್ನ ಇದ್ದರೆ ಅದೇ ಭಾರಿ ಮೆನು. ಕಳ್ಳು-ಪಚ್ಚಿಗೆ ಅದೂ-ಇದೂ ತರಕಾರಿ ಹಾಕಿ ಗೊಜ್ಜು ಮಾಡುತ್ತಿದ್ದರು.

ಲಕ್ಷ್ಮಣ ಸ್ವಾತಂತ್ರ ಹೋರಾಟಗಾರನೆಂದೂ ಮಾನ್ಯತೆ ಪಡೆದಿದ್ದವನು. ಮೈಸೂರು ಚಲೊ ಚಳವಳಿಯ ವೇಳೆ ತಾಲ್ಲೂಕು ಆಫೀಸಿನ ಮೇಲೆ ಬಾವುಟ ಹಾರಿಸಲು ಹೋಗಿ ಪೊಲೀಸರಿಂದ ಏಟು ತಿಂದು ಜೇಲು ಕಂಡಿದ್ದವನು. ಸ್ವಾತಂತ್ರ್ಯ ಹೋರಾಟಗಾರರ ಪಿಂಚಣಿಯೂ ಬರುತ್ತಿತ್ತು. ಲಕ್ಷ್ಮಣನ ಜತೆಗೆ ನಮ್ಮೂರಿನ ಕೃಷ್ಣಮೂರ್ತಿ ಹಾಗೂ ಚನ್ನಿಗಯ್ಯ ಅವರುಗಳೂ ಪಾಲ್ಗೊಂಡಿದ್ದು, ಮೈಸೂರು ಚಲೊ ಚಳವಳಿಯಲ್ಲಿ ಅಬ್ಬೂರಿನ ಹೆಸರನ್ನು ದಾಖಲಿಸಿದ್ದರು.

ಸ್ವಚ್ಛ ಭಾರತ ಅಭಿಯಾನವನ್ನೇನಾದರೂ ಅಂದು ಆರಂಭಿಸಿದ್ದರೆ ನಮ್ಮೂರಿನ ಈ ಹೋಟೆಲ್‌ಗಳಿಂದಲೇ ಆರಂಭಿಸಬೇಕಾಗಿತ್ತು. ಜೊಯ್ ಎನ್ನುವ ನೊಣ, ಕೂತ ಕಡೆಯೇ ಉಗುಳುವ ಮಂದಿ, ಎದುರಿನ ಬಚ್ಚಲಿನಲ್ಲಿ ದಾಳಿಯಿಡುವ ಸೊಳ್ಳೆಗಳು. ದೋಸೆ ಹಾಕುವ ವೇಳೆ ಲಕ್ಷ್ಮಣ ಗೊಣ್ಣೆ ತೆಗೆದನೆಂದರೆ ಚಡ್ಡಿಗೆ ಕೈ ಒರಸಿದರೂ ಆಯಿತು, ಇಲ್ಲದಿದ್ದರೂ ಆಯಿತು. ಆದರೆ, ಟೀ ಸೊಪ್ಪಿನ ಬಟ್ಟೆಯನ್ನು ಮಾತ್ರ ಇದೇ ಕೈಯಲ್ಲಿ ಹಿಂಡುತ್ತಿದ್ದುದು! ಜನರೇನೂ ಇದರ ಬಗ್ಗೆ ತಲೆ ಕೆಡಿಸಿಕೊಂಡ ಹಾಗೇ ಕಾಣುತ್ತಿರಲಿಲ್ಲ. ಜನಕ್ಕೆ ಮುಖ್ಯವಾಗಿದ್ದುದು ಬಿಸಿ ಬಿಸಿ ಟೀ ಹಾಗೂ ಅದನ್ನು ಕುಡಿಯುತ್ತಾ ಮಾಡುತ್ತಿದ್ದ ಲೋಕಾಭಿರಾಮದ ಚರ್ಚೆ ಮಾತ್ರ.

ರಾಮಣ್ಣ ಮತ್ತು ಲಕ್ಷ್ಮಣ ಇಬ್ಬರೂ ಇಂದು ಇಲ್ಲ. ಆದರೆ, ಅವರ ಹೋಟಲ್ ಪರಂಪರೆ ಮುಂದುವರಿದಿದೆ. ಮಕ್ಕಳು ಹೋಟಲ್ ಉದ್ಯಮವನ್ನು ಮುಂದುವರಿಸಿದ್ದಾರೆ. ಟೀ ದೋಸೆ ಜತೆಗೆ ಕಾಲದ ಅಗತ್ಯಕ್ಕೆ ತಕ್ಕ ಬದಲಾವಣೆಗಳನ್ನು ಮಾಡಿಕೊಂಡಿದ್ದಾರೆ. ಹೋಟೆಲ್‌ಗಳು ಇದ್ದ ಜಾಗಗಳೂ ಬದಲಾಗಿವೆ.

ರಾಮಣ್ಣನ ಹೋಟಲ್ ಈಗ ನಾತಿ ಹೋಟಲ್ ಆಗಿದೆ. ಲಕ್ಷ್ಮಣದ ಹೋಟಲ್ ಪದ್ದು ಹೋಟಲ್ ಆಗಿದೆ. ಇವುಗಳ ಜತೆಗೇ ಇನ್ನೊಂದೆರಡು ಹೋಟೆಲ್‌ಗಳೂ ತಲೆ ಎತ್ತಿವೆ. ಆದರೆ, ಅಬ್ಬೂರಿನ ಇತಿಹಾಸ ಬಹುಶಃ ರಾಮಣ್ಣ ಮತ್ತು ಲಕ್ಷ್ಮಣರನ್ನು ಮಾತ್ರ ಸ್ಮರಿಸುತ್ತದೆ. ಯಾಕೆಂದರೆ ಅಬ್ಬೂರಿನ ಹೋಟಲ್ ಪಿತಾಮಹರೆಂಬ ಹೆಗ್ಗಳಿಕೆ ಈ ಇಬ್ಬರಿಗೆ ಸಲ್ಲುತ್ತದೆ.

16 ಟಿಯ್ಯು

ಈ ಟಿಯ್ಯು ಅನ್ನುವ ಶಬ್ದ ಪದೇ ಪದೇ ಕೇಳಿಬರುವುದು ನಮ್ಮೂರಿನ ಸ್ಟಾರ್ ಹೋಟಲ್ ಆದ ನಾತಿ ಹೋಟಲ್ ನಲ್ಲಿ.

ಈ ನಾತಿಯ ನಿಜ ನಾಮಧೇಯ ಗೊತ್ತಿಲ್ಲ. ಆದರೆ, ಆಕೆಯನ್ನು ಆಕೆಯ ಅಡ್ಡನಾಮವಾದ ನಾತಿ ಎಂಬ ಹೆಸರಿನಿಂದ ಕರೆದರೇ ಗೊತ್ತಾಗುವುದು, ಆಕೆಗೆ ಮತ್ತು ಬೇರೆಯವರಿಗೆ.

ಈ ನಾತವ್ವ ನಮ್ಮೂರಿನ ಹೋಟ್ಲು ರಾಮಣ್ಣನ ಮಗಳು. ಅಪ್ಪನ ನಂತರ ಸ್ವತಂತ್ರವಾಗಿ ಹೋಟೆಲ್ ನಡೆಸುತ್ತಾ, ಸ್ವಾವಲಂಬಿ ಜೀವನ ನಡೆಸುತ್ತಿರುವ ಹೆಣ್ಣುಮಗಳು. ಇತರರಿಗೆ ಮಾದರಿಯಾದವಳು.

ಇಂತಿಪ್ಪ ನಾತವ್ವನ ಹೋಟ್ಲ ಟಿಯ್ಯು ಕುಡಿಯದಿದ್ದರೆ ನಮ್ಮೂರಿನ ಹಲವರಿಗೆ ಬೆಳಕೇ ಹರಿಯುತ್ತಿರಲಿಲ್ಲ.

ಆದರೆ, ನಾನು ಇಲ್ಲಿ ಹೇಳಲು ಹೊರಟಿದ್ದು ನಾತವ್ವನ ಕತೆಯಲ್ಲ, ಈ ಟಿಯ್ಯು ಕತೆಯನ್ನು.

ಟಿಯ್ಯು ಎನ್ನುವುದನ್ನು ನಮ್ಮೂರಿನಲ್ಲಿ ಬಿಟ್ಟರೆ ಬೇರೆಲ್ಲೂ ಕೇಳಿಲ್ಲ. ಟೀ ಎನ್ನುವುದಕ್ಕೆ ಬದಲು ನಮ್ಮೂರ ಪರಿಶಿಷ್ಟ ಜನಾಂಗದ ಕೆಲವರು ಟಿಯ್ಯು ಎನ್ನುತ್ತಿದ್ದರು. ಟಿಯ್ಯು ಅನ್ನುವುದೇ ಕಷ್ಟ. ಆದರೂ, ಸುಲಭವಾಗಿ ಹೇಳಬಹುದಾಗಿದ್ದ ಟೀ ಎನ್ನಲು ಇವರಿಗೆ ನಾಲಗೆ ಹೊರಳುತ್ತಿರಲಿಲ್ಲವಾ!?

ಟಿಯ್ಯು ಅನ್ನುವ ಕಾರಣಕ್ಕೆ ಬೇರೆಯವರು ಅವರನ್ನು ಕೆಲವೊಮ್ಮೆ ತಮಾಷೆ, ಕೀಟಲೆ ಮಾಡುತ್ತಿದ್ದರು. ಬೇರೆಯವರ ಕೀಟಲೆಗೆ ಅಂಜಿ ಈಗ ಎಷ್ಟು ಜನ ನಾಲಗೆ

ಹೊರಳಿಸುವುದನ್ನು ಅಭ್ಯಾಸ ಮಾಡಿಕೊಂಡಿದ್ದಾರೊ ಗೊತ್ತಿಲ್ಲ.

ಇದೆಲ್ಲಾ ಈಗ ಯಾಕಪ್ಪಾ ನೆನಪಾಯ್ತು ಅಂದ್ರೆ, ನಾಲಗೆ ಹೊರಳಿಸುವುದನ್ನೇ ಪಾಂಡಿತ್ಯ ಎಂತಲೋ, ಪ್ರತಿಭೆ ಎಂತಲೋ ಭಾವಿಸಿಕೊಳ್ಳುತ್ತಾ ಇತರರನ್ನು ಆಡಿಕೊಳ್ಳುವುದೋ, ಹಂಗಿಸುವುದೋ ಮಾಡುವ ಮೂಲಕ ಜಾತಿ ಶ್ರೇಷ್ಠತೆಯ ವಿಷ, ವಿಕಾರವನ್ನು ಈಗಲೂ ಕೆಲವರು ಕಾರಿಕೊಳ್ಳುತ್ತಲೇ ಇರುತ್ತಾರೆ.

'ಶ' ಕಾರ 'ಷ' ಕಾರ ಗೊತ್ತಿಲ್ದೇ ಇರೋರೆಲ್ಲಾ ಅಧಿಕಾರ ಚಲಾಯಿಸುತ್ತಾರಲ್ಲಾ ಎಂಬ ಅಸಹನೆ ಇವರದ್ದು. ಅಧಿಕಾರ ಏನಿದ್ದರೂ ನಾಲಗೆ ಹೊರಳಿಸಲು ಕಲಿತಿದ್ದವರ ಬಳಿಯೇ ಇರಬೇಕು ಎಂಬುದು ಇವರ ಮನೋಭಾವ.

ನಮ್ಮ ವ್ಯಾಕರಣ ಪಂಡಿತರು ಬೇರೆ, ಭಾಷಾ ಶುದ್ಧತೆ ಹೆಸರಲ್ಲಿ ಕ ಕಾ ಕಿ ಕೀ ಎಲ್ಲವನ್ನೂ ಕರೆಕ್ಟಾಗಿ ಡಿಫೈನ್ ಮಾಡಿಬಿಟ್ಟು, ನಮ್ಮಂಥ ನಾಲಗೆ ಹೊಳ್ಳದವರನ್ನು ತೊಂದರೆಗೆ ಸಿಕ್ಕಿಸಿಬಿಟ್ಟಿದ್ದಾರೆ.

ಆದರೂ, ಏನು ಮಾಡುವುದು. ಚಿಕ್ಕಂದಿನಿಂದ ಕಲ್ತಿರೋ ನಾಲ್ಗೆ, ಈಗ ಮಾತು ಕೇಳಲ್ಲ ಅಂತದೆ. ಸರಿಯಾಗಿ ಹೊಳ್ಳಲ್ಲ ಅಂತದೆ.

ಆದ್ರೂ ನಾಲ್ಗೆ ಹೊಳ್ಳಲ್ಲ ಅಂತ ಸುಮ್ನೆ ಕೂತ್ಕೊಳ್ದೆ, ನಾಲ್ಗೇನೇ ಜ್ಞಾನ ಅಲ್ಲ, ಜ್ಞಾನ ವಿವೇಕ ನಮಗೂ ಇದೆ ಅಂತ ತೋರಿಸಿಕೊಟ್ಟಿದ್ರೂ, ನಾಲ್ಗೆ ಹೊಳ್ಳೋರ ಕ್ಯಾತೆ ಮಾತ್ರ ಮುಗೀತಿಲ್ಲ.

ಆದರೇನಂತೆ, ಬೀದಿ ಮಕ್ಕಳು ಬೆಳೆಯುತ್ತಲೇ ಇದ್ದಾರೆ, ಬೀರನ ಕತೆಯನ್ನು ಹೇಳುತ್ತಲೇ ಇದ್ದಾರೆ.

17 ಸಂಕ್ರಾಂತಮ್ಮನೂ, ಎಳ್ಳು ಬೆಲ್ಲವೂ

ನಮ್ಮೂರ ಜನ ಕಾಲಾನುಕಾಲದಿಂದಲೂ ಹಲವಾರು ಹಬ್ಬಗಳನ್ನು ಆಚರಿಸಿಕೊಂಡು ಬರುತ್ತಿದ್ದಾರೆ. ನಮ್ಮೂರ ಜನಗಳಿಗಲ್ಲದೆ, ದನಕರುಗಳಿಗೂ ಸಂಭ್ರಮದ ಹಬ್ಬ ಎಂದರೆ ಸಂಕ್ರಾಂತಿ.

ಸಂಕ್ರಾಂತಿ ಬಂತೆಂದರೆ ಜನರೆಲ್ಲಾ ಎಳ್ಳು ಬೆಲ್ಲ ತಿಂದು ಒಳ್ಳೊಳ್ಳೆ ಮಾತನಾಡುವ ಸಂಭ್ರಮದ ಸಿದ್ದತೆಯಲ್ಲಿ ತೊಡಗಿಸಿಕೊಳ್ಳುತ್ತಾರೆ. ಅಂಗಡಿಗಳು ಥರಾವರಿ ಡಿಸೈನ್‌ಗಳ ಸಕ್ಕರೆ ಅಚ್ಚುಗಳನ್ನು ಸಂಗ್ರಹಿಸತೊಡಗುತ್ತವೆ. ಹಾಗೆಯೇ ರೆಡಿಮೇಡ್ ಎಳ್ಳು-ಬೆಲ್ಲದ ಪ್ಯಾಕೆಟ್‌ಗಳು ಸಹ ಸಜ್ಜಾಗುತ್ತವೆ.

ಅಂಗಡಿಯಿಂದ ಎಳ್ಳು ಬೆಲ್ಲ ಪ್ಯಾಕೆಟ್ ಖರೀದಿಸಲು ಇಚ್ಛಿಸದ ಗೃಹಣಿಯರು ಕೊಬ್ಬರಿಯನ್ನು ಒಣಗಿಸಿ ನೀಟಾಗಿ ಕಟ್ ಮಾಡಿ ಇಟ್ಟುಕೊಂಡು, ಬೆಲ್ಲದ ಚೂರುಗಳನ್ನು ತಯಾರಿಸ ತೊಡಗುತ್ತಾರೆ. ಮಕ್ಕಳ ಎಳ್ಳು ಬೀರುವ ಸಂಭ್ರಮ ಎಲ್ಲೆ ಮೀರತೊಡಗುತ್ತದೆ.

ಸಂಕ್ರಾಂತಿ ಬಂತೆಂದರೆ ನಗರ ಪ್ರದೇಶಗಳಲ್ಲೆಲ್ಲಾ ಎಳ್ಳು ಬೀರುವ ಸಂಭ್ರಮ. ಇದು ಈಗ ಕೇವಲ ನಗರ ಪ್ರದೇಶಗಳಿಗೆ ಮಾತ್ರ ಸೀಮಿತವಾದ ಆಚರಣೆಯಲ್ಲ. ಗ್ರಾಮಾಂತರ ಪ್ರದೇಶದ ಹಳ್ಳಿಗಳಿಗೂ ಎಳ್ಳು ಬೆಲ್ಲ ಬೀರುವ ಆಚರಣೆ ವ್ಯಾಪಿಸುತ್ತಿದೆ. ಆದರೆ, ಸಂಕ್ರಾಂತಿ ಎಂದರೆ ದನಗಳ ಹಬ್ಬ ಎನ್ನುವ ಭಾವನೆಯನ್ನು ಹಳ್ಳಿಗರು ಇನ್ನು ಪೂರ್ಣವಾಗಿ ತೊರೆದಿಲ್ಲ. ಹಿಂದೆ ಇರುತ್ತಿದ್ದ ಸಂಭ್ರಮ ಈಗ ಇಲ್ಲವಾದರೂ, ಈಗಿನ ಕಾಲಕ್ಕೆ ಅಗತ್ಯವಾದಷ್ಟು ಸಂಭ್ರಮ ಉಳಿದುಕೊಂಡು ಬಂದಿದೆ. ಬದಲಾವಣೆ ಜಗದ ನಿಯಮ.

ನಾನು ಬಹಳಷ್ಟು ವರ್ಷಗಳ ಕಾಲ ನೋಡಿಕೊಂಡು ಬಂದಿದ್ದ ಸಂಕ್ರಾಂತಿ ಎಂದರೆ, ಅಂದು ಮನೆಯ ರಾಸುಗಳಿಗೆ ನಿಜವಾದ ಹಬ್ಬ. ಹಿಂದಿನ ದಿನವೇ ಕೊಟ್ಟಿಗೆಗೆ ಹೊಸ ಮಣ್ಣು ತುಂಬಿಸಿ, ಹಳ್ಳಕೊಳ್ಳಗಳನ್ನು ಮುಚ್ಚಿ ಮರುದಿನ ಬೆಳಿಗ್ಗೆಯೇ ಕೊಟ್ಟಿಗೆಯನ್ನು ಸಾರಿಸಿ ರಂಗೋಲಿ ಹಾಕುವುದು. ದನಕರುಗಳ ಮೈ ತೊಳೆಯುವುದು. ಸಂಕ್ರಾಂತಿ ಹಬ್ಬಕ್ಕೆಂದೇ ಉಳಿಸಿಕೊಂಡು ಬಂದಿದ್ದ ಅವರೆಗಿಡದ ಮೇವು ತಂದು ತಿನ್ನಿಸುವುದು, ಹೀಗೆ ಅಂದಿನ ದಿನಚರಿ ಆರಂಭವಾಗುತ್ತಿತ್ತು.

ಎತ್ತು ಹಸುಗಳ ಕೊಂಬುಗಳನ್ನು ಸವರಿ ಕೊಂಬಿಗೆ ಎಣ್ಣೆ ಹಚ್ಚಿ ಫಳ ಫಳ ಹೊಳೆಯುವಂತೆ ಮಾಡುವುದು, ಇಲ್ಲವೇ... ಕೊಂಬುಳಿಗೆ ನೀಲಿ ಅಥವಾ ಬೇರೆ ಇನ್ನಾವುದಾದರೂ ಬಣ್ಣ ಬಳಿಯುವುದು. ಎಮ್ಮೆಗಳಿಗೂ ಕೊಂಬಿಗೆ ನೀಲಿ ಹಚ್ಚುವುದು, ಹೀಗೆ ಸಂಜೆ ಯ ಕಿಚ್ಚು ಹಾಯಿಸುವ ಸಂಭ್ರಮಕ್ಕೆ ಅಣಿಯಾಗುವುದು ನಡೆಯುತ್ತಿತ್ತು.

ಅಟ್ಟ ಸೇರಿದ್ದ ಮೊಕರಂಬೆ, ಗೆಜ್ಜೆ, ಕೊಂಬಿನ ಕಳಸ, ಗವುಸು ಹೀಗೆ ಹಸು ಎತ್ತುಗಳನ್ನು ಅಲಂಕಾರ ಮಾಡಲು ಬಳಸುತ್ತಿದ್ದ ವಸ್ತುಗಳೆಲ್ಲಾ ಅಟ್ಟದಿಂದ ಇಳಿಯುತ್ತಿದ್ದವು. ಊರಿನ ರಾಸುಗಳೆಲ್ಲಾ ತೋಪಿನಲ್ಲಿ ಜಮಾಯಿಸುತ್ತಿದ್ದವು. ನಮ್ಮೂರಿನ ರಾಸುಗಳ ಸಿರಿಯನ್ನು ಅಂದು ನೋಡಬಹುದಾಗಿತ್ತು.

ಎಷ್ಟೆಲ್ಲಾ ಎತ್ತುಗಳು, ಹಸುಗಳು, ಎಮ್ಮೆಗಳು, ಕುರಿಗಳು, ಆಡುಗಳು, ಇಡೀ ತೋಪಿನ ತುಂಬಾ ತುಂಬಿ ಹೋಗಿರುತ್ತಿದ್ದವು.

ತೋಪಿನ ಒಂದು ಭಾಗದಲ್ಲಿ ತಾತ್ಕಾಲಿಕವಾದ ಸಂಕ್ರಾಂತಮ್ಮನನ್ನು ನಿರ್ಮಿಸುತ್ತಿದ್ದರು. ಸಂಕ್ರಾಂತಮ್ಮ ಎಂದರೆ ಸಣ್ಣ ಗೋಪುರಾಕಾರದ ಒಂದು ರಚನೆ. ಇದರ ಸಮೀಪವೇ ಪೊಂಗ್ಲು ಬೇಯಿಸುತ್ತಿದ್ದರು. ನಮ್ಮ ಊರಿನ ಯಜಮಾನ್ ಕಾಡಪ್ಪ ಅವರು ನಾನು ನೋಡಿದಂತೆ ಬಹಳಷ್ಟು ವರ್ಷ ಈ ಕಾಯಕ ನಿರ್ವಹಿಸುತ್ತಿದ್ದರು.

ನಂತರ ಊರಿಗೆ ಅಭಿಮುಖವಾಗಿ ಊರಿನಿಂದ ಸಂಗ್ರಹಿಸಿದ ತೆಂಗಿನ ಗರಿಗಳಿಂದ ಕಿಚ್ಚು ರೆಡಿಮಾಡಿ ಬೆಂಕಿ ಹೊತ್ತಿಸಿದರೆ ಉತ್ಸಾಹಿ ತರುಣರು ಆಳುದ್ದದ ಬೆಂಕಿಯ ಜ್ವಾಲೆಗಳಲ್ಲಿ ರಾಸುಗಳನ್ನು ನೆಗೆಸಿಕೊಂಡು ಊರು ಸೇರುತ್ತಿದ್ದರು ಉಳಿದವರು ನಿಧಾನವಾಗಿ ಕೆಂಡ ಬೂದಿಯ ಮೇಲೆ ಕಿಚ್ಚು ಹಾಯಿಸಿಕೊಂಡು ಬರುತ್ತಿದ್ದರು. ಹರಕೆ ಕಟ್ಟಿಕೊಂಡವರು ಸಂಕ್ರಾಂತಮ್ಮನಿಗೆ ಕೋಳಿಗಳನ್ನು ಬಲಿ ಕೊಡುತ್ತಿದ್ದರು. ರಾಸುಗಳ ಸಂಖ್ಯೆ ಹೆಚ್ಚಲಿ ಎಂದು ಹಾರೈಸಿ ಅವುಗಳ ಮೇಲೆ ಪೊಂಗ್ಲು ಅನ್ನವನ್ನು ಪೊಂಗ್ಲೋ ಪ್ಲೊಂಗ್ಲು ಎನ್ನುತ್ತಾ ಪ್ರಸಾದದಂತೆ ಎರಚುತ್ತಿದ್ದರು.

ಕಿಚ್ಚು ಹಾಯಿಸಿದ ನಂತರ ಎತ್ತುಗಳೆಲ್ಲಾ ಊರ ತುಂಬಾ ಮೆರವಣಿಗೆ ಹೊರಟರೆ ಪಾಪ ಎಮ್ಮೆ, ಕುರಿ, ಆಡುಗಳು ನೇರವಾಗಿ ಮನೆ ಸೇರಿಕೊಳ್ಳುತ್ತಿದ್ದವು.

ಮೆರವಣಿಗೆಯಲ್ಲಿ ಹೋಗುವ ಎತ್ತುಗಳಿಗೆ ಚನ್ನಪಟ್ಟಣದಿಂದ ತರುತ್ತಿದ್ದ ವಿಧ ವಿಧ ಆಕಾರದ ಕನ್ನಡಿಗಳನ್ನು ಅಂಟಿಸಿದ ಬತ್ತಾಸಿನಿಂದ ಅಲಂಕರಿಸುತ್ತಿದ್ದರು. ಇಂತಹ ಅಲಂಕಾರಕ್ಕೆ ಅನುಕೂಲ ಆಗುವಂತೆ ಮೊಕರಂಬೆಗಳನ್ನು ತೊಡಿಸಿ ಹೂ, ಬತ್ತಾಸುಗಳನ್ನು ಕೊಂಬುಗಳಿಗೆ ಟೇಪು, ಬಲೂನುಗಳನ್ನು ಕಟ್ಟಿ ಸಂಭ್ರಮಿಸುತ್ತಿದ್ದರು. ಊರ ಮುಂದಿನಿಂದ ಹೊರಟ ಮೆರವಣಿಗೆ ಊರೆಲ್ಲಾ ಸುತ್ತಿದ ನಂತರ ಎತ್ತುಗಳು ಸ್ವಸ್ಥಾನ ಸೇರುತ್ತಿದ್ದವು.

ಮೆರವಣಿಗೆಯಲ್ಲಿ ಮೊದಲು ಹೋಗಬೇಕಾದರೆ ಎತ್ತಿನ ಮಾಲಿಕರು ಹರಾಜಿನಲ್ಲಿ ಕೂಗಿ ಅ ಅವಕಾಶ ಪಡೆದುಕೊಳ್ಳಬೇಕಾಗಿತ್ತು. ಹರಾಜಿನಲ್ಲಿ ಬಂದ ಹಣ ಊರೊಟ್ಟಿನ ಕೆಲಸಗಳಿಗೆ ಬಳಕೆಯಾಗುತ್ತಿತ್ತು. ಎತ್ತಿನ ಮೈಮೇಲೆ ಹಾಕಲು ಡಮಾಸ್ ಬಟ್ಟೆಯಿಂದ ಹೊಲಿದ ಕನ್ನಡಿಗಳನ್ನು ಅಳವಡಿಸಿದ ಗೌಸ್‌ಗಳನ್ನು ಹಾಕುತ್ತಿದ್ದರು. ಕೆಲವರು ಮಾತ್ರ ಇಂತಹ ಗೌಸ್‌ಗಳನ್ನು ಇಟ್ಟುಕೊಂಡಿರುತ್ತಿದ್ದರು.

ಕೊಟ್ಟಿಗೆ ಸೇರಿದ ನಂತರ ಎತ್ತುಗಳಿಗೆ ಹೋಳಿಗೆ ಊಟ ನಂತರ ಮನೆಯವರ ಊಟ. ಒಟ್ಟಾರೆ ಬೇರೆ ದಿನ ಎತ್ತು, ಎಮ್ಮೆಗಳ ಮೈ ತೊಳೆಯದಿದ್ದರೂ ಸಂಕ್ರಾಂತಿಯ ದಿನ ಮಾತ್ರ ಅವುಗಳಿಗೆ ರಾಜಭೋಗ ಕಾದಿರುತ್ತಿತ್ತು.

ಹೀಗೆ ಇಡೀ ಸಂಕ್ರಾಂತಿ ಹಬ್ಬ ದನಗಳಿಗೆ ಮೀಸಲಾದ ಹಬ್ಬವಾಗಿತ್ತು.

ಬೇಸಾಯವೇ ಕಷ್ಟದ ಕೆಲಸವಾಗಿ, ದನಗಳನ್ನು ಸಾಕುವುದೇ ದುಸ್ತರ ಅನಿಸುತ್ತಿರುವ ಈ ಸಂದರ್ಭದಲ್ಲಿಯೂ, ಇರುವ ದನಗಳಿಗಂತೂ ಈ ಸಂಭ್ರಮವನ್ನು ತಪ್ಪಿಸಿಲ್ಲ. ಈಗ ಕಿಚ್ಚು ಹಾಯಿಸಿದ ನಂತರ ಎಮ್ಮೆ, ಕುರಿ, ಆಡುಗಳ ಜತೆ ಎತ್ತುಗಳೂ ನೇರವಾಗಿ ಮನೆ ಸೇರುತ್ತಿವೆ. ಮೆರವಣಿಗೆ ನಿಂತು ಎಷ್ಟೋ ಕಾಲವಾಗಿದೆ. ಆಗ ಅಪರೂಪಕ್ಕೆ ಕಾಣುತ್ತಿದ್ದ ಅಥವಾ ಇಲ್ಲವೇ ಇಲ್ಲ ಎನ್ನುವಷ್ಟು ಕಡಿಮೆ ಇದ್ದ ಸೀಮೆ ಹಸುಗಳೇ ಇಂದು ಸಂಕ್ರಾಂತಿಯಂದು ತೋಪಿನ ತುಂಬೆಲ್ಲ ಕಾಣುತ್ತಿವೆ.

ಊರಿನ ಪ್ರಮುಖ ಆರ್ಥಿಕ ಚಟುವಟಿಕೆ ಈಗ ಈ ಸೀಮೆ ಹಸುಗಳನ್ನೇ ಅವಲಂಬಿಸಿದೆ. ಎತ್ತುಗಳಿಗೆ ಬದಲು ಉಳುಮೆಗೆ ಟ್ರ್ಯಾಕ್ಟರ್ ಬಂದಿದೆ. ಗಾಡಿಗೆ ಬದಲು ಆಪೆ ಆಟೋಗಳು, ಮಿನಿ ಟ್ರಕ್‌ಗಳು ಬಂದಿವೆ.

ಸಂಕ್ರಾಂತಿಯಂದು ತೋಪಿನಲ್ಲಿ ಸೇರುತ್ತಿದ್ದ ರಾಸುಗಳ ಸಂಖ್ಯೆ ಬಹುಶಃ ಕಡಿಮೆ ಆಗಿಲ್ಲ ಅನಿಸುತ್ತದೆ ಆದರೆ, ದೇಸಿ ತಳಿ ಹಸು, ಎತ್ತುಗಳ ಜಾಗದಲ್ಲಿ ಸೀಮೆಹಸುಗಳು ಬಂದು ನಿಂತಿವೆ. ಅಷ್ಟೆ. ಜನ ಅಷ್ಟಾದರೂ ಬದಲಾಗಬೇಕಲ್ಲ, ಬದುಕಿಗಾಗಿ.

18 ಟುಸ್ ಪಟಾಕಿಯ ಸಂಭ್ರಮ

ದೀಪಾವಳಿ, ದೀವಳಿಗೆ, ಇವು ನಮ್ಮ ಊರಿನ ಕಡೆ ಬೆಳಕಿನ ಹಬ್ಬಕ್ಕೆ ಚಾಲ್ತಿಯಲ್ಲಿದ್ದ ಹೆಸರು. ಈಗ ಉತ್ತರ ಭಾರತದ ದಿವಾಳಿ ಸೇರಿಕೊಂಡಿದೆ ದೀಪಾವಳಿ ಹಬ್ಬಕ್ಕೆ.

ನಮ್ಮ ಬಾಲ್ಯದ ಸಮಯದಲ್ಲಿ ಈ ದೀಪಾವಳಿ ಹಬ್ಬಕ್ಕೆ ಅಂತಹ ಸಂಭ್ರಮ ಏನೂ ಇರಲಿಲ್ಲ. ನಿಜಕ್ಕೂ ಅದನ್ನು ಸಂಭ್ರಮಿಸುತ್ತಿದ್ದುದು ನಮ್ಮೂರಲ್ಲಿ ಇದ್ದ ಐದಾರು ಬ್ರಾಹ್ಮಣರ ಮನೆಗಳಲ್ಲಿ. ಥರಾವರಿ ಪಟಾಕಿಗಳನ್ನು ನೋಡುತ್ತಿದ್ದುದೇ ಅಲ್ಲಿ. ಅವರ ಮನೆಗಳು ಊರ ಮುಂದೆ ಇದ್ದುದರಿಂದ ಊರ ಐಕಳಿಗೆಲ್ಲಾ ಅಲ್ಲಿಯೇ ಹಬ್ಬ, ಬ್ರಾಹ್ಮಣರು ಪಟಾಕಿ ಹೊಡೆಯುವುದನ್ನು ನೋಡುವುದರಲ್ಲಿಯೇ ನಮ್ಮ ದೀಪಾವಳಿ ಮುಗಿದುಹೋಗುತ್ತಿತ್ತು.

ಭಾರೀ ಶಬ್ಧ ಮಾಡುವ ಲಕ್ಷ್ಮೀ ಪಟಾಕಿ, ಥರಾವರಿ ಸುರ್ ಸುರ್ ಬತ್ತಿಗಳು, ವಿಷ್ಣುಚಕ್ರ, ಭೂಚಕ್ರ, ಹೂ ಕುಂಡ, ಒಂದು ಕಂಬದಿಂದ ಇನ್ನೊಂದು ಕಂಬಕ್ಕೆ ದಾರ ಕಟ್ಟಿ ದಾರದುದ್ದಕ್ಕೂ ಹೋಗುತ್ತಿದ್ದ ಹೂ ಬತ್ತಿ ಹೀಗೆ, ಅಲ್ಲಿ ನಮಗೆಲ್ಲಾ ವಿಸ್ಮಯ ಲೋಕವೊಂದು ಸೃಷ್ಟಿ ಆಗುತ್ತಿತ್ತು. ಅವರು ಪಟಾಕಿ ಹೊಡೆದು ಮುಗಿದ ಮೇಲೆ ನಮ್ಮ ಹುಡುಕಾಟ ಶುರು ಆಗುತ್ತಿತ್ತು ಟುಸ್ಸೆಂದ ಪಟಾಕಿಗಳಿಗಾಗಿ.

ಅವುಗಳನ್ನು ಸಂಗ್ರಹಿಸಿ ಮತ್ತೆ ಅವುಗಳಿಗೆ ಜೀವ ತುಂಬುವ ಪ್ರಯತ್ನ ನಡೆಯುತ್ತಿತ್ತು. ಇದೇ ಅನುಭವ ನಮ್ಮೂರಿನ ಎಲ್ಲಾ ಮಕ್ಕಳದೂ ಆಗಿರುತ್ತಿತ್ತು.

ದೀಪಾವಳಿ ಕಳೆದು ಒಂದು ತಿಂಗಳಾದರೂ ನಮ್ಮೂರಿನ ಅಂಗಡಿಗಳಲ್ಲಿ ಸಿಗುತ್ತಿದ್ದುದು ರೀಲ್ ಪಟಾಕಿ ಮತ್ತು ಚಿನಕುರಳಿ ಪಟಾಕಿ. ಇವುಗಳನ್ನು ಕಲ್ಲಿನ ಮೇಲಿಟ್ಟು ಕುಟ್ಟುವುದು ಅವುಗಳನ್ನು ಒಡೆಯುವ ಮಾಮೂಲಿ ರೀತಿ. ಆದರೆ, ಅವುಗಳನ್ನು ಒಡೆಯಲು ನಮ್ಮದೇ ಆದ ಸಾಧನ ಸಿದ್ದಪಡಿಸಿಕೊಳ್ಳುತ್ತಿದ್ದೆವು. ಕಬ್ಬಿಣದ ನೇಗಿಲಿನ ಎರಡು ಬೋಲ್ಟ್ ಗಳನ್ನು ಹವಣಿಸಿಕೊಳ್ಳುತ್ತಿದ್ದೆವು. ನಡುವೆ ಇಂತಹ ಪಟಾಕಿಗಳನ್ನು ಸಿಕ್ಕಿಸಿ ನೆಲದ ಮೇಲೆ ಬೀಳಿಸಿದರೆ ಶಬ್ದ ಮಾಡುತ್ತಿದ್ದವು. ಇವೇ ನಮ್ಮ ಪಾಲಿಗೆ ಬೆಳ್ಳುಳ್ಳಿ ಪಟಾಕಿಗಳು.

ಬಹಳ ವರ್ಷಗಳ ಕಾಲ ಇದು ನಮ್ಮ ದೀಪಾವಳಿ ದಿನಗಳ ದಿನಚರಿ.

ಮನೆಯಲ್ಲಿ ನಮ್ಮ ಅಕ್ಕನ ಅಂದರೆ ತಾಯಿಯ ದೀವಳಿಗೆ ಶುರು ಆಗುತ್ತಿದ್ದುದು ಅಮಾವಾಸ್ಯೆಯಿಂದ. ಕಾರ್ತೀಕ ಮಾಸ ಪೂರ್ತಿ ಪಡಸಾಲೆಯ ಎರಡೂ ಗೂಡುಗಳಲ್ಲಿ ಸೊಡರು ಹಚ್ಚಿ ಇಡುತ್ತಿದ್ದಳು. ಕೆಲವೊಮ್ಮೆ ಈ ಸೊಡರುಗಳು ನಂದಿದ ಮೇಲೆ ಕಾಗೆಗಳು ಕಚ್ಚಿಕೊಂಡು ಹೋಗಿಬಿಟ್ಟಿರುತ್ತಿದ್ದವು. ಆಗೆಲ್ಲಾ ಮತ್ತೆ ಹೊಸ ಸೊಡರು ಹೊಂಚಬೇಕಿತ್ತು.

ಈಗ ನಮ್ಮೂರಿನ ದೀಪಾವಳಿಗೂ ಪೇಟೆ ಪಟ್ಟಣಗಳ ದೀಪಾವಳಿಗೂ ಅಂತಹ ವ್ಯತ್ಯಾಸ ಏನಿಲ್ಲ. ಟುಸ್ ಪಟಾಕಿಗಳಿಗೆ ಕಾಯುವವರೂ ಇಲ್ಲ.

19 ಕಮಲ ಸೆಂಟು ನಾಸಿಮೇ, ನಾಸಿಮೇ

ಕಮಲ ಸೆಂಟು ನಾಸಿಮೇ ನಾಸಿಮೇ,
ವಿಮಲ ಸೆಂಟು ಬೆದರಿಮೇ ಬೆದರಿಮೇ,
ನಿಮಗೆ ಯಾರು ಬೇಕ್ರಮಾ ಬೇಕ್ರಮಾ,
ನಮಗೆ... ಬೇಕ್ರಮಾ ಬೇಕ್ರಮಾ,

ಇದು ನಮ್ಮೂರಿಗೆ ಬಂದಿದ್ದ ಹಿಂದಿ ಟೀಚರ್ ಒಬ್ಬರು ಕಲಿಸಿಕೊಟ್ಟಿದ್ದ ಆಟ.

ಗಿರಿಯಮ್ಮನ ಮನೆಯಲ್ಲಿ ಬಾಡಿಗೆಗೆ ಇದ್ದ ಈ ಮೇಡಂ, ನಮ್ಮೂರ ಹೆಣ್ಣು ಮಕ್ಕಳಿಗೆ ಈ ಹೊಸ ಆಟ ಪರಿಚಯಿಸಿದ್ದರು.

ಸಾಮಾನ್ಯವಾಗಿ ಹುಡುಗಿಯರು, ಎರಡು ತಂಡ ಕಟ್ಟಿಕೊಂಡು ಈ ಹಾಡು ಹಾಡುತ್ತಾ, ಎದುರು ತಂಡದ ಒಬ್ಬರನ್ನು ತಮ್ಮ ಕಡೆಗೆ ಕರೆದುಕೊಳ್ಳುತ್ತಿದ್ದರು. ಇದು ಪುನರಾವರ್ತನೆಯಾಗುತ್ತಾ ಒಂದು ತಂಡದಲ್ಲಿದ್ದವರು ಇನ್ನೊಂದು ತಂಡಕ್ಕೆ ಹೋಗುತ್ತಾ, ಮುಗಿಯದ ಆಟವಾಗಿ ಬೇಸರವಾಗುವವರೆಗೆ ನಡೆಯುತ್ತಿತ್ತು. ಹುಡುಗಿಯರ ಕೊರತೆ ಇದ್ದಲ್ಲಿ ಹುಡುಗರಿಗೆ ಈ ಆಟದಲ್ಲಿ ಭಾಗವಹಿಸಲು ಅವಕಾಶ ಸಿಗುತ್ತಿತ್ತು.

ನಾನು ನೋಡಿದ ಮೊದಲ ಲೇಡಿ ಟೀಚರ್ ಈ ಮೇಡಂ. ಹೆಸರು ವಿಮಲಾ ಟೀಚರ್. ಅಲ್ಲಿಯವರೆಗೆ ಮೇಸ್ಟರೆಂದರೆ ಮೂಡುತ್ತಿದ್ದ ಚಿತ್ರ ಗಂಡಸರು ಮಾತ್ರ. ನಮ್ಮ ಅಣ್ಣನ ಮಗಳು ಪಾಪಣ್ಣಿ ಉ//ಸೌಮ್ಯ ಕೆಂಗೇರಿ ಉಪನಗರದ ಅವರ ಚಿಕ್ಕಮ್ಮನ ಮನೆಗೆ ಹೋಗಿದ್ದ ವೇಳೆ ಶಾಲೆಯಲ್ಲಿ ಮೇಡಂ ಇರುವುದನ್ನು ನೋಡಿ, "ಅಯ್ಯೋ ಮೇಸುಡು ಸೀರೆ ಉಟ್ಕಂಡವ್ರೆ" ಎಂದು ಬಾಯ್‌ಬಾಯಿ ಬಿಟ್ಟಿದ್ದುದು ಇಂತಹ ಹಿನ್ನೆಲೆಯಲ್ಲಿಯೇ.

ಎಲ್ಲಾ ಊರುಗಳಂತೆ ನಮ್ಮೂರಿನಲ್ಲಿಯೂ ಮಕ್ಕಳಿಗೆ, ದೊಡ್ಡವರಿಗೆ ಹಲವಾರು ಆಟಗಳಿದ್ದವು. ಕುಂಟಾಬಿಲ್ಲೆ, ಗೋಲಿ, ಅವುತು ಗುಮ್ಮನ ಆಟ, ಬಚ್ಚ, ಲಗೋರಿ, ಮರಕೋತಿ ಆಟ, ಅಣ್ಣಿಕಲ್ಲು, ಅಳ್ಳುಗುಳಿ ಮಣೆ ಹೀಗೆ ಹಲವು ಗ್ರಾಮೀಣ ಕ್ರೀಡೆಗಳು ಸಮಯ ಕಳೆಯಲು ಸಹಾಯಕವಾಗಿದ್ದವು.

ಬೇಸಿಗೆಯ ದಿನಗಳಲ್ಲಿ ಈ ಆಟಗಳು ಹೆಚ್ಚಿರುತ್ತಿದ್ದವು. 80ವರ್ಷ ಮೀರಿದ ನಮ್ಮ ಅಜ್ಜಿ ಹಾಗೂ ಪಕ್ಕದ ಮನೆಯ ಬೇವೂರಮ್ಮ ಕುಟ್ಟಣಿಗೆಯಲ್ಲಿ ಎಲಡಿಕೆಯನ್ನು ಕುಟ್ಟಿಕೊಂಡು, ಅಳ್ಳುಗುಳಿ ಮಣೆ ಆಡುತ್ತಾ, ಲೋಕಾಭಿರಾಮದ ಮಾತುಗಳನ್ನಾಡುತ್ತಾ ಕಾಲ ಕಳೆಯುತ್ತಿದ್ದರು. ಇದು ಎಲ್ಲರ ಮನೆಯ ಪಡಸಾಲೆಗಳ ಮೇಲೂ ಕಂಡುಬರುತ್ತಿದ್ದ ಸಾಮಾನ್ಯ ದೃಶ್ಯವಾಗಿತ್ತು.

ಕೆಲವೊಂದು ಆಟ ಅಭ್ಯಾಸಗಳು ಕಾಲ ದೇಶವನ್ನು ಮೀರಿ ಹರಡಿಕೊಂಡಿವೆ. ಇತ್ತೀಚೆಗೆ ವಿದೇಶಿ ಚಿತ್ರವೊಂದರ ದೃಶ್ಯದಲ್ಲಿ ಕುಂಟಾ ಬಿಲ್ಲೆಯಂತಹ ನಮ್ಮೂರ ಆಟವನ್ನು ಕಂಡು ಆಶ್ಚರ್ಯವಾಯಿತು. ನಮ್ಮೂರ ಹೊಳೆಯಲ್ಲಿ, ಕೆರೆಯಲ್ಲಿ ಚಪ್ಪಟೆ ಕಲ್ಲುಗಳನ್ನು ಬಹುದೂರಕ್ಕೆ ನೀರಿನ ಮೇಲೆ ಚಿಮ್ಮುತ್ತಾ ಹೋಗುವಂತೆ ಎಸೆಯುತ್ತಿದ್ದ ಆಟವೂ ಇನ್ನೊಂದು ವಿದೇಶಿ ಚಿತ್ರದಲ್ಲಿ ಇತ್ತು.

ಈಗಿನ ಕ್ರಿಕೆಟ್‌ನಂತಹ ಆಟಗಳು ಮಾತ್ರ ದೇಶದ ಗಡಿಗೆರೆಗಳನ್ನು ಮೀರಿಲ್ಲ. ಇಂತಹ ಸಾಮಾನ್ಯ ಆಟಗಳೂ, ಅಭ್ಯಾಸಗಳೂ ಸಹ ಕಾಲಾಂತರದಿಂದ ದೇಶದೇಶಗಳ ಎಲ್ಲೆಗಳನ್ನು ಮೀರಿವೆಯಲ್ಲಾ ಅನಿಸಿತು.

ನಮ್ಮೂರ ಮಾರಿಗುಡಿ ಹಲವಾರು ಆಟಗಳಿಗೆ ವೇದಿಕೆ. ಹುಲಿ–ಕುರಿ, ಚೌಕಾಬಾರಾ ಹೀಗೆ. ಹುಲಿ–ಕುರಿ ಆಡುವುದರಲ್ಲಿ ಕಯ್ಯಣ್ಣನಂತಹ ಕೆಲವು ನಿಷ್ಣಾತ ಆಟಗಾರರು ಇದ್ದರು. ಇವರು ಹುಲಿಯನ್ನೇ ನಡೆಸಲಿ, ಕುರಿಯನ್ನೇ ನಡೆಸಲಿ ಸೋಲಿಸುವುದು ಕಠಿಣವೇ ಆಗಿತ್ತು. ಜತೆಗೆ ಏಳು ಮಣೆ, ಒಂಬತ್ತು ಮಣೆಯ ಗಟ್ಟ ಅಂದರೆ ಚೌಕಾಬಾರಾಗಳನ್ನು ಸಾಮಾನ್ಯವಾಗಿ ಆಡುತ್ತಿದ್ದರು. ಮಾರಿಗುಡಿ ಒಂದು ರೀತಿಯಲ್ಲಿ ಊರ ಸೋಮಾರಿ ಕಟ್ಟೆಯಾದರೆ, ಮತ್ತೊಂದು ರೀತಿಯಲ್ಲಿ ಈ ರೀತಿಯ ಆಟಗಳಿಗೆ ಒಳಾಂಗಣ ಕ್ರೀಡಾಂಗಣವೂ ಆಗಿತ್ತು.

ನಮ್ಮೂರ ಆಟಗಳನ್ನು ನೆನಪಿಸಿಕೊಂಡಾಗ ಇಬ್ಬರು ತಪ್ಪದೇ ಕಣ್ಮುಂದೆ ಬರುತ್ತಾರೆ. ಸಮಾರಾಧನೆಯ ವೇಳೆ ಊರಿಗೆ ಬಂದು ಹೊಸ ಹೊಸ ಆಟಗಳನ್ನು ಪರಿಚಯಿಸುತ್ತಿದ್ದ ಕೋದಂಡ ಹಾಗೂ ಕಬಡ್ಡಿ ಪ್ರೇಮಿ ಕೋಳಿಮೊಟ್ಟೆ ರಂಗಣ್ಣ.

ಕಮಲ ಸೆಂಟು ನಾಸಿಮೇ ನಾಸಿಮೇ ಆಟವನ್ನು ನಮ್ಮೂರಿಗೆ ಮೇಡಂ ಪರಿಚಯಿಸಿದಂತೆ, ಈ ಕೋದಂಡ ಹಲವಾರು ಹೊಸ ಆಟಗಳನ್ನು ಹೇಳಿಕೊಟ್ಟಿದ್ದರು. ನಾಲ್ಕು ಮಣೆ, ಏಳು ಮಣೆ ಗಟ್ಟ ಆಡಿಕೊಂಡು ಕಾಲ ಕಳೆಯುತ್ತಿದ್ದ ನಮ್ಮೂರ ಜನಕ್ಕೆ ಪಗಡೆ ಮಾದರಿಯ ಚೌಕಾಬಾರವನ್ನು ಹೇಳಿಕೊಟ್ಟಿದ್ದರು.

ನಮ್ಮೂರ ಬೇಲಿಯ ಮೇಲೆ ಬೆಳೆಯುತ್ತಿದ್ದ ವಿಷಂಪಾರಿ ಗಿಡವನ್ನು ಗುಲ್ಬೋರಿ ಗಿಡ ಎಂದೇ ಕರೆಯುತ್ತಿದ್ದೆವು. ದೂರದಿಂದ ಈ ಗಿಡದ ಬಳ್ಳಿಯನ್ನು ಕಿತ್ತು ತರಲು ಹೇಳಿ ಎಲ್ಲರೂ ಅಡಗಿಕೊಳ್ಳುವುದು. ಗುಲ್ಬೋರಿ ಬಳ್ಳಿ ತಂದವ ಎಲ್ಲರನ್ನು ಹುಡುಕಬೇಕಿತ್ತು. ಸಿಕ್ಕಿಹಾಕಿಕೊಂಡು ಸೋತವರು ಈ ಗಿಡದ ತನಕ ಹೋಗಿ ಸೊಪ್ಪನ್ನು ಹಿಡಿದು ತಂದು ಹುಡುಕುವ ಆಟ ಮುಂದುವರಿಯುತ್ತಿತ್ತು.

ಇಂಥದೇ ಇನ್ನೊಂದು ಆಟ ಕಲ್ಲು ಗುಡ ಗುಡ, ತೊಪ್ಪೆ ಚೆನ್ನಿ ಎಂಬುದು. ಒಂದಷ್ಟು ಹುಡುಗರು ಸೇರಿ ಒಂದು ಕಡ್ಡಿಯನ್ನು ತಳ್ಳಿಕೊಂಡು, ಮುಂದೆ ಮುಂದೆ ಹೋಗುವುದು. ಈ ಕಡ್ಡಿ ತಳ್ಳಲು ಬಳಸುತ್ತಿದ್ದ ಕೋಲನ್ನು ಕಲ್ಲು ಇಲ್ಲವೇ ತೊಪ್ಪೆ ಮೇಲೆ ಇಡಬೇಕಿತ್ತು. ಇಂಥದು ಸಿಕ್ಕದೇ ಇರುವಾಗ ಸಿಕ್ಕಿಕೊಂಡವರು ಸೋಲುತ್ತಿದ್ದರು. ಇಂಥಹ ಹಲವು ಆಟಗಳೂ ನಮ್ಮೂರಿಗೆ ಈ ಕೋದಂಡನ ಕೊಡುಗೆಯಾಗಿತ್ತು.

ನಮ್ಮೂರ ಸುತ್ತಮುತ್ತ ಎಲ್ಲೇ ಕಬಡ್ಡಿ ಆಟಗಳಿರಲಿ, 70 ವರ್ಷ ದಾಟಿದ್ದ ಕೋಳಿಮೊಟ್ಟೆ ರಂಗಣ್ಣ ಅಲ್ಲಿ ತಪ್ಪದೇ ಹಾಜರಿರುತ್ತಿದ್ದರು. ಇವರ ಈ ಅಖಂಡ ಕಬಡ್ಡಿ ಪ್ರೀತಿಯನ್ನು ಗೌರವಿಸಲು ಒಮ್ಮೆ ಇವರ ಹೆಸರಿನಲ್ಲಿಯೇ ನಮ್ಮೂರಲ್ಲಿ ಒಂದು ಕಬಡ್ಡಿ ಟೂರ್ನಮೆಂಟ್ ನಡೆಸಲಾಗಿತ್ತು. ಆದರೆ, ಅದರಲ್ಲಿ ನಮ್ಮೂರು ಗೆಲ್ಲಲಾಗಿರಲಿಲ್ಲ.

ಲಗೋರಿ, ಮರಕೋತಿ ಹೀಗೆ ಎಲ್ಲಾ ಊರುಗಳಲ್ಲಿ ಇದ್ದ ಆಟಗಳೂ ನಮ್ಮೂರಲ್ಲೂ ಇದ್ದವು. ಹೊಳೆಯ ಪಕ್ಕದ ರಂಗಣ್ಣನ ತೋಟದ ಮಾವಿನ ಮರವೊಂದು ಮರಕೋತಿ ಆಟಕ್ಕೆ ಹೇಳಿಮಾಡಿಸಿದಂತಿತ್ತು. ಕೆಲಕಾಲ ಇದೇ ತೋಟದಲ್ಲಿ ಕ್ರಿಕೆಟ್ ಟೂರ್ನಮೆಂಟ್‌ಗಳೂ ನಡೆಯುತ್ತಿದ್ದವು.

ಊರ ತೋಪಿನಲ್ಲಿ ಇದ್ದ ಹಿಪ್ಪೆಮರ ಯುಗಾದಿಯ ದಿನಗಳಲ್ಲಿ ಜೋಕಾಲಿಗೆ ಪ್ರಸಿದ್ಧಿಯಾಗಿತ್ತು. ದೊಡ್ಡ ಏಣಿಯನ್ನು ಜೋಕಾಲಿಯಾಗಿ ಕಟ್ಟಿ ಅರ್ಧ ಚಂದ್ರಾಕಾರಾದಲ್ಲಿ ಜೀಕಿದರೆ ಜೋಕಾಲಿಯಲ್ಲಿ ನಿಂತವರಿಗಷ್ಟೇ ಅಲ್ಲ, ನೋಡುವವರ ಎದೆಯೂ ಝಲ್ ಅನ್ನುತ್ತಿತ್ತು.

ಈ ಆಟಗಳಲ್ಲಿ ವಿಶೇಷವೇನಿಲ್ಲ. ಎಲ್ಲ ಊರುಗಳಲ್ಲೂ ಆಡುವಂಥದ್ದೇ. ನಮ್ಮೂರ ಮಕ್ಕಳು ಈಗಲೂ ಇಂಥ ಆಟಗಳನ್ನು ಆಡುತ್ತಾರೆ. ವಿಡಿಯೋ, ಮೊಬೈಲ್ ಗೇಮ್‌ಗಳಿಗೆ ಅಂಟಿಕೊಳ್ಳುವಷ್ಟು ಅನಿವಾರ್ಯ ಇನ್ನೂ ನಮ್ಮೂರ ಮಕ್ಕಳಿಗೆ ಬಂದಂತೆ ಕಾಣುತ್ತಿಲ್ಲ. ದೊಡ್ಡವರೂ ಅಷ್ಟೆ, ದೂರದರ್ಶನ ಸೀರಿಯಲ್‌ಗಳ ಅಬ್ಬರದಲ್ಲಿ ಮಾರಿಗುಡಿಯ ಆಟಗಳನ್ನು ಮರೆತಿಲ್ಲ. ಹಾಗೆಯೇ ಜಗುಲಿಯ ಮೇಲಿನ ಆಟಗಳನ್ನೂ ಸಹ. ಸ್ವಲ್ಪಮಟ್ಟಿಗೆ ಕಡಿಮೆಯಾಗಿರಬಹುದು ಅಷ್ಟೆ!

20 ಆಕ್ಕಿ ಗೂಡೋ... ಆಕ್ಕಿ ಗೂಡೋ

ಆಕ್ಕೀ ಗೂಡೋ ಎನ್ನುವ ಕೂಗು ಅಬ್ಬೂರಿನ ಬೀದಿಗಳಲ್ಲಿ ಒಂದು ಕಾಲಕ್ಕೆ ಸರ್ವೇ ಸಾಮಾನ್ಯವಾಗಿತ್ತು.

ಆಕ್ಕಿ ಗೂಡು, ಅಂದರೆ ಆಕಳಿ ಗೂಡು–ರೇಷ್ಮೆ ಬೆಳೆಯುವ ರೈತ ಕುಟುಂಬಗಳಲ್ಲಿ ಪರಿಚಿತ ಪದ. ಅಲ್ಪ ಸ್ವಲ್ಪ ರೋಗದ ಹುಳುಗಳು ಕಟ್ಟುವ ಗೂಡು, ಗುಣಮಟ್ಟದಲ್ಲಿ ಕಡಿಮೆ ಇದ್ದು ಪಿಚಕ ಪಿಚಕ ಅನ್ನುತ್ತವೆ. ಇದರಿಂದಲೂ ಅಲ್ಪ ಸ್ವಲ್ಪ ರೇಷ್ಮೆ ಸಿಗುವುದರಿಂದ ಉತ್ತಮ ಗುಣಮಟ್ಟದ ಗೂಡುಗಳಿಂದ ಇವುಗಳನ್ನು ಬೇರ್ಪಡಿಸಿ ಮಾರಾಟ ಮಾಡಲಾಗುತ್ತದೆ. ಸಾಮಾನ್ಯವಾಗಿ ಮನೆಯ ಹೆಣ್ಣುಮಕ್ಕಳಿಗೆ ಈ ಆಕಳಿ ಗೂಡಿನ ಕಾಸು ಮೀಸಲು.

ಆಕಳೀ ಗೂಡಿನ ಮೂಲ ಹುಡುಕುತ್ತಾ ರೇಷ್ಮೆ ಬೆಳೆಯುವ ಕಥೆಯನ್ನು ನೆನೆಸಿಕೊಂಡರೆ ಅದೊಂಥರಾ ಧಾರಾವಾಹಿಯೇ ಆಗುತ್ತದೆ.

ಚನ್ನಪಟ್ಟಣ, ರಾಮನಗರ ಹಾಗೂ ಮದ್ದೂರು ಹೊಳೆಯಿಂದೀಚೆಗಿನ ಪ್ರದೇಶಗಳು ತುಂಬಾ ಹಿಂದಿನಿಂದಲೂ ರೇಷ್ಮೆಗೆ ಪ್ರಸಿದ್ಧಿ, ಬಹಳಷ್ಟು ಕುಟುಂಬಗಳಲ್ಲಿ ಮೊದಲಿಗೆ ಉಪಕಸುಬಾಗಿ ರೇಷ್ಮೆ ಬೆಳೆಯಲಾಗುತ್ತಿತ್ತು, ನಾಟಿ ರೇಷ್ಮೆ ಬೆಳೆಯುತ್ತಿದ್ದ ಕಾಲದಿಂದಲೂ. ನಂತರ ಮುಖ್ಯ ಬೆಳೆಯಾಗಿಯೇ ರೇಷ್ಮೆ ಬೆಳೆಯುತ್ತಾ ಆರ್ಥಿಕವಾಗಿ ತುಂಬಾ ಮುಂದುವರಿದವರು ಸಾಕಷ್ಟು ಸಂಖ್ಯೆಯಲ್ಲಿ ಇದ್ದಾರೆ.

ನಾಟಿ ರೇಷ್ಮೆ ಇದ್ದ ಕಾಲದಲ್ಲಂತೂ ರೇಷ್ಮೆ ಬೆಳೆಯುವುದೆಂದರೆ ಅದೊಂದು ಕಲೆಯೇ ಆಗಿತ್ತು. ನೂರು ಮೊಟ್ಟೆ ಹುಳು ಸಾಕುತ್ತಿದ್ದವರೇ ಅಪರೂಪ. ರೇಷ್ಮೆ ಕಡ್ಡಿ ಕೂಡ ನಾಟಿಯೇ ಆಗಿತ್ತು. ಹೆಚ್ಚು ಇಳುವರಿ ಇರಲಿಲ್ಲ. ಸಣ್ಣ ಸಣ್ಣ ಎಲೆಗಳು. ಬಿಡಿಸಿಕೊಂಡು ತರುವುದು ಸ್ವಲ್ಪ ಕಷ್ಟವೇ ಆಗುತ್ತಿತ್ತು.

ಈಗಿನಂತೆ ಅಂದು ಚಾಕಿ ಸೆಂಟರ್ಸ್ ಇರಲಿಲ್ಲ. ಮೊಟ್ಟೆ ತಂದು ಮನೆಯಲ್ಲಿಯೇ ಚಾಕಿ ಮಾಡಬೇಕಿತ್ತು. ಚಾಕಿಗಳನ್ನು ನ್ಯೂಸ್ ಪೇಪರ್ ಮೇಲೆ ಹರಡಿ ಆರಂಭದಲ್ಲಿ ಸಾಕುತ್ತಿದ್ದುದರಿಂದ ಪೇಪರ್ ತರಿಸುತ್ತಿದ್ದವರ ಮನೆಗಳಿಂದ ಪೇಪರ್ ಬೇಡಬೇಕಿತ್ತು.

ಮೊದಲ ಕಷ್ಟದ ಕೆಲಸ ಎಂದರೆ ಮೊಟ್ಟೆ ಇರುವ ಶೀಟುಗಳಿಗೆ ನಚ್ಚಿರ (ಇರುವೆ) ಹತ್ತದಂತೆ ನೋಡಿಕೊಳ್ಳುವುದು. ಮೊಟ್ಟೆ ಒಡೆದ ಮೊದಲ ದಿನಗಳಲ್ಲಿ ಅವುಗಳಿಗೆ ಸೊಪ್ಪು ಕುಯ್ದು ಹಾಕುವುದೆಂದರೆ ಅದೊಂಥರಾ ತಜ್ಞ ಕೆಲಸ.

ದೊಡ್ಡ ಎಲೆಗಳನ್ನು ಆರಿಸಿಕೊಂಡು ಒಂದರ ಮೇಲೊಂದಿರಿಸಿ ಸುರುಳಿ ಮಾಡಿ, ಮೊಟ್ಟೆಯೊಡೆದು ಹೊರಬಂದ ಚಾಕಿಗಿಂತಲೂ ಸಣ್ಣಗೆ ಹುತ್ತರಿಸಬೇಕಿತ್ತು. ಈ ವೇಳೆ ಸೊಪ್ಪು ಕುಯ್ಯುವ ಚೂರಿಯಿಂದ ಕೈಕುಯ್ದುಕೊಳ್ಳುವುದು ಸಾಮಾನ್ಯವಾಗಿರುತ್ತಿತ್ತು.

ಇದು ಎಷ್ಟು ಅವೈಜ್ಞಾನಿಕ ಕ್ರಮ ಆಗಿತ್ತೆಂದರೆ ನಾವು ಸೊಪ್ಪನ್ನು ಸಣ್ಣಗೆ ಕುಯ್ಯುವ ಯತ್ನದಲ್ಲಿ ಅದರ ರಸವನ್ನು ಅರ್ಧದಷ್ಟನ್ನು ಹಾಳು ಮಾಡುತ್ತಿದ್ದೆವು.

ಆಗೆಲ್ಲಾ ಎಂಟರಿಂದಾ ಹತ್ತು ಮಣೆಯ ದಡೇವು ಗಳೇ ಹೆಚ್ಚು. ಸಿಮೆಂಟ್ ಬಳಕೆಗೆ ಮೊದಲು ಕಲ್ಲಿನಿಂದಲೇ ಮಾಡಿದ ಮಣೆಗಳನ್ನು ದಡೇವುಗಳಿಗೆ ಆಧಾರವಾಗಿ ಇಡುತ್ತಿದ್ದರು ದಡೇವಿಗೆ ನಚ್ಚಿರಗಳು ಹತ್ತದಂತೆ ತಡೆಯಲು.

ಆಗೆಲ್ಲಾ ದಿನಕ್ಕೆ ಏಳು ಬಾರಿ ಸೊಪ್ಪು ಹಾಕಲಾಗುತ್ತಿತ್ತು. ಹೊತ್ತಾರೆ ಸೊಪ್ಪು, ಕುಯ್ಲೊತ್ತಿನ ಸೊಪ್ಪು, ಮಧ್ಯಾನ್ಹದ ಸೊಪ್ಪು, ಯಡಾಗ್ಲು ಸೊಪ್ಪು, ಸಂಜೆ ಸೊಪ್ಪು, ರಾತ್ರಿ ಸೊಪ್ಪು, ಸರೊತ್ತಿನ ಸೊಪ್ಪು.

ತೆಂಗಿನ ಗರಿಗಳಿಂದ ಹೆಣೆದ ಮೋದುಗಳಿಂದ ಸೊಪ್ಪು ತರಲಾಗುತ್ತಿತ್ತು. ವಿವಿಧ ಅಳತೆಯ ಮೋದುಗಳನ್ನು ಹೆಣೆಯುವುದೇ ಒಂದು ಕಲೆಯಾಗಿತ್ತು.

ನನ್ನ ಅಪ್ಪ ಮತ್ತು ಅವ್ವ ನೇರವಾಗಿ ಮಾತನಾಡಿದ್ದನ್ನು ನಾನು ನೋಡಿಯೇ ಇರಲಿಲ್ಲ. ಸರೊತ್ತಿನ ಸೊಪ್ಪು ಹಾಕಲು ನಮ್ಮಪ್ಪ, ನಮ್ಮ ತಾಯಿಯನ್ನು ಏಳಿಸಬೇಕಿತ್ತಲ್ಲ. ಹಾಗೆಲ್ಲಾ ಲೋ ಪ್ರಕಾಶ ಎಂದರೆ ಏಳಬೇಕಿದ್ದುದು ನಾನಲ್ಲ, ನನ್ನ ತಾಯಿ, ಹೀಗೆ ಸರೊತ್ತಿನ ಸೊಪ್ಪು ಅವರಿಬ್ಬರ ನಡುವಿನ ಸಂಕೇತ ಸಂಭಾಷಣೆಗೆ ಮಾಧ್ಯಮವಾಗಿತ್ತು.

ನಮ್ಮ ಮನೆಯಲ್ಲಿ ರೇಷ್ಮೆ ಹುಳು ಸಾಕುವುದನ್ನು ನೆನಪಿಸಿಕೊಂಡಾಗ ಮರೆಯಲಾಗದ ನೆನಪೊಂದಿದೆ. ಎಷ್ಟೇ ಪ್ರಯತ್ನ ಪಟ್ಟರೂ ಅರ್ಧಕ್ಕರ್ಧ ಬೆಳೆ ಹಾಳಾಗುತಿತ್ತು. ಕೆಲವೊಮ್ಮೆ ನಾನೂರು ಮೊಟ್ಟೆಯವರೆಗೆ ಹುಳು ಸಾಕುತ್ತಿದ್ದೆವು.

ಈ ರೀತಿಯ ಬೆಳೆ ನಷ್ಟಕ್ಕೆ ಪರಿಹಾರ ಕಂಡುಕೊಳ್ಳಲು ಮಾಟ ಮಂತ್ರ ಮಾಡುವವನೊಬ್ಬನನ್ನು ಒಮ್ಮೆ ಕರೆದುಕೊಂಡು ಬಂದಿದ್ದರು. ಮನೆಯ ಸುತ್ತ

ಮುತ್ತ ಹಿತ್ತಲಿನಲ್ಲೆಲ್ಲಾ ಪರಿಶೀಲನೆ ನಡೆಸಿದ ಆತ ಯಾರೋ ಆಗದವರು ಮಾಟ ಮಾಡಿಸಿಬಿಟ್ಟಿದ್ದಾರೆ ಎಂದು ಹೇಳಿ ಏನೇನೋ ಪೂಜೆ ಮಾಡಿ, ಮದ್ದು, ಮದ್ದು ಎಂದು ವಿಚಿತ್ರವಾಗಿ ಕೂಗುತ್ತಾ ಅರೆಬೆತ್ತಲಾಗಿ ಸುತ್ತಾಡಿ, ಕೊನೆಗೊಂದು ಕಡೆ ಒಂದು ಕುಡಿಕೆ ಪತ್ತೆಯಾಯಿತು ಎಂದು ತೋರಿಸಿದ್ದ, ಯಾರು ಹೂತಿದ್ದರೋ, ಇವನೇ ತಂದನೋ ಅದೂ ಗೊತ್ತಾಗಲಿಲ್ಲ. ಆ ನಂತರವೂ ನಮ್ಮ ಮನೆಯಲ್ಲಿ ಹುಳು ಹಾಳಾಗುವುದು ಮಾತ್ರ ತಪ್ಪಲಿಲ್ಲ.

ರೇಷ್ಮೆ ವ್ಯಾಪಾರದಲ್ಲಿ ಆಗಲೂ ಇದ್ದವರು ಬಹುತೇಕ ಮುಸ್ಲಿಮರೇ. ಚನ್ನಪಟ್ಟಣದ ರೇಷ್ಮೆ ಗೂಡಿನ ಮಾರುಕಟ್ಟೆ ಸಹ ಆಗ ಖಾಸಗಿ ಸ್ಥಳವೊಂದರಲ್ಲಿ ನಡೆಯುತ್ತಿತ್ತು. ರೇಷ್ಮೆ ಗೂಡು ಮಾರಾಟದ ದಿನ ಮನೆಯವರಿಗೆಲ್ಲಾ ಹಬ್ಬ, ಅಂದು ಚನ್ನಪಟ್ಟಣದಿಂದ ಕಡ್ಲೆಪುರಿ, ಖಾರಾಸೇವೆ, ಬರುತ್ತಿದ್ದವು. ಹೆಚ್ಚೆಂದರೆ ಜೊತೆಗೆ ಬತ್ತಾಸು.

ರೋಗದ ಹುಳುಗಳು ಕಟ್ಟುತ್ತಿದ್ದ ಕಡಿಮೆ ಗುಣಮಟ್ಟದ ಗೂಡುಗಳೇ ಆಕಳಿ ಗೂಡುಗಳು. ಇವುಗಳ ಪಾಲು ಮನೆಯ ಹೆಂಗಸರು ಮಕ್ಕಳದ್ದು. ಇವುಗಳನ್ನು ಕೊಳ್ಳಲು ಸಾಬರು ಊರೂರ ಮೇಲೆ ಬರುತ್ತಿದ್ದರು. ಆಕಳೀಗೂಡಿನ ಸಾಬರು ಎಂದೇ ಇವರು ಪರಿಚಿತ. ಆಕಳೀ ಗೂಡಿನ ಜೊತೆಗೆ ಒಂದಿಷ್ಟು ಒಳ್ಳೆಯ ಗೂಡುಗಳೂ ಸೇರಿಕೊಂಡು ಹೆಂಗಸರು, ಮಕ್ಕಳ ಆದಾಯ ಹೆಚ್ಚಿಸುತ್ತಿದ್ದವು.

ಹೆಣ್ಣು ಮಕ್ಕಳ ಕೈಖರ್ಚನ್ನು ಇದು ನೀಗಿಸಿದರೆ ಮಕ್ಕಳಿಗೆ ಬೀದಿ ಮೇಲೆ ಬರುತ್ತಿದ್ದ ಸಾಬರಿಂದ ಖರ್ಜೂರ ಮತ್ತಿತರ ಕೈತಿಂಡಿ ಖರೀದಿಸಲು ನೆರವಾಗುತ್ತಿತ್ತು.

ಈಗೆಲ್ಲಾ ರೇಷ್ಮೆ ಬೆಳೆಯುವ ತಂತ್ರಜ್ಞಾನ ಸಾಕಷ್ಟು ಬದಲಾಗಿದೆ. ದಡೇವುಗಳೂ ಇಲ್ಲ, ಸೊಪ್ಪು ತರಲು ಮೋದುಗಳೂ ಇಲ್ಲ, ಪಾರಿವಾಳದ ಬೆಂಡಿನ ಮರ ಹವಣಿಸಿಕೊಂಡು ಸೊಪ್ಪು ಕುಯ್ಯುವ ತಾಪತ್ರಯವೂ ಇಲ್ಲ, ಹುಳುಗಳ ಹಾಸಿಗೆ ಬದಲಿಸಬೇಕಿಲ್ಲ. ಬಿದಿರಿನ ಚಂದ್ರಿಕೆಗಳ ಜಾಗದಲ್ಲಿ ಪ್ಲಾಸ್ಟಿಕ್ ಚಂದ್ರಿಕೆಗಳು ಬಂದಿವೆ.

ಚಾಕಿ ಸೆಂಟರ್‌ನಿಂದ ಚಾಕಿ ತಂದು ಸ್ಟ್ಯಾಂಡುಗಳಿಗೆ ಬಿಟ್ಟು ಕಡ್ಡಿ ಸಮೇತ ಸೊಪ್ಪು ಹಾಕುವುದು. ದಿನಕ್ಕೆ ಏಳು ಸಲ ಸೊಪ್ಪು ಹಾಕಬೇಕಿಲ್ಲ, ಸರೊತ್ತಿನಲ್ಲಿ ಏಳುವಂತಿಲ್ಲ. ರೋಗದ ಬಾಧೆಯೂ ಕಡಿಮೆ.

ಆದರೆ, ಆಕಳೀ ಗೂಡಿನ ಆದಾಯ ನಂಬಿರುವ ಹೆಣ್ಣು ಮಕ್ಕಳ ಸಂಖ್ಯೆ ಪ್ರಾಯಶಃ ಈಗಲೂ ಕಡಿಮೆ ಆಗಿಲ್ಲ ಅಂತಲೇ ಅನಿಸುತ್ತದೆ.

21 ಕಾಡುವ ಹಿಪ್ಪೆ ಮರಗಳು

"ಕಳೆದ ಕಾಲಕ್ಕೆ ಚಿಂತಿಸದೆ, ಉಳಿದ ಕಾಲಕ್ಕೆ ವಂಚಿಸದೆ. ಅರಿತು ಕಾಲಕ್ಕೆ ಮಹತ್ವ ನೀಡು" ಇದು ನಾನು ಪ್ರೌಢಶಾಲೆ ಬಿಡುವ ಸಮಯದಲ್ಲಿ ನಮ್ಮ ಕನ್ನಡ ಮಾಸ್ತರರಾಗಿದ್ದ ಅಂಕಯ್ಯನವರು ಆಟೋಗ್ರಾಫ್‌ನಲ್ಲಿ ಬರೆದುಕೊಟ್ಟಿದ್ದ ಶುಭಾಷಯ ನುಡಿ.

ಕಳೆದು ಹೋದ ಕಾಲದ ಕೆಲವೊಂದು ನೆನಪುಗಳು ಸದಾ ಕಾಡುತ್ತಿರುತ್ತವೆ. ಬಹುಕಾಲ ನಮ್ಮ ಕುಟುಂಬದ ಸಂಗಾತಿಗಳಾಗಿದ್ದ ನಾಲ್ಕು ಬೃಹದಾಕಾರದ ಹಿಪ್ಪೆ ಮರಗಳು, ಅವುಗಳ ವಂಶದ ಗುರುತೂ ಇಲ್ಲದಂತೆ ಮರೆಯಾಗಿ ಹೋದದ್ದು ಇಂತಹ ಹಲವು ನೆನಪುಗಳಲ್ಲಿ ಒಂದು.

ನಮ್ಮ ಜಮೀನಿನಲ್ಲಿ ಇದ್ದ ನಾಲ್ಕು ಹಿಪ್ಪೆಮರಗಳೇ ಒಂದು ತೋಪಿನ ರೀತಿ ಕಾಣುತ್ತಿದ್ದವು ಎಂಟತ್ತು ಗುಂಟೆ ಜಾಗದಲ್ಲಿದ್ದ ಈ ಬೃಹದಾಕಾರದ ಹಿಪ್ಪೆ ಮರಗಳು ಅನೇಕ ಬಾವಲಿಗಳಿಗೆ ಆಶ್ರಯ ನೀಡಿದ್ದವು. ಸಮೀಪದಲ್ಲಿಯೇ ಒಂದು ಕಲ್ಲಿನ ಮಂಟಪ ಇತ್ತು. ಇದನ್ನು ಯಾರು, ಯಾವಾಗ, ಯಾವ ಉದ್ದೇಶಕ್ಕೆ ನಿರ್ಮಿಸಿದ್ದರೋ ಗೊತ್ತಿಲ್ಲ.

ಈ ಹಿಪ್ಪೆ ಮರಗಳು ನಮ್ಮ ನಾಲ್ವರು ಅಣ್ಣತಮ್ಮಂದಿರ ಕುಟುಂಬಕ್ಕೆ ಸೇರಿದ್ದವು ಅಂದರೆ ನಮ್ಮ ತಾತನ ಒಡಹುಟ್ಟಿದವರಿಗೆ. ಮಾಲಿಕತ್ವ ಮಾತ್ರ ನಾಲ್ಕು ಕುಟುಂಬದವರಿಗೆ ಸೇರಿದ್ದಾಗಿತ್ತು. ಬಹುಶಃ ಇದೇ ಈ ಮರಗಳ ಅಕಾಲಿಕ ಮರಣಕ್ಕೆ ಕಾರಣವಾಯಿತೋ ಏನೋ.

ಬಹಳಷ್ಟು ವರ್ಷಗಳ ಕಾಲ ಈ ಹಿಪ್ಪೆಮರಗಳ ಬೀಜಗಳನ್ನು ನಾಲ್ಕು ಮನೆಯವರು ಒಟ್ಟಿಗೇ ಆಯ್ದುಕೊಂಡು ಪಾಲು ಮಾಡಿಕೊಳ್ಳುತ್ತಿದ್ದವು. ಬೆಳಿಗ್ಗೆ ಎದ್ದ ತಕ್ಷಣ ಎಲ್ಲರ ಮನೆಯಿಂದಲೂ ಒಬ್ಬರೋ ಇಬ್ಬರೋ ಒಟ್ಟು ಸೇರಿ ಹಿಪ್ಪೆ ಬೀಜ ಆಯಲು ಹೋಗುತ್ತಿದ್ದೆವು ನಂತರ ಸಂಗ್ರಹವಾದ ಹಿಪ್ಪೆ ಬೀಜಗಳನ್ನು ಅಲ್ಲಿಯೇ ಪಾಲು ಮಾಡಿಕೊಂಡು ಮನೆಗೆ ಬರುವುದು ರೂಢಿಯಾಗಿತ್ತು.

ಈ ರೀತಿ ಸಂಗ್ರಹವಾದ ಹಿಪ್ಪೆ ಬೀಜಗಳನ್ನು ಬಿಡಿಸಿ, ಒಣಗಿಸಿ ಚನ್ನಪಟ್ಟಣದ ಸಾಬರಿಗೆ ಮಾರಾಟ ಮಾಡುವುದು, ಇಲ್ಲವೇ ಹಿಪ್ಪೆಬೀಜ ನೀಡಿ, ಹಿಪ್ಪೆ ಎಣ್ಣೆ ಪಡೆಯುವುದು ಮಾಡುತ್ತಿದ್ದವು. ನಮ್ಮ ಮನೆಗೆ ಕರೆಂಟ್ ಬರುವುದಕ್ಕೆ ಮುನ್ನಾ, ಸೀಮೆಎಣ್ಣೆ ಬಳಕೆ ಅಷ್ಟಾಗಿ ಇರದಿದ್ದ ಕಾಲದಲ್ಲಿ ಈ ಹಿಪ್ಪೆ ಎಣ್ಣೆಯನ್ನೇ ದೀಪ ಉರಿಸಲು ಬಳಸುತ್ತಿದ್ದರು. ಇದರ ಜತೆಗೆ ನಮ್ಮ ಜಮೀನಿನಲ್ಲಿದ್ದ ಹೊಂಗೆ ಮರಗಳಿಂದಲೂ ಹೊಂಗೆಬೀಜ ಸಂಗ್ರಹಿಸಿ ಹೊಂಗೆ ಎಣ್ಣೆಯನ್ನು ಪಡೆದುಕೊಳ್ಳುತ್ತಿದ್ದೆವು.

ಜಮೀನು ಒಬ್ಬರಿಗೆ ಮರ ನಾಲ್ವರಿಗೆ ಈ ವ್ಯವಸ್ಥೆ ಬಹಳ ಕಾಲ ಉಳಿದುಕೊಳ್ಳಲಿಲ್ಲ. ಮರ ಮಾರಿದರೆ ಬರಬಹುದಾದ ದುಡ್ಡಿನ ಲೆಕ್ಕಚಾರವೋ, ಜಮೀನನ್ನು ಪೂರ್ಣವಾಗಿ ಒಂದು ಕುಟುಂಬದ ವ್ಯವಸಾಯಕ್ಕೆ ಬಳಸಬಹುದಾದ ಆಸೆಯೋ ಒಟ್ಟಿನಲ್ಲಿ ಹಿಪ್ಪೆ ಮರಗಳಿಗೆ ಕೊಡಲಿ ಬಿತ್ತು.

ನಾಲ್ಕು ಮರಗಳನ್ನು ಕೆಡವಿದ ವೇಳೆ ಇಡೀ ಬಯಲಿಗೆ ಮರಗಳು ಹರಡಿಕೊಂಡಂತೆ ಕಾಣುತ್ತಿದ್ದುದು ಇಂದಿಗೂ ಕಣ್ಣಿಗೆ ಕಟ್ಟುತ್ತದೆ. ಮರಗಳನ್ನು ಮಾರಿ ಬಂದ ದುಡ್ಡನ್ನು ನಾಲ್ಕು ಮನೆಯವರು ಸಮವಾಗಿ ಹಂಚಿಕೊಂಡರು. ಅಲ್ಲಿಗೆ ಯಾರೋ ನೆಟ್ಟು ಬೆಳೆಸಿದ್ದ ಹಿಪ್ಪೆಮರಗಳು ಇತಿಹಾಸವಾಗಿ ಹೋದವು. ಅದರ ಜತೆಗೆ ಹಿಪ್ಪೆಬೀಜ ಆಯಲು ಹೋಗುವುದು, ಹಿಪ್ಪೆಬೀಜ ಬಿಡಿಸುವಾಗ ಬರುವ ಗುಳ್ಳೆಗಳನ್ನು ಮಕ್ಕಳು ಬೆರಳಿಗೆ ಹಾಕಿಕೊಂಡು ಬೆರಳನ್ನು ಇನ್ನಷ್ಟು ಉದ್ದಮಾಡಿಕೊಂಡು ಸಂಭ್ರಮಿಸುವುದು ಇವೆಲ್ಲಾ ಕೇವಲ ನೆನಪುಗಳಾಗಿ ಹೋದವು.

ಈ ಹಿಪ್ಪೆ ಮರದ ಬೀಜಗಳಿಂದ ಬಿತ್ತನೆ ಮಾಡಿದ್ದ ಎರಡು ಗಿಡಗಳು ನಮ್ಮ ಜಮೀನಿನಲ್ಲಿ ಬೆಳೆಯುತ್ತಿದ್ದವು. ಇದೇ ಜಮೀನಿನಲ್ಲಿ ಕೆಲವು ಕಾಲದ ನಂತರ ತಂಗಿನ ಗಿಡಗಳನ್ನು ನೆಡಲಾಗಿತ್ತು. ತೆಂಗಿನ ಗಿಡಗಳು ಕಾಯಿ ಬಿಡುವಂತಾಗುವ ವೇಳೆಗೆ ಹಿಪ್ಪೆ ಗಿಡಗಳೂ ಸಾಕಷ್ಟು ಪ್ರಮಾಣದಲ್ಲಿ ಬೆಳೆದಿದ್ದವು ನೆರಳು ಕೊಡುವ ಪ್ರಮಾಣಕ್ಕೆ.

ಯಾವಾಗಲೂ ಒಮ್ಮೆ ಊರಿಗೆ ಹೋದಾಗ ನೋಡಿದರೆ ಈ ಹಿಪ್ಪೆಗಿಡಗಳೂ ನಾಪತ್ತೆಯಾಗಿದ್ದವು. ತೆಂಗಿನ ಗಿಡಗಳಿಗೆ ನೆರಳಾಗುತ್ತದೆ, ತೆಂಗು ಸರಿಯಾಗಿ ಬೆಳೆಯುವುದಿಲ್ಲ ಎಂದು ಹಿಪ್ಪೆಗಿಡಗಳನ್ನು ಕಡಿಸಿಹಾಕಿದ್ದರು. ಅಲ್ಲಿಗೆ ಆ ಹಿಪ್ಪೆ ಮರಗಳ ವಂಶ ನಮ್ಮ ವಂಶದವರ ಜಮೀನಿನಲ್ಲಿ ನಿರ್ವಂಶವಾಗಿದ್ದವು.

ಬಹುಶಃ ನೂರು ವರ್ಷ ದಾಟಿರಬಹುದಾದ ಆ ಹಿಪ್ಪೆ ಮರಗಳ ವಂಶ ಬೇರೆಲ್ಲಾದರೂ ಇರಬಹುದೋ, ಏನೋ ಆದರೆ, ಅದರ ಫಲವನ್ನು ಅನುಭವಿಸಿದ, ಅದರ ಎಣ್ಣೆಯಿಂದ ದೀಪ ಉರಿಸಿಕೊಂಡ ನಮ್ಮ ಮನೆಯವರ ಯಾವುದೇ ಜಮೀನಿನಲ್ಲಿ ಉಳಿದುಕೊಂಡಿಲ್ಲ. ತೆಂಗಿನ ಮರಗಳಿಗಾಗಿ ಬೆಳೆಯುತ್ತಿದ್ದ ಹಿಪ್ಪೆಗಿಡಗಳನ್ನು ಕಡಿಸಿಹಾಕಲಾಗಿತ್ತು. ತೆಂಗಿನ ಮರಗಳ ಜತೆಗೆ ಅವುಗಳಿಗೂ ಒಂದಿಷ್ಟು ಜಾಗ ನೀಡಬಹುದಿತ್ತಲ್ಲಾ ಎಂದು ಆ ಜಮೀನಿನ ಬಳಿ ಹೋದಾಗಲೆಲ್ಲಾ ಅನಿಸುತ್ತದೆ.

ಹೀಗೆ ಕಳೆದುಕೊಂಡ ಹಲವಾರು ಮರಗಳ ಜತೆಗೆ ಪರಿಸರ ಕಾಳಜಿ ಮೆರೆದ, ಶಾಸಕರಾಗಿ ರೇಷ್ಮೆ ಸಚಿವರಾಗಿ ಜನಪರ ಕಾಳಜಿಯಿಂದ ಕೆಲಸ ಮಾಡಿದ ವೈ.ಕೆ.ರಾಮಯ್ಯ ನೆನಪಾಗುತ್ತಾರೆ. ಕುಣಿಗಲ್‌ನಿಂದ ಚನ್ನಪಟ್ಟಣದವರೆಗೆ ಒಮ್ಮೆ ಪಾದಯಾತ್ರೆ ನಡೆಸಿ, ಉದ್ದಕ್ಕೂ ರಸ್ತೆ ಬದಿಗಳಲ್ಲಿ ಗಿಡಗಳನ್ನು ನೆಡುವ ಒಂದು ಆಂದೋಲನವನ್ನೇ ವೈ.ಕೆ.ರಾಮಯ್ಯನವರು ನಡೆಸಿದ್ದರು ಅವರ ಈ ಕಾರ್ಯದಲ್ಲಿ ಅನೇಕ ಹಿರಿ-ಕಿರಿಯ ರಾಜಕಾರಣಿಗಳೂ ಪಾದಯಾತ್ರೆಯಲ್ಲಿ ಭಾಗವಹಿಸಿ ಗಿಡಗಳನ್ನು ನೆಟ್ಟಿದ್ದರು.

ಈ ಪೈಕಿ ಎಷ್ಟು ಜನ ಅವರ ಜಮೀನಿನಲ್ಲಿದ್ದ ಮರಗಳನ್ನು ಉಳಿಸಿಕೊಂಡಿದ್ದಾರೋ ಅಥವಾ ಹೊಸದಾಗಿ ಒಂದು ಗಿಡವನ್ನು ನೆಟ್ಟು ಬೆಳೆಸಿದ್ದಾರೋ ಗೊತ್ತಿಲ್ಲ. ಆದರೆ, ರಾಮಯ್ಯನವರ ನೇತೃತ್ವದಲ್ಲಿ ನೆಟ್ಟ ಗಿಡಗಳಲ್ಲಿ ಹಲವು ಇಂದಿಗೂ ಉಳಿದುಕೊಂಡಿವೆ, ಮರಗಳಾಗಿವೆ. ಕುಣಿಗಲ್‌ನಿಂದ ಚನ್ನಪಟ್ಟಣದವರೆಗೆ ಅಲ್ಲಲ್ಲಿ ರಾಮಯ್ಯನವರ ಹೆಸರನ್ನು ಹೇಳುತ್ತಿವೆ.

22 ದಾದೂ ಎಂಬ ಸಂತನೂ, ಬಟ್ಟೆ ಹೊಲಿಯುತ್ತಿದ್ದ ಬೂಬಮ್ಮನೂ

ಕನ್ನಡ ಚಿತ್ರರಂಗದಲ್ಲಿ ಇತಿಹಾಸ ಸೃಷ್ಟಿಸಿದ ಬಂಗಾರದ ಮನುಷ್ಯ ತೆರೆಕಂಡು 50 ವರ್ಷಗಳು ತುಂಬಿದ ಸಂಭ್ರಮದಲ್ಲಿ ನಾವು ಇದ್ದೇವೆ.

ಈ ಚಿತ್ರದ ಒಂದು ದೃಶ್ಯದಲ್ಲಿ ಲಾಳದ ಸಾಬಿಯೊಬ್ಬ ಹಳ್ಳಿಯಲ್ಲಿನ ಅನ್ಯ ಧರ್ಮೀಯನೊಬ್ಬನ ಬೀಡಿಯಿಂದ, ಆ ಬೀಡಿ ಆತನ ಬಾಯಿಯಲ್ಲಿ ಇರುವಾಗಲೇ ತನ್ನ ಬಾಯಲ್ಲಿದ್ದ ಬೀಡಿಗೆ ಬೆಂಕಿ ಹಚ್ಚಿಕೊಳ್ಳುತ್ತಾನೆ.

ಸಾವಿರ ಪದಗಳಲ್ಲಿ ಹೇಳಬಹುದಾದ ಸೌಹಾರ್ದದ ಕಥೆಯನ್ನು 10 ಸೆಕೆಂಡ್‌ಗಳಲ್ಲಿ ಮುಗಿದು ಹೋಗುವ ಈ ದೃಶ್ಯ ಹೇಳುತ್ತದೆ. ಅಂದು ಬೀಡಿಗೆ ಹಚ್ಚಿದ ಬೆಂಕಿ ಸೌಹಾರ್ದದ ಕಥೆ ಹೇಳಿದರೆ ಇಂದು ಅದೇ ಸಿನಿಮಾ ಮಾಧ್ಯಮ ಊರೂರಿಗೆ ಅಷ್ಟೇ ಏಕೆ ಇಡೀ ದೇಶಕ್ಕೆ ಬೆಂಕಿ ಹಚ್ಚುವ ಕೆಲಸ ಮಾಡುತ್ತಿದೆ. ಸರ್ಕಾರಗಳೇ ಮುಂದೆ ನಿಂತು ತೆರಿಗೆ ವಿನಾಯಿತಿ ನೀಡಿ ಬೆಂಕಿ ಹಚ್ಚುವ ಕೆಲಸಕ್ಕೆ ಪ್ರೋತ್ಸಾಹ ನೀಡುತ್ತಿವೆ.

ನನ್ನೂರು ಅಬ್ಬೂರು, ಚನ್ನಪಟ್ಟಣ ತಾಲ್ಲೂಕಿನ ಒಂದು ಗ್ರಾಮ. ಈ ಹಿಂದೆ ಬೆಂಗಳೂರು ಜಿಲ್ಲೆ, ನಂತರ ಬೆಂಗಳೂರು ಗ್ರಾಮಾಂತರ, ಈಗ ರಾಮನಗರ ಜಿಲ್ಲೆಗೆ ಸೇರಿದ.

ರಾಮನಗರ ಜಿಲ್ಲೆಯ ರಾಮನಗರ, ಚನ್ನಪಟ್ಟಣ, ಕನಕಪುರ ಹಾಗೂ ಮಾಗಡಿ ತಾಲೂಕುಗಳಲ್ಲಿ ಮುಸ್ಲಿಮರು ಇತರ ಜನಾಂಗದವರ ಜೊತೆಗೆ ವ್ಯಾಪಾರ, ವ್ಯವಹಾರಗಳಲ್ಲಿ ಬೇರ್ಪಡಿಸಲಾಗದಷ್ಟು ಬೆರೆತುಹೋಗಿದ್ದಾರೆ.

ರೇಷ್ಮೆ, ಮಾವು ಪ್ರಮುಖ ವಾಣಿಜ್ಯ ಬೆಳೆಗಳಾಗಿರುವ ಜಿಲ್ಲೆಯಲ್ಲಿ ಮುಸ್ಲಿಂ ಹಾಗೂ ಇತರೆ ಜನಾಂಗದವರದ್ದು ಪರಸ್ಪರ ಅವಲಂಬನೆಯ ಬದುಕು. ರೇಷ್ಮೆ ಬೆಳೆಯುವ ರೈತ ಹಿಂದು. ರೇಷ್ಮೆ ನೂಲು ಬಿಚ್ಚುವ ಉದ್ಯಮ ಪೂರ್ಣವಾಗಿ ಮುಸ್ಲಿಮರ ಕೈಯಲ್ಲಿ. ಮಾವು ಬೆಳೆಯುವ ರೈತರು ಬಹುತೇಕ ಹಿಂದೂಗಳು. ವ್ಯಾಪಾರದಲ್ಲಿ ತೊಡಗಿರುವವರು ಬಹುತೇಕ ಮುಸಲ್ಮಾನರು.

ನೆಲದ ಸಂಪರ್ಕವನ್ನು ಎಂದೋ ಕಡಿದು ಕೊಂಡಿರುವ ಮುಸಲ್ಮಾನರು ಸಹಜವಾಗಿಯೇ ಅವಲಂಬಿಸಿರುವುದು ವ್ಯಾಪಾರ ವ್ಯವಹಾರವನ್ನು.

ಹಿಂದೆ ತಾಲೂಕಿನ ಬಹಳಷ್ಟು ಗ್ರಾಮಗಳಲ್ಲಿ ಮುಸಲ್ಮಾನರು ನೆಲಸಿದ್ದರು. ಅದರ ಕುರುಹಾಗಿ ಕೆಲವು ಗ್ರಾಮಗಳಲ್ಲಿ ಈಗಲೂ ಬಾಬಯ್ಯನ ಗುಡಿ ಎಂದು ಕರೆಸಿಕೊಳ್ಳುವ ಆರಾಧನಾ ಸ್ಥಳಗಳಿವೆ.

ದೇಶ ವಿಭಜನೆಯ ಸಮಯದಲ್ಲಿ ನಡೆದ ಹಿಂದು ಮುಸ್ಲಿಮ್ ಗಲಭೆಗಳ ನಂತರ ಬಹುತೇಕ ಮುಸ್ಲಿಮರು ಗ್ರಾಮಗಳಿಂದ ವಲಸೆ ಹೋಗಿ ಪಟ್ಟಣಗಳಲ್ಲಿ ನೆಲಸಿದ್ದಾರೆ. ನಮ್ಮೂರಲ್ಲಿ ಮುಸಲ್ಮಾನರು ನೆಲಸಿದ್ದ ಕುರುಹಾಗಿ ಈಗಲೂ ತುರುಕರ ಹಟ್ಟಿ ಸಂಧಿ ಎಂದು ಕರೆಯಲ್ಪಡುವ ಓಣಿ ಇದೆ.

ಈ ರೀತಿಯಲ್ಲಿ ತುತ್ತಿನ ಚೀಲ ತುಂಬಿಸಲು ಪಟ್ಟಣ ಸೇರಿದ ಮುಸಲ್ಮಾನರು ಬೇಸಾಯಕ್ಕೆ ಪೂರಕವಾದ ವ್ಯಾಪಾರ ಮಾಡುತ್ತಾ , ಸೌಹಾರ್ದದ ಬದುಕನ್ನೇ ನಡೆಸುತ್ತಾ ಬಂದಿದ್ದಾರೆ.

ಮುಸಲ್ಮಾನರಿಗಾಗಲಿ ಹಿಂದೂಗಳಿಗಾಗಲಿ ಈ ಸೌಹಾರ್ದ ಎನ್ನುವುದು ಯಾರಿಗೋ ತೋರಿಸಿಕೊಳ್ಳಬೇಕಾದ ಆದರ್ಶವಲ್ಲ. ಅದು ಅವರ ಬದುಕಿನ ಭಾಗ, ಬದುಕಿನ ಬಂಡಿ ಎಳೆಯುವ ಅನಿವಾರ್ಯ. ಜನಾಂಗ ದ್ವೇಷದಿಂದ ಅವರ ಅನ್ನ ಕಸಿದು ಇನ್ನೊಬ್ಬರು ಬದುಕು ಕಟ್ಟಿಕೊಳ್ಳುವ ಘಾತುಕತನ ಅಲ್ಲ.

ಆಕಳೀ ಗೂಡಿನ ಸಾಬರು, ಹಳೆ ಕಬ್ಬಿಣ ಖರೀದಿಸಿ ಮಕ್ಕಳಿಗೆ ಕರ್ಜೂರ ಮಾರುವ ಸಾಬರು, ದನಗಳಿಗೆ ಲಾಳ ಕಟ್ಟುವ ಸಾಬರು, ಮಾವಿನ ಕಾಯಿ ವ್ಯಾಪಾರ ಮಾಡುವ ಸಾಬರು ಇವರೆಲ್ಲಾ ಗ್ರಾಮೀಣ ರೈತ ಸಮುದಾಯದ ಬದುಕಿನೊಡನೆ ಸಹಜವಾಗಿಯೇ ಬೆರೆತು ಹೋಗಿದ್ದಾರೆ.

ಜನರ ನಡುವೆ ದ್ವೇಷ ಬಿತ್ತಿ ಅಧಿಕಾರದ ಫಸಲು ತೆಗೆಯಲು ಧರ್ಮದ ಅಮಲು ಹತ್ತಿಸಿ ಸೌಹಾರ್ದ ಕದಡುತ್ತಿರುವ ಕಾಲಘಟ್ಟದಲ್ಲಿ ನಾವಿರುವಾಗ ನನಗೆ ನನ್ನ ಬಾಲ್ಯದ ಇಬ್ಬರೂ ಮುಸ್ಲಿಮರು ನೆನಪಾಗುತ್ತಾರೆ.

ಒಬ್ಬರು ದಾದು. ಇವರ ನಿಜವಾದ ಹೆಸರು ಗೊತ್ತಿಲ್ಲ.

ಸುತ್ತಮುತ್ತಲಿನ, ಬಹುತೇಕ ಒಕ್ಕಲುತನ ಮಾಡುವ ರೈತರ ಜೊತೆಗೆ ವ್ಯಾಪಾರ, ವ್ಯವಹಾರ ಮಾಡುತ್ತಿದ್ದ ಈ ದಾದು ಹೇಳುತ್ತಿದ್ದ ಮಾತು - ನಿಯತ್ ಮೆ ಬರ್ಕತ್ ಹೈ - ಎಂಬುದು.

ಈ ದಾದೂ ಜೊತೆಗೆ ವ್ಯವಹಾರ ಮಾಡುತ್ತಿದ್ದ ರೈತರಿಗೂ ಅವರ ಮೇಲೆ ಅಪಾರ ವಿಶ್ವಾಸ. ಮಾವಿನತೋಟವನ್ನ ಗುತ್ತಿಗೆಗೆ ಹಾಕಿಕೊಳ್ಳುವಾಗಲೂ ಅಷ್ಟೆ, ದಾದೂ ಮಾತೇ ಫೈನಲ್. ಅವರ ಮಾತಿನಲ್ಲಿ ತೋಟದ ಮಾಲೀಕ ಮತ್ತು ವ್ಯಾಪಾರಗಾರ ಇಬ್ಬರಿಗೂ ನಂಬಿಕೆ.

ಅಚ್ಚ ಬಿಳಿಗಡ್ಡದ ಈ ವ್ಯಕ್ತಿಯನ್ನು ಈಗಲೂ ನೆನಪಿಸಿಕೊಂಡರೆ ಸಂತ ನೊಬ್ಬನನ್ನು ಕಂಡ ಭಾವ ಮೂಡುತ್ತದೆ. ಅಂದು ಇವರ ವೃತ್ತಿ ಮಾವಿನಕಾಯಿ ವ್ಯಾಪಾರ,ಮಾವಿನ ತೋಟದ ಕಾವಲು ವ್ಯವಸ್ಥೆ ಇತ್ಯಾದಿ.

ಮಾವಿನ ಫಸಲಿನ ಕಾಲದಲ್ಲಿ ತಪ್ಪದೆ ಇವರ ಭೇಟಿ ಆಗುತ್ತಿತ್ತು. ನಮ್ಮ ತಂದೆ ನಮಗಿದ್ದ ಕೆಲವು ಮಾವಿನ ಮರಗಳ ಜೊತೆಗೆ, ಬೇರೆಯವರ ಮರಗಳನ್ನು ಗುತ್ತಿಗೆಗೆ ಹಾಕಿಕೊಳ್ಳುತ್ತಿದ್ದರು.

ಈಗಿನಂತೆ ಎಕರೆಗಟ್ಟಲೆ ಮಾವಿನ ತೋಟಗಳು ಆಗ ಇರಲಿಲ್ಲ. ತಮ್ಮ ಜಮೀನಿನಲ್ಲಿ ಇತರ ಬೆಳೆಗಳ ಜೊತೆಗೆ ಇರುತ್ತಿದ್ದ ಮೂರ್ನಾಲ್ಕು ಮರಗಳನ್ನು ಗುತ್ತಿಗೆಗೆ ನೀಡುತ್ತಿದ್ದರು. ಅಪರೂಪಕ್ಕೆ ಇಪ್ಪತ್ತು ಮೂವತ್ತು ಮರಗಳಿದ್ದರೆ ಅದೇ ದೊಡ್ಡ ಮಾವಿನ ತೋಪು.

ಮಾವಿನ ಹಣ್ಣಿನ ಕಾಲದಲ್ಲಿ, ಮಾವಿನ ಕಾಯಿಗಳನ್ನು ಕಿತ್ತು ಬಿದಿರಿನ ಬುಟ್ಟಿಗಳಿಗೆ ತುಂಬಿ ಸುತ್ಲಿ ದಾರದಿಂದ ಬುಟ್ಟಿ ಹೊಲೆಯುವುದು, ಬುಟ್ಟಿಯ ಮೇಲೆ ಇಂಗ್ಲಿಷ್ ಅಕ್ಷರದ ಮಾರ್ಕ್ ಹಾಕುವುದು ಇತ್ಯಾದಿ ಕಾಯಕ ಈ ದಾದೂ ಮುಂದಾಳತ್ವದಲ್ಲಿ ನಡೆಯುತ್ತಿತ್ತು. ನಮ್ಮೂರಿಗೆ ಚನ್ನಪಟ್ಟಣದಿಂದ ಬರುತ್ತಿದ್ದ ಈ ದಾದುವನ್ನು ನೋಡಿದ ಯಾರಿಗೇ ಆಗಲಿ ಗೌರವ ಭಾವನೆಯೇ ಮೂಡುತ್ತಿತ್ತು.

ಮಾವಿನಕಾಯಿಯನ್ನು ಬಿದಿರಿನ ಬುಟ್ಟಿಯಲ್ಲಿ ಭತ್ತದ ಹುಲ್ಲು ಹಾಕಿ ತುಂಬಿ ಹೊಲಿದು ಇಂಗ್ಲಿಷ್ನಲ್ಲಿ ಇನಿಷಿಯಲ್ ಹಾಕಿ ಬಾಂಬೆಗೆ ಕಳುಹಿಸುತ್ತಿದ್ದರು. ಊರು ಗಳಿಗೆ ಈ ಬಾಂಬೆ ಲಾರಿ ಬರುತ್ತಿದ್ದವು. ಮೂತಿ ಇಲ್ಲದ ಈ ಲಾರಿಗಳನ್ನು ನಾವು ನೋಡಿದ್ದೇ ಈ ಬಾಂಬೆ ಲಾರಿಗಳ ಮೂಲಕ.

ನಮ್ಮೂರ ಸುತ್ತಮುತ್ತ ಮಾವಿನಕಾಯಿ ವ್ಯಾಪಾರ ಮಾಡುವವರಿಗೆ ಈ ದಾದು ಬಹಳ ಬೇಕಾದ ಮನುಷ್ಯ ಆಗಿದ್ದರು.

ಮಾವಿನ ಕಾಯಿ ಕೀಳುವ ಹಾಗೂ ಬುಟ್ಟಿ ಹೊಲಿಯುವ ಸಮಯದಲ್ಲಿ ದಾದೂ ಬಂದಾಗ ಕೆಲವು ದಿನ ನಮ್ಮ ಮನೆಯಲ್ಲೇ ವಾಸ್ತವ್ಯ ಮಾಡುತ್ತಿದ್ದರು.

ನಮ್ಮ ಮನೆಯಲ್ಲಿ ಅವರಿಗೆ ಸಹ ಪಂಕ್ತಿ ಭೋಜನ, ಮನೆಯೊಳಗೆ ಪ್ರವೇಶ ಇತ್ತಾದರೂ, ಅದೇಕೋ ಅವರಿಗೆ ಪ್ರತ್ಯೇಕ ತಟ್ಟೆ ಇಟ್ಟಿರುತ್ತಿದ್ದರು. ನಮ್ಮ ತಾಯಿ ಅವರಿಗೆ ಪ್ರೀತಿಯಿಂದಲೇ ಊಟ ಬಡಿಸುತ್ತಿದ್ದರೂ ಕೂಡ ಅವರು ಊಟ ಮಾಡಿದ ತಟ್ಟೆ-ಲೋಟಗಳನ್ನು ಮಾತ್ರ ಅವರೇ ತೆಗೆಯಬೇಕಿತ್ತು. ತೊಳೆದು ಕೊಳ್ಳಬೇಕಿತ್ತು.

ಆದಾಗ್ಯೂ ಈ ಸಾಬರ ಕುರಿತಂತೆ ಯಾವ ದ್ವೇಷದ ಭಾವನೆ ನಮ್ಮಲ್ಲಿ ಯಾರಿಗೂ ಇರಲಿಲ್ಲ. ಪ್ರೀತಿಯ ಭಾವನೆಗೆ ಕೊರತೆ ಇರಲಿಲ್ಲ .ನಮ್ಮ ಮತ್ತು ಅವರ ವಯಸ್ಸಿನ ಅಂತರದ ಕಾರಣಕ್ಕೂ ಅವರು ನಮಗೆ ಆತ್ಮೀಯರಾಗಿದ್ದರು. ಅವರು ಹೇಳುತ್ತಿದ್ದ ಕತೆಗಳು ನಮಗೆ ವಿಶೇಷ ಆಕರ್ಷಣೆ.

ಇನ್ನೋರ್ವ ಮುಸ್ಲಿಂ ಮಹಿಳೆ ನಮ್ಮೂರ ಬದುಕಿನ ಭಾಗವಾಗಿದ್ದರು. ಅವರ ಹೆಸರು ಕೂಡ ನಮಗೆ ಗೊತ್ತಿರಲಿಲ್ಲ. ನಾವೆಲ್ಲ ಅವರನ್ನು ಕರೆಯುತ್ತಿದ್ದುದು ಬೂಬಮ್ಮ ಎಂದು.

ಈ ಬೂಬಮ್ಮ ಎರಡು ತಿಂಗಳಿಗೊ, ಮೂರು ತಿಂಗಳಿಗೊ ಒಮ್ಮೆ ನಮ್ಮ ಊರಿಗೆ ಬರುತ್ತಿದ್ದರು. ಯಾರದಾದರೂ ಜಗಲಿಯ ಮೇಲೆ ಅವರ ವಾಸ್ತವ್ಯ. ಜಗುಲಿಯ ಮೇಲೆ ಕುಳಿತು ಬಟ್ಟೆ ಹೊಲಿಯುವ ಕಾಯಕ ಮಾಡುತ್ತಿದ್ದರು.

ಆಗೆಲ್ಲಾ ಕೈ ಹೊಲಿಗೆಯ ಕಾಲ ಇನ್ನೂ ಇತ್ತು. ನಮ್ಮೂರಿನ ವಯಸ್ಸಾದ ಹೆಂಗಸರಿಗೆ ರವಿಕೆ ಹೊಲಿದು ಕೊಡುತ್ತಿದ್ದರು. ಅದರ ಬದಲಿಗೆ ದುಡ್ಡು ಇಲ್ಲದಿದ್ದರೆ ರಾಗಿಯನ್ನೋ, ಭತ್ತವನ್ನೋ ಪಡೆದು ಕೊಳ್ಳುತ್ತಿದ್ದರು. ನಮ್ಮೂರ ಹೆಣ್ಣುಮಕ್ಕಳ ಕಷ್ಟ ಸುಖಗಳು, ಈ ಬೂಬಮ್ಮನ ಮನೆಯ ಕಷ್ಟ ಸುಖಗಳೇ ಆಗಿರುತ್ತಿದ್ದವು. ಪರಸ್ಪರ ಕಷ್ಟ ಹೇಳಿಕೊಳ್ಳುವುದು, ಸಮಾಧಾನ ಮಾಡಿಕೊಳ್ಳುವುದು, ಹೀಗೆ ಅವರ ಬಾಂಧವ್ಯ ಇರುತ್ತಿತ್ತು.

ನಮ್ಮ ಬಾಲ್ಯದ ದಿನಗಳಲ್ಲಿ ಈ ಬೂಬಮ್ಮ ಹೊಲಿದುಕೊಡುತ್ತಿದ್ದ ಬುಕ್ಕಿ ಚೀಲಗಳು ನಮಗೆ ತುಂಬಾ ಆಕರ್ಷಣೆಯಾಗಿದ್ದವು. ಅವುಗಳಲ್ಲಿ ಚಿಲ್ಲರೆ ಕಾಸುಗಳನ್ನು ಸಂಗ್ರಹಿಸಿ ತರಟಿನ ಗುಂಡಿಗಳ ನಡುವೆ ಸಿಕ್ಕಿಸಿಕೊಳ್ಳುವುದು ನಮ್ಮ ಆ ಕಾಲದ ಶೋಕಿಯಾಗಿತ್ತು.

ಎಲ್ಲರ ಮನೆಗಳಲ್ಲೂ ಬೂಬಮ್ಮನ ಊಟ ನಡೆಯುತ್ತಿತ್ತು. ಸಾಬರು ಹೊಲಿದ ಬಟ್ಟೆ ಎಂದು ಯಾರು ಯೋಚಿಸುತ್ತಿರಲಿಲ್ಲ. ಇದು ಸೌಹಾರ್ದವೋ, ಅವಶ್ಯಕತೆಯ ಅವಲಂಬನೆಯೋ, ಅಂತೂ ದ್ವೇಷದ ಮಾತುಗಳು ಮಾತ್ರ ಕೇಳಿಬರುತ್ತಿರಲಿಲ್ಲ.

23 ಸರಳ ಮದುವೆಗಳ ಹಾದಿಯಲ್ಲಿ

ದಿನಾಂಕ 3-6-2021, ಇಂದಿಗೆ 30 ವರ್ಷಗಳ ಹಿಂದೆ ಚನ್ನಪಟ್ಟಣದಲ್ಲಿ, ನಾನು ನಂಬಿದ ವಿಚಾರಗಳಿಗೆ ಅನುಗುಣವಾಗಿ, ಯಾವುದೇ ಪುರೋಹಿತರ ಮಧ್ಯಸ್ಥಿಕೆ ಇಲ್ಲದೆ, ಆದಷ್ಟೂ ಸರಳವಾಗಿ, ನಾನು ಮತ್ತು ಸುಧಾ ವೈವಾಹಿಕ ಜೀವನಕ್ಕೆ ಕಾಲಿರಿಸಿದೆವು...

ಸರಳ ಮದುವೆಗಳಿಗೂ, ನನ್ನೂರು ಅಬ್ಬೂರಿಗೂ, ನಮ್ಮ ಕುಟುಂಬಕ್ಕೂ ಬಿಡಿಸಲಾರದ ನಂಟಿದೆ. ಈ ಬಗ್ಗೆ ಮತ್ತೊಮ್ಮೆ ನೆನಪಿನ ದೋಣಿಯ ಪಯಣ.

ದಶವಾರದ ಮಾಧ್ಯಮಿಕ ಶಾಲೆಯಲ್ಲಿ ಓದುತ್ತಿದ್ದ ದಿನಗಳು. ಬಹುಶಃ ಆರನೇ ತರಗತಿಯಲ್ಲಿದ್ದೆ. ದಶವಾರದ ಸಂತೆಯಲ್ಲಿ ಅಂದು ಹಂಚಿದ್ದ ಕರಪತ್ರದ ಸದ್ದು, ಆ ಕಾಲಕ್ಕೆ ಸಂತೆಯ ಸದ್ದನ್ನೂ ಮೀರಿಸಿತ್ತು.

ಯಾರೂ ಕಲ್ಪನೆಯನ್ನು ಮಾಡಿಕೊಳ್ಳದ ಸಂಗತಿಯಾಗಿತ್ತು ಅದು. ಮೂಢನಂಬಿಕೆ ವಿರೋಧಿ ಸಮ್ಮೇಳನ ಹಾಗೂ ಸರಳ ಮದುವೆ. 08-06-1972. ಚನ್ನಪಟ್ಟಣ ತಾಲ್ಲೂಕು, ನಾಗವಾರ ಹಾಗೂ ಅಬ್ಬೂರಿನ ಇತಿಹಾಸದಲ್ಲಿ ನೆನಪಿಡಲೇಬೇಕಾದ ದಿನ. ಸರಳ ಮದುವೆಗಳಿಗೆ ನಾಂದಿ ಹಾಡಿದ ದಿನ.

ವರ ಕಾಳೇಗೌಡ ನಾಗವಾರ, ಮೈಸೂರಿನಲ್ಲಿ ಓದುತ್ತಿದ್ದ, ಸಮಾಜವಾದಿ ಗೆಳೆಯರ ಸಹವಾಸದಲ್ಲಿದ್ದ ಕಾಳೇಗೌಡ ಅವರಿಗೆ ಸಂಪ್ರದಾಯ ವಿರೋಧಿ ಮದುವೆಯ ಬಗ್ಗೆ ಆಲೋಚಿಸುವುದು ಸಹಜವಾಗಿದ್ದರೆ ಅದರಲ್ಲಿ ಆಶ್ಚರ್ಯವೇನಿರಲಿಲ್ಲ. ಆದರೆ, ಇತರರಿಗೆ ಈ ರೀತಿಯ ಆಲೋಚನೆ ಸ್ವಲ್ಪ ಕಷ್ಟವೇ ಆಗಿತ್ತು.

ಇನ್ನು ವಧು ಕೆಂಪಮ್ಮ, ನಾಗವಾರದಲ್ಲಿ ಎಸ್‌ಎಸ್‌ಎಲ್‌ಸಿಯಲ್ಲಿ ಫಸ್ಟ್ ಕ್ಲಾಸಲ್ಲಿ ಫೇಲಾಗಿದ್ದವಳು ಅಂದರೆ ಫೇಲಾಗಿದ್ದ ಒಂದು ಸಬ್ಜೆಕ್ಟ್ ಬಿಟ್ಟರೆ ಉಳಿದೆಲ್ಲಾ

ವಿಷಯಗಳಲ್ಲಿ ಫಸ್ಟ್‌ಕ್ಲಾಸ್ ಮಾರ್ಕ್ಸ್ ತೆಗೆದುಕೊಂಡಿದ್ದವಳು, ನಮ್ಮ ಅಕ್ಕ ಜಯಮ್ಮನ ಮಗಳು.

ನಾವು 12 ಜನ ಮಕ್ಕಳ ಪೈಕಿ ಜಯಮ್ಮ ಮೊದಲನೆಯವಳು. ನಾನು ಕೊನೆಯವನು. ಜಯಮ್ಮನನ್ನು ಒಂದೇ ಊರಿಗೆ ಕೊಟ್ಟು ಮದುವೆ ಮಾಡಲಾಗಿತ್ತು. ಸಣ್ಣ ವಯಸ್ಸಿಗೇ ಮದುವೆಯಾಗಿ ತಾಯಿ ಮಗಳು ಒಟ್ಟೊಟ್ಟಿಗೆ ಬಾಣಂತನ ಮಾಡಿಕೊಂಡು 6 ಜನ ಮಕ್ಕಳಿಗೆ ತಾಯಿಯಾಗಿದ್ದಳು. ನಮ್ಮಕ್ಕ ಜಯಮ್ಮ.

ಚಿಕ್ಕವಯಸ್ಸಿಗೇ ಗಂಡನನ್ನು ಕಳೆದುಕೊಂಡಿದ್ದರಿಂದ ಒಟ್ಟು ಕುಟುಂಬದಲ್ಲಿ ಹಲವು ಪಡಿಪಾಟಲುಗಳ ಮಧ್ಯೆ ಮಕ್ಕಳನ್ನು ಬೆಳೆಸಿದವಳು ಜಯಮ್ಮ.

ಕಾಳೇಗೌಡ ಅವರು ಕ್ರಾಂತಿಕಾರಿ ಮದುವೆಯ ಪ್ರಸ್ತಾಪ ಇಡುವ ವೇಳೆಗಾಗಲೇ ಜಯಮ್ಮನ ಹಿರಿಯ ಮಗಳಿಗೆ ಸಾಂಪ್ರದಾಯಿಕವಾಗಿ ಮದುವೆಯಾಗಿತ್ತು. ಅಳಿಯ ಸರ್ಕಾರಿ ಶಾಲೆಯ ಮಾಸ್ಟರು. ಇನ್ನೊಬ್ಬ ಮಗಳನ್ನು ನಮ್ಮ ಅಣ್ಣ ರಾಜುವಿಗೆ ತಂದುಕೊಳ್ಳಲಾಗಿತ್ತು.

ಮೂರನೇ ಮಗಳೇ ಸರಳ ಮದುವೆಯ ವಧು ಕೆಂಪಮ್ಮ. ಒಟ್ಟು ಕುಟುಂಬದ ಮನೆಯಲ್ಲಿ ನಮ್ಮ ಅಕ್ಕ ಜಯಮ್ಮನಿಗೆ ಯಾವ ನಿರ್ಧಾರ ತೆಗೆದುಕೊಳ್ಳುವ ಸ್ವಾತಂತ್ರ್ಯವೂ ಇರಲಿಲ್ಲ. ಖರ್ಚು ಉಳಿಯುತ್ತದೆಂದು ಭಾವಿಸಿದ ಅಣ್ಣತಮ್ಮಂದಿರು, ಮದುವೆಯ ವಿಷಯದಲ್ಲಿ ತಲೆ ಹಾಕದ ತಂದೆ ರಂಗೇಗೌಡ, ಹೀಗೆ ಜಯಮ್ಮನಿಗೆ ಇಷ್ಟವಿತ್ತೋ ಇಲ್ಲವೋ, ಅಂತೂ ಆ ಸರಳ ಮದುವೆ ನಡೆದುಹೋಯಿತು. ವಧುವಿನ ಅಣ್ಣ ರಾಜಶೇಖರನ ಪ್ರಯತ್ನ ಹಾಗು ಏಕೈಕ ಮನಃಪೂರ್ವಕ ಬೆಂಬಲದೊಂದಿಗೆ.

ನಾಗವಾರದ ಊರ ಮುಂದಿನ ಮಾರಿಗುಡಿಯ ಎದುರು ಉಟ್ಟ ಬಟ್ಟೆಯಲ್ಲಿಯೇ ವರ ಕಾಳೇಗೌಡ, ಸಾಧಾರಣವಾಗಿ ಅಲಂಕೃತವಾಗಿದ್ದ ವಧು ಕೆಂಪಮ್ಮ. ಪ್ರಮಾಣವಚನ ಬೋಧಿಸಿದವರು ಮುತ್ಸದ್ಧಿ ರಾಜಕಾರಣಿ ಕೆ. ಎಚ್. ರಂಗನಾಥ್. ಊಟವಿರಲಿ, ತಿಂಡಿಯೂ ಸಿಗುವುದಿಲ್ಲ ಎಂದು ತಿಳಿದಿದ್ದರೂ ಕುತೂಹಲಕ್ಕೆ ಸೇರಿದ್ದ ಸಾವಿರಾರು ಮಂದಿ, ಬೆಂಗಳೂರಿನಿಂದಲೂ ಬಂದಿದ್ದ ಮಾಧ್ಯಮ ಪ್ರತಿನಿಧಿಗಳು.

ಪ್ರಜಾವಾಣಿಗೆ ಈ ವರದಿ ಮಾಡಿದವರು ಹಿರಿಯ ಪತ್ರಕರ್ತ ಎಸ್. ವಿ. ಜಯಸಿಂಹ ರಾವ್. ಮುಖಪುಟದಲ್ಲಿ ಪ್ರಮುಖ ಸುದ್ದಿಯಾಗಿತ್ತು ಈ ಮದುವೆ. Wedding with a difference ಎಂದು 'ಡೆಕ್ಕನ್ ಹೆರಾಲ್ಡ್' ವರದಿ ಮಾಡಿತ್ತು. ಇಂತಹ ಮದುವೆಗೆ ಸಂಭ್ರಮದಿಂದ ನಮ್ಮನ್ನು ಕರೆದುಕೊಂಡು ಹೋಗುವವರೂ ಯಾರೂ ಇರಲಿಲ್ಲ.

ಆದರೂ, ಜಯಮ್ಮನ ಕುಟುಂಬದಲ್ಲಿ ಅಂದು ಆರಂಭವಾದ ಸರಳ ಮದುವೆಯ ಈ ಪರಂಪರೆ ಇಂದಿಗೂ ಮುಂದುವರಿದಿದೆ.

ಹಲವು ಬದಲಾವಣೆಗಳನ್ನು ಕಾಣುತ್ತಾ. ಜಯಮ್ಮನ ಕುಟುಂಬದ ಆಚೆ ಇದು ವಿಸ್ತರಿಸಿದೆ. ಕಾಳೇಗೌಡರು ಅವರ ತಂಗಿ ಕಮಲ ಅವರ ಮದುವೆಯನ್ನು ಇದೇ ರೀತಿ ನಡೆಸಿಕೊಟ್ಟರು. ಕೆಂಪಮ್ಮನ ಅಣ್ಣ ರಾಜಶೇಖರ ಈ ಪರಂಪರೆಯನ್ನು ಮುಂದುವರಿಸಿದವರಲ್ಲಿ ಮೊದಲಿಗ. ಚನ್ನಪಟ್ಟಣದ ವೆಂಕಟಪ್ಪನವರ ಛತ್ರದಲ್ಲಿ ಮದುವೆ ನಡೆಯಿತಾದರೂ, ಮದುವೆಗೆಂದು ಯಾವುದೇ ಆಮಂತ್ರಣ ಪತ್ರ ಮುದ್ರಿಸಿರಲಿಲ್ಲ. ಆಪ್ತರಿಗೆ ಅಂಚೆ ಕಾರ್ಡ್ ಬರೆದು ಆಮಂತ್ರಣ. ಆ ವೇಳೆಗಾಗಲೆ ಪದವಿ ಓದುತಿದ್ದ ನನಗೆ ಅಂಚೆ ಕಾರ್ಡ್‌ನಲ್ಲಿ ಆಮಂತ್ರಣ ಬರೆಯುವ ಅವಕಾಶ ಸಿಕ್ಕಿತ್ತು. ಬಂದವರಿಗೆ ಉಪ್ಪಿಟ್ಟು, ಕಾಫಿ, ಪುರೋಹಿತರನ್ನು ದೂರವಿಟ್ಟು ಪ್ರಮಾಣವಚನ ಸ್ವೀಕರಿಸುವ ಮೂಲಕ ಮದುವೆ.

ಕೆಂಪಮ್ಮನ ತಂಗಿ ಕುಸುಮ ಹಾಗೂ ತಮ್ಮ ಚಂದ್ರಕಾಂತನಿಗೆ ಮಾತ್ರ ಇಂತಹ ಮದುವೆಯ ಅವಕಾಶ ದೊರೆಯಲಿಲ್ಲ. ಕೆಂಪಮ್ಮನ ಮದುವೆಯಲ್ಲಿ ಅನಿವಾರ್ಯಕ್ಕೆ ಸಿಕ್ಕಿಬಿದ್ದಿದ್ದ ಜಯಮ್ಮ, ರಾಜಶೇಖರನ, ಮದುವೆಯನ್ನು ಆತನ ಗಟ್ಟಿ ನಿಲುವಿನಿಂದಾಗಿ ವಿರೋಧಿಸಲು ಸಾಧ್ಯವಾಗದೇ ಒಪ್ಪಿಗೆ ನೀಡಿದ್ದಳು. ಕುಸುಮ ಹಾಗೂ ಚಂದ್ರಕಾಂತ ಅವರ ಮದುವೆಯಲ್ಲಿ ಮಾತ್ರ ತನ್ನ ಹಠವನ್ನೇ ಸಾಧಿಸಿ, ಇವರಿಬ್ಬರ ಮದುವೆಯನ್ನು ಮಾಮೂಲಿಯಾಗಿಯೇ ನೆರವೇರಿಸಿಬಿಟ್ಟಳು. ಕುಸುಮಾಳನ್ನು ಮದುವೆಯಾದ ಕರೀಗೌಡ ಬೀಚನಹಳ್ಳಿ ಅವರಿಗೆ ಈ ಸಾಂಪ್ರದಾಯಿಕ ಮದುವೆ ಇಷ್ಟವಿಲ್ಲದಿದ್ದರೂ ಕುಸುಮಾಳನ್ನು ಬಿಡಲಾಗದೆ, ಬಂದಾನಕ್ಕೆ ಪುರೋಹಿತರ ಮುಂದೆ ಕುಳಿತು ಮದುವೆಯ ಶಾಸ್ತ್ರದಲ್ಲಿ ಪಾಲ್ಗೊಂಡಿದ್ದರು.

ಈ ಪುರೋಹಿತರಿಲ್ಲದ, ಆಡಂಬರರಹಿತ ಮದುವೆಯ ಸಂಪ್ರದಾಯ ಜಯಮ್ಮನ ಮನೆ ಹೊಸ್ತಿಲು ದಾಟಿ ನಮ್ಮ ಮನೆಗೆ ಕಾಲಿರಿಸಿದ್ದು ನನ್ನ ಮದುವೆಯ ಮೂಲಕ. ಚಿಕ್ಕಂದಿನಲ್ಲೇ ಇಂತಹ ವಿಚಾರಗಳ ಬಗ್ಗೆ ಒಲವಿದ್ದ ನನಗೆ ಅರ್ಥವಿಲ್ಲದ ಆಚರಣೆಗಳಲ್ಲಿ ಅಂತಹ ನಂಬಿಕೆಯೇನೂ ಇರಲಿಲ್ಲ.

ನನ್ನ ಮದುವೆಯ ವೇಳೆ ಹೆಣ್ಣಿನ ಮನೆಯವರನ್ನು ಒಪ್ಪಿಸುವುದು ತುಸು ಕಷ್ಟವೇ ಆಯಿತು. ನನ್ನ ನಿಲುವಿನಲ್ಲಿ ಯಾವುದೇ ಬದಲಾವಣೆ ಇಲ್ಲ ಎಂದಾದ ಮೇಲೆ ಅನಿವಾರ್ಯಕ್ಕೆ ಎಂಬಂತೆ ಅವರು ಒಪ್ಪಿಗೆ ಸೂಚಿಸಿದ್ದರು. ಆದರೆ, ಇಂತಹ ಮದುವೆಯಿಂದ ನಿಜಕ್ಕೂ ಸಂತೋಷ ಪಟ್ಟಿರುವುದು, ಮತ್ತು ಈಗಲೂ ಆ ಬಗ್ಗೆ ಹೆಮ್ಮೆ ಇರುವುದು ನನ್ನ ಪತ್ನಿ ಸುಧಾ ಅವರಿಗೆ.

ಚನ್ನಪಟ್ಟಣದ ಗರುಡಗಂಬದ ಬೀದಿ ಲಕ್ಷ್ಮೀನಾರಾಯಣ ಸ್ವಾಮಿ ದೇವಸ್ಥಾನದಲ್ಲಿ ಮದುವೆ. ದೇವರ ಸನ್ನಿಧಿಯಲ್ಲಿ ಮದುವೆ ಆಗಬೇಕು ಎಂದು ನಡೆದದ್ದಲ್ಲ. 250/– ರೂ ಗಳಿಗೆ ಜಾಗ ಸಿಗುತ್ತದೆಂದು ಆಯ್ಕೆಯಾದ ಸ್ಥಳ ಅದು. ಆದರೆ, ಅದರಿಂದ ಹೆಣ್ಣಿನ ಮನೆಯವರಿಗೆ ಅಷ್ಟಾದರೂ ಸಮಾಧಾನ ದೊರೆತಿತ್ತು. ಪ್ರಮಾಣವಚನವೂ ಇಲ್ಲದೆ ನಡೆದ ಮದುವೆ ನನ್ನದು. ತಾಳಿ ಕಟ್ಟುವುದಷ್ಟೇ ನಡೆದ ಶಾಸ್ತ್ರ. ಇದನ್ನು ವಿರೋಧಿಸುವ ಮನಸ್ಥಿತಿಯೂ ಕೂಡ ನನಗಿತ್ತು.

ನಂತರದ ತಲೆಮಾರಿನವರು ಈ ಸಂಪ್ರದಾಯವನ್ನು ಮುಂದುವರಿಸಿದ್ದಾರೆ. ಕಾಳೇಗೌಡ–ಕೆಂಪಮ್ಮ ಅವರ ಮೂರೂ ಮಕ್ಕಳ ಮದುವೆಯೂ ಸರಳವಾಗಿಯೇ ನೆರವೇರಿದೆ. ನಿಶಾಂತ ನು ಅಕ್ಷತ ಅವರನ್ನು, ಮತ್ತು ಅಪೂರ್ವ, ವೀಣಾ ಅವರನ್ನು ಮದುವೆಯಾಗುವ ಮೂಲಕ ಜಾತಿಯ ಎಲ್ಲೆಗಳನ್ನೂ ಮೀರಿದ್ದಾರೆ. ಮಗಳು ವಿನುತಾ, ವಿಜಯ್ ಕುಮಾರರನ್ನು ಸರಳವಾಗಿ ಮದುವೆಯಾಗಿದ್ದಾರೆ.

ರಾಧಾ–ರಾಜಶೇಖರ ಅವರ ಮಗ ಅಮೋಘನು ಪ್ರಿಯದರ್ಶಿನಿ ಅವರನ್ನು ಮದುವೆಯಾಗಿ ಜಾತಿ ಮೀರಿದ್ದಾನೆ. ಕುಸುಮಾ–ಕರಿಗೌಡ ಬೀಚನಹಳ್ಳಿ ಅವರ ಇಬ್ಬರೂ ಮಕ್ಕಳೂ ಪುರೋಹಿತರ ಮಧ್ಯಸ್ಥಿಕೆ ಇಲ್ಲದೆ ಮದುವೆಯಾಗಿದ್ದಾರೆ. ವರುಣ್–ಭವ್ಯ ಮತ್ತು ಅಜಂತಾ–ಚಂದನ ಜೋಡಿಯಾಗಿದ್ದಾರೆ.

ನನ್ನ ಅಣ್ಣ ರಾಜು ಅವರ ಮಗ ಅಂದರೆ ಜಯಮ್ಮನ ಮೊಮ್ಮಗ ಪ್ರಸನ್ನ–ಸಹನಾ, ನನ್ನ ಮತ್ತೊಬ್ಬ ಅಣ್ಣ ಮರೀಗೌಡನ ಮಕ್ಕಳು ರಂಗರಾಜ್–ಶಾಲಿನಿ, ವಿಶ್ವಾಸ್–ಸೌಮ್ಯ, ಅಕ್ಕ ತಾಯಮ್ಮನ ಮಗಳು ನಂದಿತಾ–ಅಭಿಲಾಶ್ ಸಂಪ್ರದಾಯಗಳನ್ನು ಬದಿಗೊತ್ತಿ ಕುವೆಂಪು ವಿಚಾರಧಾರೆಯಂತೆ ಮದುವೆಯಾಗಿದ್ದಾರೆ. ಕೆಂಪಮ್ಮನ ಚಿಕ್ಕಪ್ಪನ ಮಗ ಡಾ॥ ವಿನೋದ್–ಶಿಲ್ಪಾ, ನನ್ನ ಪತ್ನಿ ಸುಧಾ ಅವರ ಅಣ್ಣ ನಾಗರಾಜ್ ನ ಮಗಳು ಶ್ರೀಯಾ–ದೀಪಕ್ ಸರಳ ಮದುವೆಯಲ್ಲಿ ಜೋಡಿಯಾಗಿದ್ದಾರೆ.

ತನ್ನ ಮದುವೆಯನ್ನು ಈ ರೀತಿ ಮಾಡಿಕೊಳ್ಳಲಾಗಲಿಲ್ಲವಲ್ಲ ಎಂಬ ಕೊರಗನ್ನು ನನ್ನ ಅಕ್ಕ ಜಯಮ್ಮನ ಮಗ ಚಂದ್ರಕಾಂತ–ಅನುರಾಧ ತನ್ನ ಮಕ್ಕಳಾದ ಮಾನಸ ಮತ್ತು ಪ್ರೀತಮ್, ಅವರ ಸರಳ ಮದುವೆಗಳ ಮೂಲಕ ನಿವಾರಿಸಿಕೊಂಡಿದ್ದಾರೆ.

ಚಂದ್ರಕಾಂತನ ಮಗಳು ಮಾನಸ, ಅಚ್ಯುತನನ್ನು ಮದುವೆಯಾಗಿ ಜಾತಿಯ ಎಲ್ಲೆಯನ್ನು ಮೀರಿದ್ದಾಳೆ. ಪ್ರೀತಮ್ ರಮ್ಯಾ ಸಹ ಸರಳವಾಗಿ ಮದುವೆಯಾಗಿದ್ದಾರೆ.

ಕಾಳೇಗೌಡ ನಾಗವಾರ–ಕೆಂಪಮ್ಮ ಬಿತ್ತಿದ ಸರಳ ಮದುವೆಯ ಬೀಜ, ಆರಂಭದ ವಿರೋಧದ ನಡುವೆಯೂ ಮೊಳಕೆಯೊಡೆದು ಈಗ ಕುಟುಂಬದಲ್ಲಿ ಫಲವತ್ತಾದ ಬೆಳೆ ನೀಡುತ್ತಿದೆ.

ನಮ್ಮ ಕುಟುಂಬದಾಚೆ ಇಂತಹ ಮದುವೆಯಾದದ್ದು ನಮ್ಮೂರಿನ ಲಾಯರ್ ಕೃಷ್ಣದಾಸ್ ಹಾಗೂ ನಾರಾಯಣಗೌಡ. ಇನ್ನೂ ಹಲವಾರು ಕುಟುಂಬಗಳಲ್ಲಿ ಇಂತಹ ಮದುವೆಗಳು ನಡೆದಿವೆ.

ಆರಂಭದಲ್ಲಿ ನಿಜಕ್ಕೂ ಆದರ್ಶದ ಬೆನ್ನುಹತ್ತಿ ಪುರೋಹಿತಶಾಹಿಯನ್ನು ವಿರೋಧಿಸಬೇಕೆಂದು ಮಂತ್ರಮಾಂಗಲ್ಯದ ಮದುವೆ ಆದರೂ, ಇವು ಆಡಂಬರ ವಿರೋಧಿ ಮದುವೆಗಳೂ ಕೂಡ ಆಗಿದ್ದವು. ಆದರೆ, ಮಕ್ಕಳ ಕಾಲಕ್ಕೆ ಸಂಪ್ರದಾಯ ವಿರೋಧಿ ಮದುವೆಗಳಾಗಿ, ಪ್ರತಿಜ್ಞಾವಿಧಿ ಸ್ವೀಕರಿಸುವ ಮೂಲಕ ಶಾಸ್ತ್ರಗಳಿಗೆ, ಮೌಢ್ಯಗಳಿಗೆ ತಿಲಾಂಜಲಿ ನೀಡಿದರೂ ಸ್ವಲ್ಪ ಮಟ್ಟಿನ ಆಡಂಬರ ಸೇರಿಕೊಂಡಿದೆ. ಅಪ್ಪಂದಿರಿಗೆ ಸಾಧ್ಯವಾದದ್ದು ಮಕ್ಕಳಿಗೆ ಸಾಧ್ಯವಾಗಲಿಲ್ಲ.

ಆದರೂ, ನಮ್ಮ ಕುಟುಂಬದಲ್ಲಿ ನೋಡಿದಷ್ಟು ಸರಳ ಮದುವೆಗಳನ್ನು ನನ್ನ ಪರಿಚಯಸ್ಥ ಕುಟುಂಬದಲ್ಲಿ ನೋಡಿಲ್ಲ. ಶಾಸ್ತ್ರವಿಲ್ಲದ ಮದುವೆಗಾಗಿ ಹೆಣ್ಣು ಹುಡುಕುವುದು, ಗಂಡು ಹುಡುಕುವುದು ತುಂಬಾ ಕಷ್ಟದ ಕೆಲಸವೇ. ಗಂಡಿಗೆ, ಏನೋ ಐಬು ಇರಬೇಕು, ಅದಕ್ಕೆ ವರದಕ್ಷಿಣೆ ಅದು–ಇದೂ ಏನೂ ಬೇಡ, ಸರಳ ಮದುವೆ ಸಾಕು ಎನ್ನುತ್ತಿದ್ದಾನೆ ಎಂದು, ಅನುಮಾನಿಸಿದವರೂ ಇದ್ದಾರೆ.

ಇನ್ನು ಹೆಣ್ಣು ಮಕ್ಕಳ ಮದುವೆ ಇನ್ನೂ ಕಷ್ಟ. ನಿರ್ಧಾರ ತೆಗೆದುಕೊಳ್ಳುವವರು ಬಹುಪಾಲು ಗಂಡಿನ ಮನೆಯವರು.

ಸರಳ ಮದುವೆಗಳ ಪರಂಪರೆ ನಮ್ಮ ಮನೆಗಳಲ್ಲಿ ಇಂದಿಗೂ ಮುಂದುವರಿದಿದೆ. ಇದರಲ್ಲಿ ನನ್ನ ಅಕ್ಕ ಜಯಮ್ಮನ ಮಕ್ಕಳು ಮೊಮ್ಮಕ್ಕಳ ಸಂಖ್ಯೆಯೆ ಹೆಚ್ಚಾಗಿದೆ. ದೇವರು ದಿಂಡಿರ ಮೇಲೆ ಅಪಾರ ಶ್ರದ್ಧೆ ಹೊಂದಿದ್ದ, ಅಷ್ಟೇಕೆ ತನ್ನ ಮೈಮೇಲೆಯೇ ದೇವರು ಬರುತ್ತದೆ ಎಂದು ಭಾವಿಸಿದ್ದವಳು ನಮ್ಮಕ್ಕ ಜಯಮ್ಮ.

ಕುಟುಂಬವೊಂದರಲ್ಲಿ ಅತೀ ಹೆಚ್ಚು ಸಂಪ್ರದಾಯ ವಿರೋಧಿ ಸರಳ ಮದುವೆಗಳ ದಾಖಲೆಯು ಬಹುಶಃ ಆಕೆಗೇ ಸಲ್ಲುತ್ತದೆ. ನಮಗೆಲ್ಲ ಇದು ಅತ್ಯಂತ ಹೆಮ್ಮೆಯ ವಿಷಯವೇ ಆಗಿದೆ

24 ಲೋ ಪ್ರಕಾಶ

ನಾನು ಕೊಟ್ಟ ವಸ್ತು ಒಡವೆ,
ನನಗೆ ಅವಗೆ ಗೊತ್ತು
ತೋಳುಗಳಿಗೆ ತೋಳುಬಂದಿ, ಕೆನ್ನೆ ತುಂಬ ಮುತ್ತು॥

ದ ರಾ ಬೇಂದ್ರೆ ಅವರ ಪ್ರಸಿದ್ಧ ಕವನವೊಂದರ ಸಾಲುಗಳು. ಆಪ್ತ ದಾಂಪತ್ಯದ ಪಿಸುಮಾತುಗಳು.

ರಂಗೇಗೌಡ ಉ॥ ಪುಟ್ಟಸ್ವಾಮಿ ಹಾಗೂ ವೆಂಕಟಮ್ಮ ಅಂದರೆ ನನ್ನ ಅಪ್ಪ, ಅಮ್ಮ ಅವರ ದಾಂಪತ್ಯ ಜೀವನ ನನಗೆ ಯಾವಾಗಲೂ ವಿಸ್ಮಯ.

ಗಂಡ–ಹೆಂಡತಿಯಾದವರು, ಬೇರೆಯವರ ಎದುರು, ಮಾತೇ ಆಡದೇ ಜೀವನ ಕಳೆಯಬಹುದೇ, ಅದೂ ಹನ್ನೆರಡೂ ಮಕ್ಕಳಿಗೆ ತಂದೆ–ತಾಯಿ ಆದ ನಂತರವೂ.

ನಮ್ಮ ತಾಯಿ ವೆಂಕಟಮ್ಮನನ್ನು ನಾವೆಲ್ಲಾ ಕರೆಯುತ್ತಿದ್ದುದು, ಅಕ್ಕ ಎಂದು. ತಂದೆ ರಂಗೇಗೌಡನನ್ನು ಕರೆಯುತ್ತಿದ್ದು ಅಣ್ಣಯ್ಯ ಎಂದು. ಈ ಅಕ್ಕ ಮತ್ತು ಅಣ್ಣಯ್ಯ ಪರಸ್ಪರ ಮಾತನಾಡಿದ್ದನ್ನು ಹನ್ನೆರಡನೇ ಮಗನಾದ ನಾನು ನೋಡಿಯೇ ಇಲ್ಲ.

ನಮ್ಮ ಅಣ್ಣಯ್ಯ ಅವಿದ್ಯಾವಂತನೇನೂ ಅಲ್ಲ, ಆಗಿನ ಕಾಲಕ್ಕೆ ಎಲ್ ಎಸ್ ವರೆಗೆ ಓದಿದವರು. ಬೆಂಗಳೂರು, ಬಾಂಬೆ ಎಂದು ಅಡ್ಡಾಡಿ ಮಾವಿನಕಾಯಿ ವ್ಯಾಪಾರ, ಬೆಲ್ಲದ ವ್ಯಾಪಾರ ಮಾಡಿದವರು. ಗಾಂಧಿ ಚಳವಳಿಯ ಪ್ರಭಾವದಿಂದ ಯಾವಾಗಲೂ ಖಾದಿಯನ್ನೇ ತೊಡುತ್ತಿದ್ದವರು. ನಮ್ಮ ಮನೆಯಲ್ಲೊಂದು ಚರಕ ಸಹ ಇತ್ತು. ಆದರಲ್ಲಿ ಯಾರು ಯಾವಾಗ ನೂಲು ತೆಗೆಯುತ್ತಿದ್ದರೋ ಗೊತ್ತಿಲ್ಲ. ಇಂತಹ ವಿದ್ಯಾವಂತ, ಲೋಕ ಜ್ಞಾನವುಳ್ಳ ಅಣ್ಣಯ್ಯ, ಹೆಂಡತಿಯ ಜತೆ

ಬೇರೆಯವರ ಎದುರು ಮಾತೇ ಆಡದಿದ್ದರೆ, ಹೆಂಡತಿಯ ಹೆಸರು ಹಿಡಿದು ಕರೆಯದಿದ್ದರೆ, ಏನೆಂದು ತಿಳಿಯುವುದು.

ನಮ್ಮ ಅಕ್ಕ ಕೂಡ ಹಾಗೆಯೇ ಎಂದೂ ನಮ್ಮೆದುರು ಗಂಡನ ಜತೆ ನೇರವಾಗಿ ಮಾತನಾಡಿದವರಲ್ಲ. ಗಂಡ ಹೆಂಡತಿ ಜಗಳ ಉಂಡು ಮಲಗುವ ತನಕ ಎನ್ನುತ್ತಾರೆ. ಮಾತೇ ಆಡದಿದ್ದರೆ ಜಗಳವಾಡುವುದು ಹೇಗೆ?

ನಮ್ಮ ಮನೆಯಲ್ಲಿ ಆಗ ರೇಷ್ಮೆ ಹುಳು ಸಾಕುತ್ತಿದ್ದರು. ನಾಟಿ ರೇಷ್ಮೆ. ಈಗಿನ ಹಾಗೆ, ಆ ಕಾಲದಲ್ಲಿ ದಿನಕ್ಕೆ ಒಂದು ಬಾರಿಯೋ ಎರಡು ಬಾರಿಯೋ ಸೊಪ್ಪು ಹಾಕುವ ಪದ್ಧತಿ ಇರಲಿಲ್ಲ. ಹೊತ್ತಾರೆ ಸೊಪ್ಪು, ಕುಯ್ಲೊತ್ತು, ಮಧ್ಯಾಹ್ನ, ಎಡೊತ್ತು, ಸಂಜೆ, ರಾತ್ರೆ, ಇಷ್ಟಲ್ಲದೆ ಮಧ್ಯರಾತ್ರಿಯಲ್ಲಿ ಸರೊತ್ತಿನ ಸೊಪ್ಪು ಕೂಡ ಹಾಕುತ್ತಿದ್ದರು. ನಮ್ಮ ಅಣ್ಣಯ್ಯನೇ ಸೊಪ್ಪು ಕುಯ್ಯುತ್ತಿದ್ದುದು. ತಟ್ಟೆ ಹಿಡಿದು ಸೊಪ್ಪು ಹಾಕಲು ಇಬ್ಬರು ಬೇಕಾಗಿತ್ತು. ಸೊಪ್ಪು ಕುಯ್ಯುವ ಸದ್ದಿಗೆ ನಮ್ಮ ಅಕ್ಕ ಎದ್ದರೆ ಸರಿ, ಇಲ್ಲವಾದರೆ ಅಕ್ಕನನ್ನು ಏಳಿಸುವುದು ಹೇಗೆ? ಲೋ ಪ್ರಕಾಶ, ಲೋ ಮರೀಗೌಡ ಎಂದು ಕೂಗಿದರೆ ಏಳಬೇಕಾಗಿದ್ದುದು

ನಾವಲ್ಲ. ನಮ್ಮ ಅಕ್ಕ. ಅವರ ಸಂಭಾಷಣೆಯೆಲ್ಲಾ ಹೀಗೆ, ಮೂರನೇ ವ್ಯಕ್ತಿಯ ಮೂಲಕವೇ ನಡೆಯುತ್ತಿತ್ತು.

ನಮ್ಮ ಕೇರಿಯಲ್ಲೇ ಕೆಲವರ ಮನೆಯಲ್ಲಿ ಹೆಂಡತಿಯು ಗಂಡನ ತಲೆಯಲ್ಲಿ ಸೀರಣಿಗೆ ಹಾಕಿ ಹೇನು ಹಿಡಿಯುತ್ತಿದ್ದುದು, ಆ ಸಮಯದಲ್ಲಿ ಸರಿಯಾಗಿ ಕುಳಿತುಕೊಳ್ಳದೆ ಇದ್ದರೆ ಬೆನ್ನ ಮೇಲೆ ಗುದ್ದುತ್ತಿದ್ದ ದೃಶ್ಯಗಳನ್ನೂ, ಹೊಂಗ್ಲೋ ಎಂದು ಜಗಳವಾಡುವುದನ್ನ, ಸ್ವಲ್ಪ ಸಮಯದಲ್ಲೇ ರಾಜಿ ಆಗುತ್ತಿದ್ದುದನ್ನು ನೋಡಿದಾಗಲೆಲ್ಲಾ ನಮ್ಮ ಅಪ್ಪ-ಅಮ್ಮನ ದಾಂಪತ್ಯ ವಿಚಿತ್ರವಾಗಿ ಕಾಣಿಸುತ್ತಿತ್ತು, ಹೀಗಿರಲು ಸಾಧ್ಯವೇ ಅನಿಸುತ್ತಿತ್ತು.

ನಮ್ಮ ಅಣ್ಣಯ್ಯ ನಮ್ಮ ಅಕ್ಕನ ಜತೆ ಮಾತನಾಡುತ್ತಿರಲಿಲ್ಲ ಎಂದರೆ ಅವರ ಸ್ವಭಾವವೇ ಹಾಗೆ ಅನ್ನುವಂತಿರಲಿಲ್ಲ. ಹೊರ ಜಗತ್ತಿನಲ್ಲಿ ಆತ ಬಹಳ ತಮಾಷೆ ಪ್ರವೃತ್ತಿಯ ವ್ಯಕ್ತಿ. ಚನ್ನಪಟ್ಟಣದಲ್ಲಿ ವ್ಯವಸಾಯ ಸೇವಾ ಸಹಕಾರ ಸಂಘದ ಅಧ್ಯಕ್ಷನಾಗಿ, ಸ್ವಲ್ಪ ಮಟ್ಟಿನ ರಾಜಕೀಯ ಮಾಡುತ್ತ, ಸಾರ್ವಜನಿಕ ಜೀವನದಲ್ಲಿಯೂ ಗುರುತಿಸಿಕೊಂಡಿದ್ದವರು. ನಿಷ್ಠಾವಂತ ಬೇಸಾಯಗಾರ. ಕೃಷಿ ಕೆಲಸಕ್ಕೆ ಬರುವ ಜನರ ಜತೆ ಸಹ ತಮಾಷೆಯಾಗಿಯೇ ಇರುತ್ತಿದ್ದವರು. ಒಮ್ಮೆ ಒಂದು ಹೆಣ್ಣಾಳನ್ನು ತಮಾಷೆಗಾಗಿ ಪಕ್ಕದ ಚಿಕ್ಕೆನಹಳ್ಳಿಯ ವ್ಯಕ್ತಿಯೊಬ್ಬರ ಹೆಸರು ಹೇಳಿ ನಾನು ಹೇಳಿದೆ ಎಂದು ಹೇಳಿ ಅವರ ಬಳಿ ಆಲೂಗೆಡ್ಡೆ ತರಲು ಹೇಳಿ ಕಳುಹಿಸಿದ್ದರು.

ಆ ಹೆಂಗಸು ಪೆದ್ದುಪೆದ್ದಾಗಿ ಅಲೂಗೆಡ್ಡೆ ಕೇಳಿ ಬೈಸಿಕೊಂಡು ಬಂದಿದ್ದಳು. ವೃಷಣದ ತೊಂದರೆಯಿದ್ದ ಆ ವ್ಯಕ್ತಿಗೆ ವೃಷಣಗಳೇ ಆಲೂಗೆಡ್ಡೆಯಂತಿದ್ದವು!

ಗಂಡನ ಜತೆಗಿನ ಇಂತಹ ಯಾವುದಾದರೂ ತಮಾಷೆಯ ಪ್ರಸಂಗ ನನ್ನ ಅಕ್ಕನ ನೆನಪಿನಲ್ಲಿ ಇತ್ತೇ? ಇದ್ದಂತೆ ಕಾಣುತ್ತಿರಲಿಲ್ಲ. ನಾನಂತೂ ನೋಡಿಲ್ಲ.

ಆದರೆ, ತಮಾಷೆಯ ವಸ್ತುವಾಗಿದ್ದುದು ಮಾತ್ರ ನಮ್ಮ ಅಕ್ಕ ಮತ್ತು ಅವಳ ಹನ್ನೆರಡು ಮಕ್ಕಳು. ನಾವು ಉಳಿದಿದ್ದವರು ಎಂಟು ಮಂದಿ. ನಾಲ್ಕು ಮಂದಿ ಬಾಲ್ಯದಲ್ಲಿಯೇ ತೀರಿಹೋಗಿದ್ದರು. ನಮ್ಮ ಅಕ್ಕನಿಗೆ ಸ್ವಲ್ಪ ವಯಸ್ಸಾದ ನಂತರ ಯಾರ ನಂತರ ಯಾರು ಎಂಬುದು ಮರೆತುಹೋಗಿತ್ತು. ಆಗೆಲ್ಲ ಮಕ್ಕಳು ತಮಾಷೆಯಾಗಿ ಆಕೆಯನ್ನು ಛೇಡಿಸುತ್ತಿದ್ದುದು ಉಂಟು!

ಗಂಡ ಹೆಂಡತಿ ಮಾತನಾಡಲಾಗದಂತಹ ಸಂಕೋಚವನ್ನು ಕಂಡಿದ್ದು ವಿರಳವೇ. ಆ ಕಾಲಕ್ಕೆ ನಮ್ಮ ಅಪ್ಪ ಕಲಿತ ಸ್ವಲ್ಪ ವಿದ್ಯೆಯೇ ಇಂತಹ ಮನೋಭಾವಕ್ಕೆ ಕಾರಣವಾಯಿತೋ ಏನೋ ತಿಳಿಯದು. ಎರಡು ಹೊತ್ತು ಹೊಟ್ಟೆಗಿಲ್ಲದ ಗಂಡ -ಹೆಂಡತಿ ಹೊಟ್ಟೆ ತುಂಬಾ ಮಾತನಾಡುವುದನ್ನು ಕಂಡಿದ್ದೇನೆ. ಎಲ್ಲವೂ ಇದ್ದ ನಮ್ಮ ಅಣ್ಣಯ್ಯ ಅಕ್ಕ ಹೀಗೇಕೆ ? ನಮ್ಮ ಅಕ್ಕ ನಮ್ಮೂರಿನ ಪಕ್ಕದ ರಾಂಪುರದವರು.

ಇಬ್ಬರು ಸೋದರಮಾವಂದಿರಂತೂ ಅತ್ಯಂತ ಅಕ್ಕರೆಯಿಂದ ನೋಡಿಕೊಳ್ಳುತ್ತಿದ್ದರು. ನಮ್ಮ ಸೋದರಮಾವಂದಿರು ಕೂಡ ನಮ್ಮ ಅತ್ತೆಯರ ಜತೆ ಸಹಜವಾಗಿಯೇ ಇರುತ್ತಿದ್ದರು. ಇವರನ್ನು ನೋಡಿಯೂ, ಇವರ ನಡುವೆ ಇರುವ ನಮ್ಮ ಅಕ್ಕನಿಗೇಕೆ ಇಂತಹ ಸಂಕೋಚ ರೂಢಿಯಾಯಿತು!

ನಮ್ಮ ಅಣ್ಣಯ್ಯನ ಅಂತ್ಯದ ದಿನಗಳು ಸ್ವಲ್ಪ ದಾರುಣ ಎನ್ನುವ ರೀತಿಯಲ್ಲಿಯೇ ಇತ್ತು. ಆರಂಭದಲ್ಲಿ ಲಕ್ವಾಕ್ಕೆ ತುತ್ತಾದ ಅವರು ಚೇತರಿಸಿಕೊಳ್ಳಲೇ ಇಲ್ಲ. ಮೆದುಳಿನಲ್ಲಿ ಗಡ್ಡೆ ಇದೆಯೆಂದು ಬೆಂಗಳೂರಿನ ನಿಮ್ಹಾನ್ಸ್ ನಲ್ಲಿ ಆಪರೇಷನ್ ಮಾಡಲಾಯಿತಾದರೂ ಅದರಿಂದ ಪ್ರಯೋಜನ ಆಗಲಿಲ್ಲ. ಕೊನೆ ಕೊನೆಗೆ ಮಾತು ಸಂಪೂರ್ಣವಾಗಿ ನಿಂತೇ ಹೋಯಿತು. ಕೊನೆಯ ಮೂರ್ನಾಲ್ಕು ತಿಂಗಳುಗಳ ಕಾಲ ಮಾತುಕಥೆ ಏನೂ ಇರಲಿಲ್ಲ.

ಕೊನೆಯ ಕಾಲದಲ್ಲಿ ನಮ್ಮ ಅಕ್ಕನ ಜತೆ ಮಾತನಾಡಬೇಕು, ಏನಾದರೂ ಹೇಳ ಬೇಕು ಎಂದೆನಿಸಿತ್ತಾ ನಮ್ಮ ಅಣ್ಣಯ್ಯನಿಗೆ. ನಮ್ಮ ಅಕ್ಕನಿಗೇನಾದರೂ ಗಂಡನ ಜತೆ ತನ್ನ ಸಂಕಟ ತೋಡಿಕೊಳ್ಳಬೇಕು ಎನಿಸಿತ್ತಾ? ಗೊತ್ತಿಲ್ಲ!

ಮೊದಲ ದಿನ ಮೌನ, ಅಳುವೇ ತುಟಿಗೆ ಬಂದಂತೆ. ಇದು ಕೆ ಎಸ್ ನರಸಿಂಹಸ್ವಾಮಿ ಅವರ ಕವನದ ಸಾಲು. ಈ ಕವನದಲ್ಲಿ ಅವರು ಗಂಡನ ಮನೆಗೆ ಬಂದ ನವವಧುವಿನ ತಾಕಲಾಟವನ್ನು ವರ್ಣಿಸುತ್ತಾರೆ. ಈ ಹೆಣ್ಣು, ಕ್ರಮೇಣ ಆ ಮನೆಗೆ, ಗಂಡನಿಗೆ ಹೊಂದಿಕೊಂಡರೂ, ಗಂಡನ ಮನೆಗೆ ನಮ್ಮ ಅಕ್ಕನ ಪ್ರವೇಶವಂತೂ ಮೌನದಲ್ಲಿಯೇ ಆರಂಭವಾಗಿ, ಗಂಡನ ಜತೆಗಿನ ಮೌನದಲ್ಲಿಯೇ ಮುಕ್ತಾಯಗೊಂಡಿದ್ದು ಮಾತ್ರ ನೆನಪಲ್ಲ, ವಾಸ್ತವ.

25 ಮಾರ್ಲಮ್ಮಿ ಹಬ್ಬವೂ... ಪ್ರಜಾಪ್ರಭುತ್ವವೂ

ಮಾರ್ಲಮ್ಮಿ ಹಬ್ಬಕ್ಕೂ ಪ್ರಜಾಪ್ರಭುತ್ವಕ್ಕೂ ಎಲ್ಲಿಂದೆಲ್ಲಿಯ ಸಂಬಂಧ. ಎತ್ತಣ ಮಾಮರ, ಎತ್ತಣ ಕೋಗಿಲೆ....

ಊರ ಹಬ್ಬಗಳಲೆಲ್ಲಾ ಅಬ್ಬೂರಿನಲ್ಲಿ ಮಾರ್ಲಮ್ಮಿ ಹಬ್ಬಕ್ಕೆ ವಿಶೇಷ ಕಳೆ. ಯಾಕೆಂದರೆ ಮಗನನ್ನು ಮಾರಿಯಾದರೂ ಮಾರ್ಲಮ್ಮಿ ಮಾಡು ಎಂಬ ಗಾದೆಯೇ ಪ್ರಚಲಿತದಲ್ಲಿದೆ. ಈ ಹಬ್ಬದಲ್ಲಿ ಗತಿಸಿದ ಹಿರಿಯರನ್ನು ಸ್ಮರಿಸುವ ರೂಢಿ ಇದೆ. ಹಿರಿಯರಿಗೆ ಒಂದು ಎಡೆ, ಜೊತೆಗೆ ದೇವರಿಗೆ ಒಂದು ಎಡೆ. ಅಲ್ಲಿಗೆ ಗತಿಸಿದ ಹಿರಿಯರು ದೇವರ ಸಮಾನರಾದರು. ಹಿರಿಯರೆಂದರೆ ನಮ್ಮ ಅಸ್ಮಿತೆ ತಾನೆ.

ಭೂಮಿಯ ಮೇಲೆ ತಮ್ಮ ಹೆಸರನ್ನು ದಾಖಲಿಸಲು ಮನುಷ್ಯರು ಏನೆಲ್ಲಾ ಸಾಹಸ ಮಾಡುತ್ತಾರೆ. ಸಾಹಿತಿ ಕಲಾವಿದ, ಚಕ್ರವರ್ತಿ... ಹೀಗೆ ಸಾಧನೆಯ ಏನೆಲ್ಲ ಕ್ಷೇತ್ರಗಳು. ಆದರೆ ಇದಾವುದೂ ಅಲ್ಲದವರೂ ಭೂಮಿಯ ಮೇಲೆ ತಮ್ಮ ಗುರುತು ಬಿಟ್ಟು ಹೋಗಿರುತ್ತಾರೆ, ತಮ್ಮ ವಂಶವಾಹಿಯ ಮೂಲಕ. ಅಂದರೆ, ತಮ್ಮ ಪೀಳಿಗೆಯ ಮೂಲಕ. ಆದ್ದರಿಂದ ಹಿರಿಯರಿಗೆ ಎಡೆ ಇಟ್ಟು ಗೌರವಿಸುವುದು ಎಂದರೆ ನಮ್ಮ ಪರಂಪರೆಯನ್ನು ಗೌರವಿಸಿಕೊಂಡಂತೆ ಅನಿಸುತ್ತದೆ.

ನಮ್ಮ ಮನೆಯಲ್ಲೂ ಈ ಮಾರ್ಲಮ್ಮಿ ಹಬ್ಬ ಮಾಡುವುದು ರೂಢಿಯಲ್ಲಿದೆ. ನಮ್ಮ ಊರು ಹಾಗೂ ಇನ್ನೂ ಕೆಲವೊಂದು ಊರುಗಳಲ್ಲಿ ಆಯುಧ ಪೂಜೆಯ ದಿನ ಮಾರ್ಲಮ್ಮಿ ಮಾಡುವುದು ರೂಢಿ.

ಹಿಂದೆ ಮಾರ್ಲಮ್ಮಿ ಹಬ್ಬ ಹತ್ತಿರ ಬಂತು ಎಂದರೆ ಒಂದು ತಿಂಗಳಿಗೂ ಮೊದಲೇ ಸಿದ್ಧತೆ ಆರಂಭವಾಗುತ್ತಿತ್ತು. ಯುಗಾದಿಯಲ್ಲಿ ಹೊಸ ಬಟ್ಟೆ ಹೊಲಿಸಿದರೆ ನಂತರ ನಮಗೆಲ್ಲ ಮಾರ್ಲಮ್ಮಿ ಹಬ್ಬದಲ್ಲಿಯೇ ಹೊಸ ಬಟ್ಟೆಯ ಸಂಭ್ರಮ. ಬಾಲ್ಯದಲ್ಲಿ ನಮ್ಮ ಅಣ್ಣಯ್ಯನ ಜೊತೆ ಚನ್ನಪಟ್ಟಣಕ್ಕೆ ಹೋಗಬೇಕು, ರಾಜು ಅಂಗಡಿಯಲ್ಲಿ ಬಟ್ಟೆ ತೆಗೆಯಬೇಕು, ಟೈಲರ್ ಸಂಜೀವಯ್ಯನ ಹತ್ತಿರ ಬಟ್ಟೆ ಹೊಲಿಸಲು ಅಳತೆ ಕೊಡಬೇಕು, ಆ ದಿನಗಳಲ್ಲಿ ಸಂಭ್ರಮಿಸಲು ನಮಗೆಲ್ಲ ಇನ್ನೇನು ಬೇಕಿತ್ತು.

ನಮ್ಮ ತಾಯಿ ವೆಂಕಟಮ್ಮನಿಗೆ ಮಣ್ಣಿನ ಗೋಡೆಯ ಹೆಗ್ಗಣದ ಬಿಲಗಳನ್ನು ಮುಚ್ಚುವುದೇ ದೊಡ್ಡ ಕೆಲಸ. ನಂತರ ಮನೆಗೆ ಸುಣ್ಣ ಬಳಿಯುವುದು. ಪೇಟೆಯಿಂದ ತಂದಿದ್ದ ಸುಣ್ಣದ ಗಟ್ಟಿಗಳನ್ನು ಮಡಕೆಯಲ್ಲಿ ಹಾಕಿ ನೀರು ಹಾಕಿದ ತಕ್ಷಣ ಚೊಯ್ ಎಂದು ಕುದಿಯುವ ರೀತಿಯಲ್ಲಿ ಹೊಗೆ ಏಳುತ್ತಿದ್ದುದು ಆಗ ನಮಗೆ ವಿಸ್ಮಯದ ಸಂಗತಿ. ಸುಣ್ಣ ಹೊಡೆದ ಹೊಸದರಲ್ಲಿ ಕೆಲವು ದಿನ ಗೋಡೆಗೆ ಒರಗಿ ಕೊಳ್ಳುವಂತಿರಲಿಲ್ಲ. ಮೂರು ಅಡಿ ಎತ್ತರದ ಮೇಜು ಕಟ್ಟು ಇರುತ್ತಿದ್ದರೂ ಅದನ್ನು ಮೀರಿ ಮೊಣಕೈ, ಮಂಡಿ ಭಾಗಗಳಲ್ಲಿ ಸುಣ್ಣದ ಛಾಪು ಬೀಳುತ್ತಿತ್ತು.

ಇಷ್ಟಾದ ಮೇಲೆ ತಿಂಡಿಗಳ ಸಂಭ್ರಮ. ಚಿಕ್ಕಿನುಂಡೆ, ಕಜ್ಜಾಯ, ವಡೆ, ಚಕ್ಕುಲಿ, ಒಬ್ಬಟ್ಟು, ನಿಪ್ಪಟ್ಟು, ಕೋಡುಬಳೆ, ಕರ್ಜಿಕಾಯಿ ಇಷ್ಟೆಲ್ಲ ತಿಂಡಿಗಳು ಏಕಕಾಲದಲ್ಲಿ ಸಿಗುತ್ತಿದ್ದ ಹಬ್ಬವೆಂದರೆ ಈ ಮಾರ್ಲಮ್ಮಿ.

ಕಜ್ಜಾಯ, ಚಕ್ಕುಲಿ ಕೋಡುಬಳೆಗೆ ಅಕ್ಕಿ ನೆನೆಸಿ ಒಣಗಿ ಹಾಕುವುದರಿಂದ ತಿಂಡಿಗಳ ಸಂಭ್ರಮ ಆರಂಭವಾಗುತ್ತಿತ್ತು. ಯಾರ ಮನೆಯಲ್ಲಿ ಎಷ್ಟು ಸೇರು ಅಕ್ಕಿ ನೆನೆಸಿದ್ದಾರೆ, ತಿಂಡಿ ಬೇಯಿಸಲು ಎಷ್ಟು ಟಿನ್ ಎಣ್ಣೆ ತರುತ್ತಾರೆ ಎಂಬುದರ ಮೇಲೆ ಮಾರ್ಲಮ್ಮಿ ಹಬ್ಬದ ಮಟ್ಟಿಗೆ ಅವರ ಅಂತಸ್ತು ನಿರ್ಧಾರವಾಗುತ್ತಿತ್ತು.

ಸೋಮವಾರದ ದಿನ ಪಕ್ಕದ ದಶವಾರದಲ್ಲಿ ಸಂತೆ ಸೇರುತ್ತಿತ್ತು. ಹಬ್ಬದ ಹಿಂದಿನ ಸೋಮವಾರವೇ ಅಬ್ಬೂರಿನ ಮೂಲಕ ಹಾದು ಹೋಗುವ ಗಾಡಿಗಳಿಂದ ಬೆಲ್ಲದ ಪೆಟ್ಟೆ ಖರೀದಿ ಆಗುತ್ತಿತ್ತು. ನಮ್ಮ ಅಣ್ಣಯ್ಯನ ಕಾಲದಿಂದಲೂ ನಮ್ಮ ಮನೆಯಲ್ಲಿ ಹಬ್ಬದ ಸಂಭ್ರಮ ಜೋರಾಗಿಯೇ ಇರುತ್ತಿತ್ತು. ಹೆಣ್ಣು ಮಕ್ಕಳು ಮನೆಗೆ ಅಗತ್ಯವಿರುವ ಸಾಮಾನಿನ ಚೀಟಿ ಕೊಡುವುದು, ಅಣ್ಣಯ್ಯ ಅವುಗಳನ್ನು ತಂದು ಹಾಕುವುದು ಹಬ್ಬದ ಪೂರ್ವಭಾವಿ ಕೆಲಸ.

ರಾಂಪುರದ ಸೋದರ ಮಾವಂದಿರು, ಹೊಸಳ್ಳಿಯ ಸಂಬಂಧಿ ಅಂಕೆ ಗೌಡರು– ಇವರನ್ನು ನಾವೆಲ್ಲ ಹೊಸಳ್ಳಿ ಅಣ್ಣಯ್ಯ ಎಂದೇ ಕರೆಯುತ್ತಿದ್ದುದು– ನಮ್ಮ ಅಂದಿನ ವಿಐಪಿ ಗೆಸ್ಟ್‌ಗಳು.

ಎಡೆ ಇಟ್ಟ ನಂತರ ದಾಸಪ್ಪ ಬಂದು ಪೂಜೆ ಮಾಡಬೇಕಿತ್ತು. ಶ್ರಾವಣ ಬಿಟ್ಟರೆ ಮಾರ್ಲಮ್ಮಿ ಹಬ್ಬದಲ್ಲಿಯೇ ದಾಸಪ್ಪ ಬರುತ್ತಿದ್ದುದು. ಎಲ್ಲರ ಮನೆಯಲ್ಲೂ ಅಂದೆ ಹಬ್ಬವಾದ್ದರಿಂದ ದಾಸಪ್ಪನಿಗೆ ಡಿಮ್ಯಾಂಡೋ ಡಿಮ್ಯಾಂಡು. ಕೈ ಕಾಲು ಹಿಡಿದು ಕರೆದುಕೊಂಡು ಬರಬೇಕಿತ್ತು. (ಈ ರಗಳೆಗೆ ಈ ಸಲ ದಾಸಪ್ಪನನ್ನೇ ಬಿಟ್ಟು ನಾವೇ ಪೂಜೆ ಮಾಡಿಕೊಂಡೆವು) ಪೂಜೆ ಮುಗಿದ ನಂತರ ಎಡೆಗೆ ಇಟ್ಟಿದ್ದ ಉಡುದಾರ ಪಡೆಯಲು ಮಕ್ಕಳ ಪೈಪೋಟಿ ಆರಂಭ ಆಗುತ್ತಿತ್ತು. ಬುಗುರಿ ಆಡಿಸಲೂ ಇದು ಪ್ರಯೋಜನಕ್ಕೆ ಬರುತ್ತಿತ್ತು. ಅಂದು ಎಡೆ ಸಾಮಾನು ತರಲು ಚನ್ನಪಟ್ಟಣಕ್ಕೇ ಹೋಗಬೇಕಿತ್ತು. ಇಂದು ಮನೆ ಮುಂದೆಯೇ ಟೂ ವೀಲರ್‌ನಲ್ಲಿ ಎಡೆ ಸಾಮಾನು ಮಾರಿಕೊಂಡು ಹೋಗುವವರು ಬಂದಿದ್ದಾರೆ.

ಒಂದೇ ಊರಿಗೆ ಕೊಟ್ಟು ಮದುವೆ ಮಾಡಿದ್ದ ಹಿರಿ ಅಕ್ಕ ಜಯಮ್ಮನದು ಅಂದಿನಿಂದಲೂ ಈ ಹಬ್ಬದಲ್ಲಿ ಕಾರುಬಾರು ಜಾಸ್ತಿ. ಅವರ ಮನೆಯಲ್ಲಿ ಮಾರ್ಲಮ್ಮಿ ಹಬ್ಬ ಮಾಡುವ ರೂಢಿ ಇರಲಿಲ್ಲವಾದ್ದರಿಂದ ತಿಂಡಿಗಳನ್ನು ಮಾಡುವ ವಿಚಾರದಲ್ಲಿ ನಮ್ಮ ತಾಯಿಗಿಂತ ಆಕೆಯದೇ ನಿರ್ಧಾರ ಹೆಚ್ಚು ಇರುತ್ತಿತ್ತು. ಇದು ನಮ್ಮ ತಂದೆ ತೀರಿಕೊಂಡು, ನಮ್ಮ ಹಿರಿಯ ಅಣ್ಣ ರಾಜು ಮನೆಯ ಜವಾಬ್ದಾರಿ ವಹಿಸಿಕೊಂಡ ನಂತರವೂ ಮುಂದುವರೆಯಿತು.

ನಾವು ಐವರು ಗಂಡು ಮಕ್ಕಳು. ಇಬ್ಬರು ಸೊಸೆಯರು ಊರಲ್ಲಿದ್ದರೆ ಉಳಿದ ಮೂವರು ಸೊಸೆಯರು ಗಂಡಂದಿರ ಉದ್ಯೋಗದ ಕಾರಣಕ್ಕೆ ಹೊರಗಿನಿಂದ ಹಬ್ಬಕ್ಕೆ ಬರುತ್ತಿದ್ದರು. ಮನೆಯ ಹೆಣ್ಣು ಮಕ್ಕಳು, ಸೊಸೆಯಂದಿರಿಗೆ ಮಾತ್ರ ಈ ಹಬ್ಬ ಬಂತೆಂದರೆ ಒಳಕಲ್ಲಿಗೆ ಹಾಕಿ ರುಬ್ಬಿದಂತೆಯೇ ಇರುತ್ತಿತ್ತು. ಮೂರ್ನಾಲ್ಕು ದಿನಕ್ಕೆ ಮೊದಲೇ ತಿಂಡಿ ತಯಾರಿ ಶುರು ಆಗುತ್ತಿತ್ತು. ಕೆಲಸ ಹೆಚ್ಚಾಗುತ್ತದೆ ಎಂದು ಕಜ್ಜಾಯಕ್ಕೆ ಕಡಿಮೆ ಅಕ್ಕಿ ನೆನೆಸಿ ಬಿಡುತ್ತಾರೆ ಎಂದು ಅಕ್ಕ ಜಯಮ್ಮ ತಾನೇ ಅಕ್ಕಿ ಅಳೆದು ಹಾಕುತ್ತಿದ್ದಳು. ಕೆಲವೊಮ್ಮೆ ಬೇರೆಯವರಿಗೆ ಕಾಣದ ಹಾಗೆ ಇನ್ನಷ್ಟು ಸುರಿಯುತ್ತಿದ್ದಳು. ತಿಂಡಿ ಬೇಯಿಸುವುದು, ಅಡಿಗೆ ಮಾಡುವುದು, ಪಾತ್ರೆ ತೊಳೆಯುವುದು, ಬಟ್ಟೆ ಒಗೆಯುವುದು ಹೀಗೆ ಮನೆ ಹೆಣ್ಣು ಮಕ್ಕಳು ಸೊಸೆಯರೆಲ್ಲ ಹಬ್ಬ ಮುಗಿಯುವ ವೇಳೆಗೆ ಹೈರಾಣಾಗಿ ಹೋಗುತ್ತಿದ್ದರು. ಜೊತೆಗೆ ಸುಮಾರು ದಿನಗಳಾದ ಮೇಲೆ ಎಲ್ಲರೂ ಸೇರುತ್ತಿದ್ದುದರಿಂದ ಹಳೆಯ ಜಗಳ ವೈಮನಸುಗಳೆಲ್ಲ ಅಕ್ಕಿ ಕುದಿ ಬಂದಂತೆ ಮೇಲೆ ಬಂದು, ಜಗಳ, ಕದನ, ಕಣ್ಣೀರು, ಸಮಾಧಾನ ಎಲ್ಲಾ ಹಬ್ಬದ ಅವಿಭಾಜ್ಯ ಅಂಗಗಳಾಗಿರುತ್ತಿದ್ದವು.

ಕೂಡು ಕುಟುಂಬ ಆದ್ದರಿಂದ ಇದರ ಜೊತೆಗೆ ತಿಂಡಿ ಹಂಚಿಕೆಯ ರಗಳೆ ಬೇರೆ. ಇವರಿಗೆ ಕಾಣದ ಹಾಗೆ ಅವರಿಗೆ ಕೊಟ್ಟುಕೊಂಡರು, ಅವರ ಮಕ್ಕಳಿಗೆ ಇಷ್ಟು, ಇವರ ಮಕ್ಕಳಿಗೆ ಅಷ್ಟು ಎಂಬ ಗುಸು–ಗುಸು, ಪಿಸಿ–ಪಿಸಿ ಬೇರೆ.

ಆದರೆ ಗಂಡಸರಿಗೆ ಮಾತ್ರ ಈ ಹಬ್ಬವೆಂದರೆ ಮೋಜು ಮಸ್ತಿ. ನಮ್ಮ ಅಣ್ಣಯ್ಯನ ಕಾಲದಲ್ಲಿ ಹಬ್ಬವೆಂದರೆ ಎಡೆಯ ದಿನ ಸಿಹಿ ಊಟ ಮಾರನೇ ದಿನ ಮಾಂಸದೂಟ. ಮರುದಿನ ಸೋಮವಾರ ಬಂದರೆ ಮಾಂಸದೂಟ ಮಂಗಳ ವಾರಕ್ಕೆ ಮುಂದೆ ಹೋಗುತ್ತಿತ್ತು. ನಮ್ಮ ಅಣ್ಣ ರಾಜು ಅವರ ಯಜಮಾನಿಕೆಯಲ್ಲೂ ಆರಂಭದಲ್ಲಿ ಇದು ಮುಂದುವರಿದಿತ್ತಾದರೂ ನಂತರ ಹಬ್ಬದ ದಿನವೇ ಮಾಂಸದ ಊಟ ಮಾಡುವ ಪದ್ಧತಿ ನಮ್ಮ ಮನೆಯಿಂದಲೇ ಆರಂಭವಾಯಿತು. ಈಗಲೂ ನಮ್ಮೂರಲ್ಲಿ ಕೆಲವಷ್ಟೇ ಮನೆಗಳಲ್ಲಿ ಹಬ್ಬದ ದಿನ ಮಾಂಸ ಮಾಡುವುದು. ಆಯುಧ ಪೂಜೆ ದಿನ ಹಬ್ಬ ಬರುತ್ತಿದ್ದುದರಿಂದ ಗಂಡಸರ ಕೆಲಸ ಗಾಡಿ ತೊಳೆಯುವುದು, ಗುದ್ದಲಿ, ಕುಡುಗೋಲು, ಸೈಕಲ್ ಮೊದಲಾದ ಸಲಕರಣೆಗಳಿಗೆ ಪೂಜೆ ಮಾಡಿದರೆ ಮುಗಿಯಿತು, ನಂತರ ಹಬ್ಬಕ್ಕೆ ಎಲ್ಲರೂ ಸೇರುತ್ತಿದ್ದುದರಿಂದ ಇಸ್ಪೀಟ್ ಆರಂಭವಾಗುತ್ತಿತ್ತು. ನಂಚಿಕೊಳ್ಳಲು ಚಕ್ಕುಲಿ, ಕೋಡುಬಳೆ, ನಿಪ್ಪಟ್ಟು ಇರುತ್ತಿದ್ದವು. ಇನ್ನೇನು ಬೇಕು ಗಂಡಸರ ಮೋಜು–ಮಸ್ತಿಗೆ.

ಅಣ್ಣ ರಾಜು 60 ವರ್ಷ ಮುಟ್ಟುವ ವೇಳೆಗಾಗಲೇ ಎಲ್ಲಾ ಅಣ್ಣತಮ್ಮಂದಿರದು ಪ್ರತ್ಯೇಕ ಸಂಸಾರ ಇತ್ತು. ಆದಾಗ್ಯೂ ಕೃಷಿಯನ್ನು ಒಟ್ಟಿಗೆ ಅಣ್ಣ ರಾಜು ಅವರೇ ನೋಡಿಕೊಳ್ಳುತ್ತಿದ್ದುದರಿಂದ ಹಬ್ಬ ಪೂರ್ತಿ ಅವರ ಯಜಮಾನಿಕೆಯಲ್ಲಿ ನಡೆಯುತ್ತಿತ್ತು. ಅಲ್ಪಕಾಲದ ಅನಾರೋಗ್ಯದಿಂದ ಅಣ್ಣ ರಾಜು ತಮ್ಮ 81 ನೇ ವಯಸ್ಸಿನಲ್ಲಿ ತೀರಿಕೊಂಡ ನಂತರ ಈ ವರ್ಷ ಅವರಿಲ್ಲದ ಮೊದಲ ಮಾರ್ಲಮ್ಮಿ.

ಹಬ್ಬ ಮಾಡಲು ಇಷ್ಟು ದಿನ ಮನೆಗೆ ಹಿರಿಯರು, ಯಜಮಾನರೂ ಆಗಿದ್ದ ರಾಜು ಇದ್ದರು. ಈಗ ಅವರು ಇಲ್ಲ. ಏನು ಮಾಡುವುದು, ಒಂದೋ ಎಲ್ಲಾ ಐದು ಜನ ಅಣ್ಣತಮ್ಮಂದಿರು ಅವರವರ ಮನೆಯಲ್ಲಿ ಹಬ್ಬ ಮಾಡಿಕೊಳ್ಳುವುದು, ಇಲ್ಲವೇ ಒಟ್ಟಿಗೆ ಮಾಡುವುದಾದರೆ ಹೇಗೆ ಎಂಬ ಪ್ರಶ್ನೆ ಬಂತು.

ಮೈಸೂರಿನಲ್ಲಿ ನಾನು ಕೆಲಸ ಮಾಡುತ್ತಿದ್ದ ದಿನಗಳಲ್ಲಿ ಹಬ್ಬದ ದಿನದಂದು ದಸರಾ ಇರುತ್ತಿದುದರಿಂದ 12 ವರ್ಷ ಈ ಹಬ್ಬಕ್ಕೆ ಬರಲಾಗದೆ ಕೆಲವೊಮ್ಮೆ ಹಬ್ಬ ಮುಗಿದ ನಂತರ ಬರುತ್ತಿದ್ದೆ. ಹೆಂಡತಿ ಮಗ ಹಬ್ಬಕ್ಕೆ ಮೊದಲೇ ಬಂದಿರುತ್ತಿದ್ದರು. ಕೆಲವು ವರ್ಷಗಳ ನಂತರ ಅವರೂ ಚಕ್ಕರ್ ಹಾಕಲು ಶುರು ಮಾಡಿದರು. ಈ ಪರಿಪಾಠ ಬೆಂಗಳೂರಿಗೆ ಬಂದ ನಂತರವೂ ಮುಂದುವರಿಯಿತು. ನನ್ನ ಹೊರತು ಉಳಿದವರೆಲ್ಲ ಎಂದಿನಂತೆ ಹಬ್ಬಕ್ಕೆ ಬಂದು ಹೋಗುತ್ತಿದ್ದರು. ಅಣ್ಣನ ರಾಜಕೀಯದ ದಿನಗಳಲ್ಲಿ ಜೋರಾಗಿ ನಡೆಯುತ್ತಿದ್ದ ಹಬ್ಬ, ಅಕ್ಕ ಜಯಮ್ಮ ತೀರಿಕೊಂಡ ನಂತರ ಸ್ವಲ್ಪ ಕಳೆಗುಂದಿತು. ಅಣ್ಣ ರಾಜು ಅನಾರೋಗ್ಯಕ್ಕೆ ತುತ್ತಾದ ನಂತರ ಮೊದಲಿನ ಜೋಶ್ ಇಲ್ಲದಿದ್ದರೂ, ಬರ, ಕೊರೋನಾ ದಿನಗಳ ಸಾಂಪ್ರದಾಯಕ ದಸರಾದಂತೆ, ಮರೆವಿನ ತೊಂದರೆಯಿಂದ ಬಳಲುತ್ತಿದ್ದ ರಾಜುರವರ ಔಪಚಾರಿಕ

ಉಪಸ್ಥಿತಿಯಲ್ಲಿ ಹಿರಿಯ ಸೊಸೆ ಚನ್ನಮ್ಮನವರ ನೇತೃತ್ವದಲ್ಲಿ ಸಾಂಪ್ರದಾಯಿಕವಾಗಿ ನಡೆದುಕೊಂಡು ಬರುತ್ತಿತ್ತು.

ಅಣ್ಣ-ತಮ್ಮಂದಿರು ಒಟ್ಟಿಗೆ ಹಬ್ಬ ಮಾಡುವ ಪರಿಪಾಠ ಇರುವ ಕೆಲವೇ ಮನೆಗಳಲ್ಲಿ ನಮ್ಮದೂ ಒಂದು. ಏಕೆಂದರೆ ಅಣ್ಣತಮ್ಮಂದಿರ ಪೈಕಿ ನನ್ನ ಹೊರತು ಉಳಿದವರೆಲ್ಲರಿಗೂ ಮೊಮ್ಮಕ್ಕಳು, ಸೊಸೆಯಂದಿರು, ಅಳಿಯಂದಿರು, ಬೀಗರು ಇದ್ದಾರೆ. ಅವರೇ ಪ್ರತ್ಯೇಕವಾಗಿ ಹಬ್ಬ ಮಾಡಿಕೊಳ್ಳುವಷ್ಟು ನೆಂಟರು ಇದ್ದಾರೆ. ಆದರೂ ಇಷ್ಟು ದಿನ ಒಟ್ಟಿಗೆ ನಡೆದುಕೊಂಡು ಬಂದಿದೆ.

ಅಣ್ಣ ರಾಜು ಅವರು ಇದ್ದಷ್ಟು ದಿನ ಯಜಮಾನಿಕೆ ಮಾದರಿಯಲ್ಲಿ ಹಬ್ಬ ನಡೆದುಕೊಂಡು ಬಂದಿತ್ತು. ಇನ್ನು ಆ ಮಾದರಿ ಮುಂದುವರೆಯುವುದು ಸ್ವಲ್ಪ ಕಷ್ಟ ಅನಿಸಿತ್ತು.

ರಾಜಾಧಿಪತ್ಯದ ಬದಲು ಪ್ರಜಾಪ್ರಭುತ್ವದ ಆಲೋಚನೆ ಬಂದದ್ದು ಇಲ್ಲಿ. ಸರ್ಕಾರಿ ಕಚೇರಿಗಳಲ್ಲಿ ಗೂಗಲ್ ಮೀಟ್ ಕಾನ್ಫರೆನ್ಸ್ ಕಾಲ್ ಸಭೆ ಮಾಡಿ ಅಭ್ಯಾಸವಿದ್ದ ನನಗೆ, ಹಬ್ಬದ ಬಗ್ಗೆ ಒಂದು ಪೂರ್ವಭಾವಿ ಸಭೆ ನಡೆಸಬೇಕು ಎನಿಸಿತು. ಕಳೆದ ಕೆಲವು ವರ್ಷ ಹಬ್ಬಕ್ಕೇ ಹೋಗದಿದ್ದ ನಾನು, ಕಾನ್ಫರೆನ್ಸ್ ಕಾಲ್ ಮೂಲಕ ಎಲ್ಲಾ ಸೊಸೆಯರ ಸಭೆ ನಡೆಸಿ ಅಭಿಪ್ರಾಯ ಸಂಗ್ರಹಿಸಿದೆ. ಮೊದಲ ಪ್ರಶ್ನೆ ಹಬ್ಬವನ್ನು ಹಿಂದಿನಂತೆ ಒಟ್ಟಿಗೆ ಮಾಡಬೇಕೋ ಅಥವಾ ಅವರವರ ಪಾಡಿಗೆ ಅವರು ಮಾಡಿಕೊಳ್ಳಬೇಕೋ ಎಂಬುದಾಗಿತ್ತು. ಎಲ್ಲರೂ ಸರ್ವಾನುಮತದಿಂದ ಒಪ್ಪಿ, ಒಟ್ಟಿಗೆ ಹಬ್ಬ ಮಾಡೋಣ ಎಂದರು.

ಒಟ್ಟಿಗೆ ಹಬ್ಬ ಮಾಡುವುದು ಎಂದಾದರೆ ಯಾರ ಪಾತ್ರ ಏನು, ಹಬ್ಬ ಎಲ್ಲಿ ಮಾಡುವುದು, ವೆಚ್ಚ ಭರಿಸುವುದು ಹೇಗೆ ಎಂಬ ಬಗ್ಗೆ ಚರ್ಚೆ ಆಯಿತು.

ಊರಿನಲ್ಲಿ ಹಿರಿಯರು ಬಾಳಿದ, ಒಟ್ಟಿಗೆ ಇದ್ದ ಮನೆ ಈಗ ಅಣ್ಣ ರಾಜು ಅವರ ಕುಟುಂಬಕ್ಕೆ ಹೋಗಿರುವುದರಿಂದ ಹಬ್ಬದ ಸ್ಥಳ ಯಾವುದು ಎಂಬುದಕ್ಕೆ ಪೂರ್ವಿಕರ ಮನೆಯಾದ, ರಾಜು ಅವರ ಮನೆಯಲ್ಲಿಯೇ ಹಬ್ಬ ಮಾಡುವುದು ಎಂಬ ತೀರ್ಮಾನಕ್ಕೆ ಬರಲಾಯಿತು.

ಮೊದಲಿನಷ್ಟು ಸಂಖ್ಯೆಯ ತಿಂಡಿಗಳನ್ನು ಮಾಡುವ ಚೈತನ್ಯ ಉತ್ಸಾಹ ಈಗ ಇಲ್ಲದಿರುವುದರಿಂದ ವಡೆ, ಕಜ್ಜಾಯ ಮಾತ್ರ ಮನೆಯಲ್ಲಿ ಮಾಡುವುದು, ಮಾಂಸದ ಅಡುಗೆಯನ್ನು ಭಟ್ಟರಿಂದ ಮಾಡಿಸುವುದು, ವೆಚ್ಚವನ್ನು ತೆಂಗಿನಕಾಯಿ ಮಾರಾಟದಿಂದ ಬರುವ ಹಣದಲ್ಲಿ ಭರಿಸುವುದು ಎಂದು ತೀರ್ಮಾನಿಸಲಾಯಿತು. ಹಬ್ಬದ ಎರಡು ದಿನ ಮೊದಲು ಎಲ್ಲರೂ ಬಂದು ಮನೆಯನ್ನು ಸ್ವಚ್ಛಗೊಳಿಸಿ ಹಬ್ಬಕ್ಕೆ ರೆಡಿ ಮಾಡಿಕೊಳ್ಳುವುದು ಎಂದು ತೀರ್ಮಾನಿಸಲಾಯಿತು.

ಯಾರದೇ ಯಜಮಾನಿಕೆ ಇಲ್ಲದೆ ಸಾಮೂಹಿಕ ಜವಾಬ್ದಾರಿಯಲ್ಲಿ ಹಬ್ಬದ ಸಿದ್ಧತೆ ಆರಂಭವಾಯಿತು. ಭಟ್ಟರನ್ನು ಗೊತ್ತು ಪಡಿಸಿದ್ದಾಯಿತು. ಜವಾಬ್ದಾರಿಯನ್ನು ಹಂಚಿಕೊಳ್ಳಲಾಯಿತು. ತೀರ್ಮಾನಿಸಿದಂತೆ ಎಲ್ಲರೂ ಎರಡು ದಿನ ಮೊದಲು ಸೇರಿದರು. ಎಡೆಗೆ ವಡೆ ಕಜ್ಜಾಯ ಮಾತ್ರ ಮಾಡಲು ಅಗತ್ಯವಾದ ಸಿದ್ಧತೆ ಮಾಡಿಕೊಂಡಿದ್ದರು.

ಆಗ ಪ್ರವೇಶ ಕೊಟ್ಟಿದ್ದು ನಮ್ಮ ಅಕ್ಕ ತಾಯಮ್ಮ. ಜಯಮ್ಮನ ನಂತರ ಘಟಾನುಘಟಿಯಾದ ಈಕೆಯನ್ನು ಕೆಲಸ ಮಾಡುವುದರಲ್ಲಿ ಕುದುರೆ ತರ ಎಂದೇ ಎಲ್ಲರೂ ಹೇಳುವುದು. 65 ವರ್ಷ ದಾಟಿರುವ ಈಕೆ, ಏಯ್ ಬನ್ರೇ, ಎಡೆ ಅಳತೆಗೆ ಆಗುವಷ್ಟು ಬೇರೆ ಬೇರೆ ತಿಂಡಿ ಮಾಡೋಣ, ಎಡೆ ಬಣ ಬಣ ಅಂತದೆ ಎಂದು ಹೇಳಿ ಬೇರೆಯವರು ಸಹಕಾರ ಕೊಟ್ಟರೆ ಕೊಡಿ, ಬಿಟ್ಟರೆ ಬಿಡಿ ಎಂಬಂತೆ ಲಭ್ಯವಿದ್ದ ಸಾಮಾನುಗಳಲ್ಲಿ ಚಿಕ್ಕಿನುಂಡೆ, ಒಬ್ಬಟ್ಟು, ಚಕ್ಕುಲಿ, ರವೆ ಉಂಡೆ ಕೋಡುಬಳೆ, ನಿಪ್ಪಟ್ಟು, ಕರ್ಜಿಕಾಯಿ, ಪೂರಿ ಎಲ್ಲವನ್ನು ಸ್ವಲ್ಪ ಸ್ವಲ್ಪ ಮಾಡಿದವಳೇ ನಮ್ಮ ಪ್ರಜಾಪ್ರಭುತ್ವದ ಸರ್ವಾನುಮತದ ತೀರ್ಮಾನವನ್ನು ಸರ್ವಾಧಿಕಾರಿ ಆಡಳಿತದ ಮಾದರಿಯಲ್ಲಿ ಮೂಲೆಗುಂಪು ಮಾಡಿಬಿಟ್ಟಳು. ಮಕ್ಕಳ ಮನೆಯಲ್ಲಿ, ವಿದೇಶದಲ್ಲಿ ಇದ್ದು ಎರಡು ದಿನಗಳ ಹಿಂದೆಯಷ್ಟೇ ಬಂದಿದ್ದರಿಂದ ನಿದ್ದೆಯ ಸಮಯವೂ ಬದಲಾಗಿತ್ತು. ಉಳಿದವರೆಲ್ಲರ ಸ್ವಾತಂತ್ರವನ್ನು ಪಕ್ಕಕ್ಕೆ ಸರಿಸಿ, ನಡುರಾತ್ರಿ ಸ್ವಾತಂತ್ರ್ಯದ ಬದಲಿಗೆ ನಡುರಾತ್ರಿ ಎದ್ದು ಸರ್ವಾಧಿಕಾರ ಸ್ಥಾಪಿಸಿಬಿಟ್ಟಿದ್ದಳು. ಅವಳ ಜೊತೆಗೆ ಉಳಿದವರು ಕೈಜೋಡಿಸುವ ಅನಿವಾರ್ಯ ಸೃಷ್ಟಿಸಿ ಬಿಟ್ಟಳು.

ಅಂತೂ ಇಂತು ಸಣ್ಣಪುಟ್ಟ ವೈಫಲ್ಯದ ನಡುವೆಯೂ ಮಾರ್ಲಮ್ಮಿಯಲ್ಲಿ ಪ್ರಜಾಪ್ರಭುತ್ವ ಮಾದರಿ ಅಳವಡಿಸಿಕೊಳ್ಳುವ ನಮ್ಮ ಪ್ರಯತ್ನ ಬಹುತೇಕ ಯಶಸ್ವಿಯಾಗಿ ಮುಂದಿನ ಮಾರ್ಲಮ್ಮಿಯನ್ನು ಈಗ ಎದುರು ನೋಡುತ್ತಿದ್ದೇವೆ.

26 ವೆಂಕಟಮ್ಮ ಎಂಬ ವಿಸ್ಮಯ

ವೆಂಕಟಮ್ಮ. ಇದು ನನ್ನ ತಾಯಿಯ ಹೆಸರು. ನಾವೆಲ್ಲಾ ಆಕೆಯನ್ನು ಅಕ್ಕ ಎಂದು ಕರೆಯುತ್ತಿದ್ದೆವು. ತಂದೆಯನ್ನು ಅಣ್ಣಯ್ಯ ಎಂದು.

ಆಕೆಯ ತವರು ಮನೆಯವರು ವೆಂಕಟೇಶ್ವರನ ಒಕ್ಕಲಾದುದರಿಂದ ಅವರ ಮನೆಯ ಹೆಸರುಗಳಲ್ಲಿ ಹೆಚ್ಚಿನವು ವೆಂಕಟಮ್ಮ, ವೆಂಕಟೇಶ, ವೆಂಕಟೇಗೌಡ ಇತ್ಯಾದಿ.

ನಮ್ಮೂರು ಅಬ್ಬೂರಿಗೆ ನಾಲ್ಕೈದು ಕಿಲೋಮೀಟರ್ ದೂರವಿರುವ ರಾಂಪುರ ನನ್ನ ತಾಯಿಯ ತವರು. ತಂದೆ ಚಿಕ್ಕನಾಯಕೇಗೌಡ ತಾಯಿ ಚನ್ನಮ್ಮ. ಇವರಿಗೆ ನನ್ನ ತಾಯಿ ವೆಂಕಟಮ್ಮನೂ ಸೇರಿದಂತೆ ಐವರು ಮಕ್ಕಳು.

ವೆಂಕಟಮ್ಮನ ಮಗನಾಗಿ ನಾನು ಹುಟ್ಟುವ ಭಾಗ್ಯವೇ ನನಗೆ ದೊರೆಯುತ್ತಿರಲಿಲ್ಲವೇನೋ. ಯಾಕಂದರೆ ನನ್ನ ಅಣ್ಣ ರಂಗೇಗೌಡ ಹುಟ್ಟಿದ ಸಮಯದಲ್ಲಿ ಈಕೆ ತೀವ್ರ ಅಸ್ವಸ್ಥಳಾಗಿ ಬದುಕುಳಿದ್ದದ್ದೇ ಹೆಚ್ಚು ಅನ್ನುತ್ತಾರೆ. ಆ ವೇಳೆಗಾಗಲೇ ಎಂಟು ಮಕ್ಕಳ ತಾಯಿ ಆಕೆ. ಸಹಜವಾಗಿಯೇ ಪ್ರತಿ ಹೆರಿಗೆಯೂ ಮರುಹುಟ್ಟು ಆಕೆಗೆ. ಆಗ ಹುಟ್ಟಿದ ರಂಗೇಗೌಡನೂ ಸುಮಾರು ತಿಂಗಳು ನಾತ್ಕೊಂಡೇ ಇದ್ದವನು ಅಂತೂ ಇಂತೂ, ತಾನೂ ಬದುಕುಳಿದು, ವೆಂಕಟಮ್ಮನನ್ನೂ ಉಳಿಸಿದ. ನಂತರ ಹುಟ್ಟಿದವರೇ ತಾಯಮ್ಮ, ಮರೀಗೌಡ ಹಾಗೂ ನಾನು. ರಂಗೇಗೌಡನಿಗೂ ಮುನ್ನ ಚಂದ್ರಶೇಖರ, ಲಕ್ಷ್ಮಮ್ಮ, ರಾಜು ಹಾಗೂ ಜಯಮ್ಮ.

ಹನ್ನೆರಡು ಮಕ್ಕಳ ತಾಯಿ ವೆಂಕಟಮ್ಮ, ನಾಲ್ಕು ಮಕ್ಕಳನ್ನು ಸಣ್ಣವಳಿದ್ದಾಗಲೇ ಕಳೆದುಕೊಂಡವಳು. ನಾವು ಇನ್ನೂ ಎಂಟು ಜನ ಇದ್ದುದರಿಂದ, ತೀರಿ ಹೋದ

ಮಕ್ಕಳನ್ನು ನೆನೆದು ಕೊರಗಿದ್ದನ್ನು ನಾನು ಅಷ್ಟಾಗಿ ಕಂಡಿರಲಿಲ್ಲ. ಈ ಬಗ್ಗೆ ಅವಳ ಮನಸ್ಸಿನಲ್ಲಿ ಯಾವ ಭಾವ ಇತ್ತೋ ಗೊತ್ತಿಲ್ಲ.

ಮಗಳು ನಾಗರತ್ನ ಸಾಯುವ ವೇಳೆಗೆ ಆರೇಳು ವರ್ಷದವಳೇ ಆಗಿದ್ದಳು. ಈಕೆ ಮಗುವಿದ್ದಾಗ ಒಂದು ದಿನ ನಾಗರಹಾವು ತೊಟ್ಟಿಲಿನ ಹಗ್ಗದ ಮೇಲೆ ಆಡುತ್ತಿತ್ತಂತೆ. ಅದನ್ನು ನೋಡಿ ಅವಳಿಗೆ ನಾಗರತ್ನ ಎಂಬ ಹೆಸರು ಇಟ್ಟಿದ್ದರಂತೆ. ಕೊನೆಗೂ ಆಕೆ, ಮುಂದೆ ಹಾವಿನ ಕಡಿತದಿಂದಲೇ ಸಾವನ್ನಪ್ಪಿದ್ದು ಮಾತ್ರ ದುರಂತ.

ಪಾಪಣ್ಣ, ಪುಟ್ಟವ್ವ ಎಂಬ ಇನ್ನಿಬ್ಬರು ಮಕ್ಕಳು ತೀರ ಚಿಕ್ಕವರಿದ್ದಾಗಲೇ ತೀರಿಕೊಂಡಿದ್ದಾರೆ. ತೀರಿಕೊಂಡ ಇನ್ನೊಂದು ಮಗುವಿನ ಹೆಸರು ತಿಳಿದಿಲ್ಲ.

ನನ್ನ ತಂದೆ ರಂಗೇಗೌಡ ತೀರಿಕೊಂಡಾಗ ಪ್ರಾಯಶಃ ನನಗೆ 14 ವರ್ಷ. ಹೀಗಾಗಿ ನಾನು, ನನ್ನ ತಾಯಿಯ ದಾಂಪತ್ಯ ಜೀವನ ಕಂಡಿದ್ದು ಆರೇಳು ವರ್ಷ ಇರಬಹುದು. ಈ ಸಮಯದಲ್ಲಿ ಅವರು ಪರಸ್ಪರ ನೇರವಾಗಿ ಮಾತನಾಡಿದ್ದನ್ನು ಕಂಡೇ ಇರಲಿಲ್ಲ. ಅವರಿಬ್ಬರೂ ಮಾತನಾಡಬೇಕಾದರೆ ಮಧ್ಯದಲ್ಲಿ ಬೇರೆ ಯಾರಾದರೂ ಮಕ್ಕಳು ಇರಬೇಕಿತ್ತು, ಮಧ್ಯವರ್ತಿಯಾಗಿ.

ನಾ ಕಂಡಂತೆ ವೆಂಕಟಮ್ಮ ಶಾಂತ ಸ್ವಭಾವದವಳು, ಹೆಚ್ಚು ಸಹನೆಯುಳ್ಳವಳೂ ಆಗಿದ್ದಳು. ಯಾರೊಡನೆಯೂ ಆಕೆ ಜಗಳವಾಡಿದ್ದು ಕಂಡಿಲ್ಲ. ಆಕೆಯ ಅತ್ತೆ ಚಿಕ್ಕಮ್ಮಮ್ಮ ತುಂಬಾ ಗೋಳು ಹೊಯ್ದುಕೊಳ್ಳುತ್ತಿದ್ದಳು ಎಂದು ಪದೇಪದೇ ಹೇಳಿಕೊಳ್ಳುತ್ತಿದ್ದಳು. ಮನೆಯಲ್ಲಿ ಕೆಲಸ ಮಾಡಲು ಬೇರೆಯವರು ಇದ್ದಾಗಲೂ, ಕೊಳಗಗಟ್ಟಲೆ ಮೆಣಸಿನ ಕಾಯಿಯನ್ನು ಕುಟ್ಟಲು ಹಚ್ಚುತ್ತಿದ್ದಳು ಇತ್ಯಾದಿ ಇತ್ಯಾದಿ.

ನನ್ನ ಅಜ್ಜಿಯು ವೆಂಕಟಮ್ಮನನ್ನು ಈ ಪರಿ ಗೋಳು ಹೊಯ್ದುಕೊಂಡಿದ್ದನ್ನು ನಾನು ನೋಡಿಲ್ಲ. ಯಾಕೆಂದರೆ ಆ ವೇಳೆಗಾಗಲೇ ಅಜ್ಜಿ ಚಿಕ್ಕಮ್ಮಮ್ಮನಿಗೆ ಸಾಕಷ್ಟು ವಯಸ್ಸಾಗಿ ಕುಟಾಣಿಯಲ್ಲಿ ಎಲೆ ಅಡಿಕೆ ಕುಟ್ಟಿಕೊಂಡು ತನ್ನ ಓರಗಿತ್ತಿ, ಕಾಳಿಂಗೇಗೌಡರ ಹೆಂಡತಿ ಬೇವೂರಮ್ಮನ ಜೊತೆ ಹರಟೆ ಹೊಡೆಯುತ್ತಾ, ಅಳ್ಳುಗುಳಿ ಮಣೆ ಆಟ ಆಡುತ್ತಾ ಆರಾಮವಾಗಿ ವೃದ್ಧಾಪ್ಯ ಕಳೆಯುತ್ತಿದ್ದಳು.

ನನ್ನ ತಂದೆ ಎಲ್ ಎಸ್ ವರೆಗೆ ಓದಿ ಅಲ್ಪಸ್ವಲ್ಪ ವ್ಯಾಪಾರ, ವ್ಯವಹಾರ ವನ್ನೂ ಮಾಡುತ್ತಿದ್ದು, ನಿಷ್ಠಾವಂತ ಬೇಸಾಯಗಾರನೂ ಆಗಿದ್ದರಿಂದ, ಊರಿನಲ್ಲಿ ಪಿತ್ರಾರ್ಜಿತ ಆಸ್ತಿಯ ಜೊತೆಗೆ ಇನ್ನೊಂದಿಷ್ಟು ಆಸ್ತಿಯನ್ನು ಹೆಚ್ಚುವರಿಯಾಗಿ ಸಂಪಾದಿಸಿಯೂ ಇದ್ದನು.

ನಾನು ನೋಡಿದ ವೆಂಕಟಮ್ಮ ಅಂದರೆ, ಸದಾ ಮನೆಗೆಲಸದಲ್ಲಿ, ವ್ಯವಸಾಯದ ಕೆಲಸಕ್ಕೆ ಬರುತ್ತಿದ್ದ ಆಳುಕಾಳುಗಳಿಗೆ ಅಡುಗೆ ಮಾಡುವುದರಲ್ಲಿ ಕಳೆದು ಹೋಗಿದ್ದ

ಹೆಣ್ಣು. ಅವಳ ಬಿಡುವಿನ ಹಾಗೂ ಸಂಭ್ರಮದ ದಿನಗಳೆಂದರೆ ತವರು ರಾಂಪುರಕ್ಕೆ ಪಿತೃ ಪಕ್ಷದ ಹಬ್ಬಕ್ಕೆ ಹೋಗುತ್ತಿದ್ದ ದಿನಗಳು.

ಮನೆಯಲ್ಲಿ ಯಾವಾಗಲೂ ಮೂರು ನಾಲ್ಕು ಎಮ್ಮೆಗಳು, ಎರಡು ಜೊತೆ ಉಳುವ ದನಗಳು ಇರುತ್ತಿದ್ದವು. ಎಮ್ಮೆಗಳ ಆರೈಕೆ, ಹಾಲು ಕರೆಯುವುದು, ರೇಷ್ಮೆ ಸಾಕುತ್ತಿದ್ದುದರಿಂದ ಅವುಗಳಿಗೆ ದಿನಕ್ಕೆ ಐದಾರು ಬಾರಿ ಸೊಪ್ಪು ಹಾಕುವುದು ಇಂತಹ ಕೆಲಸಗಳಲ್ಲಿ ಬ್ಯುಸಿ ಆಗಿರುತ್ತಿದ್ದಳು.

ಆಳುಗಳಿರಲಿ, ಮನೆಯವರಿರಲಿ ಊಟಕ್ಕೆ ಬಡಿಸುವುದರಲ್ಲಿ ಎಂದೂ ಜಿಪುಣತನ ಮಾಡಿದವಳಲ್ಲ ವೆಂಕಟಮ್ಮ.

ಆ ಕಾಲಕ್ಕೆ ಬಹಳಷ್ಟು ಮನೆಗಳಲ್ಲಿ ಅನ್ನವನ್ನು ಯಾವಾಗಲೋ ಒಮ್ಮೆ ಮಾಡುತ್ತಿದ್ದರು. ಅಷ್ಟರಲ್ಲಾಗಲೇ ಒಂದಿಷ್ಟು ಭತ್ತ ಬೆಳೆಯುವ ಮನೆ ನಮ್ಮದಾಗಿದ್ದರಿಂದ, ಮಕ್ಕಳಿಗೆ ತಿನ್ನಿಸಲು ಅನ್ನ ಕೇಳಿಕೊಂಡು ಬರುವವರಿಗೆಲ್ಲ ಬಿಸಿ ಅನ್ನ ಮಿದ್ದಿ ಕೊಡುತ್ತಿದ್ದಳು. ಈ ವಿಷಯಕ್ಕೆ ಎಂದೂ ತನ್ನದು ನೀಡುವ ಕೈ, ಅವರು ಬೇಡುವವರು ಎಂದು ಭಾವಿಸಿದವಳಲ್ಲ.

ಆಕೆಯ ಪಾಲಿಗೆ ದೇವರ ಪೂಜೆ ಎಂದರೆ ಪ್ರತಿದಿನ ಸಂಜೆ ಆಗುತ್ತಿದ್ದಂತೆ ದನದ ಸಗಣಿಯನ್ನು ತಟ್ಟಿ, ಅದನ್ನು ಇಡಲೆಂದೇ ಗೋಡೆಗೆ ಬಡಿದಿದ್ದ ಮರದ ಸ್ಟ್ಯಾಂಡ್ ಮೇಲಿಟ್ಟು ಅರ್ಕ ಎಂದು ಕರೆಯುತ್ತಿದ್ದ ಅದರ ಮೇಲೆ ಸೊಡರು ಹಚ್ಚಿಟ್ಟು, ಎರಡು ಗಂಧದ ಕಡ್ಡಿಗಳನ್ನು ಸಿಕ್ಕಿಸಿ ಕೈಮುಗಿದುಕೊಳ್ಳುವುದು.

ಇದು ಕೇವಲ ನನ್ನ ತಾಯಿಯ ಪೂಜೆ ಅಷ್ಟೇ ಅಲ್ಲ, ಬಹುತೇಕ ಎಲ್ಲರ ಮನೆಯ ಪೂಜೆಯು ಇಷ್ಟೇ ಇರುತ್ತಿತ್ತು. ಆ ವೇಳೆಗಾಗಲೇ ನಮ್ಮ ಮನೆಗೆ ದೇವರ ಪಟಗಳು ಸಾಕಷ್ಟು ಬಂದಿದ್ದರಿಂದ, ಇವುಗಳಿಗೂ ಗಂಧದ ಕಡ್ಡಿ ಪೂಜೆ ಸಲ್ಲಿಸಿ, ಈ ಗಂಧದ ಕಡ್ಡಿಯನ್ನು ಸೊಡರಿನ ಕೆಳಗೆ ಸಿಕ್ಕಿಸಿದರೆ ಪೂಜೆ ಮುಗಿಯುತ್ತಿತ್ತು.

ಸಂಕ್ರಾಂತಿ ಬಂತು ಎಂದರೆ ಈಕೆಯ ಗಮನವೆಲ್ಲ ಕೊಟ್ಟಿಗೆ ಸರಿ ಮಾಡುವುದರ ಕಡೆಗೆ ಇರುತ್ತಿತ್ತು.

ಹಳ್ಳ ಬಿದ್ದ ಕೊಟ್ಟಿಗೆಗೆ ಹೊಸ ಮಣ್ಣು ಸುರಿಸಿ ಸರಿ ಮಾಡುತ್ತಿದ್ದಳು. ಇದಕ್ಕಾಗಿ ಮನೆಯಲ್ಲಿ ಕೆಲಸ ಮಾಡುತ್ತಿದ್ದವರನ್ನು ಕಾಡಿ ಬೇಡಿ ಕೆಮ್ಮಣ್ಣು ತರಿಸ ಬೇಕಿತ್ತು, [illegible] ಬಂದರ ಹೆಗ್ಗಣ ತೋಡಿದ್ದ ಗೋಡೆಗಳ ತೂತು ಮುಚ್ಚುವುದು ಮುಖ್ಯ ಕೆಲಸ ಆಗಿರುತ್ತಿತ್ತು. ಯಥಾ ಸ್ಥಿತಿ ಕೆಮ್ಮಣ್ಣು ಹೊಂಚುವುದು, ಮಣ್ಣು ಮೆತ್ತುವುದು, ಅದರ ಮೇಲೆ ಸಗಣಿ ಸಾರಿಸಿ ಸರಿ ಮಾಡುವುದು. ಇಷ್ಟು ಆದರೆ, ಸುಣ್ಣ ಹೊಡೆಯುವ ಕೆಲಸ ಸುಲಲಿತವಾಗಿ ಮುಂದುವರಿಯುತ್ತಿತ್ತು.

ಕಾರ್ತಿಕ ಮಾಸದಲ್ಲಿ ಮನೆಯ ಮುಂದಿನ ಗೋಡೆಯ ಗೂಡಿನಲ್ಲಿ ಸೊಡರು ಹಚ್ಚಿ ಇಡುವುದು ನಡೆಯುತ್ತಿತ್ತು. ಈ ಸೊಡರುಗಳನ್ನು ಕೆಲವೊಮ್ಮೆ ಕಾಗೆಗಳು ಕಚ್ಚಿಕೊಂಡು ಹೋಗಿಬಿಡುತ್ತಿದ್ದವು.

ಗೌರಿ ಹಬ್ಬದ ದಿನ ಹಸಿಅಕ್ಕಿ ತಂಬಿಟ್ಟು, ಎಳ್ಳುಂಡೆ ಮಾಡಿ,ಹುತ್ತಕ್ಕೆ ತನಿ ಎರೆಯುವುದು ನಂತರ ಕಡಬು ಮಾಡುವುದು. ಗಣೇಶನಿಗೆ ನಮ್ಮೂರಲ್ಲಿ ಆಗ ಅಷ್ಟೇನು ಮಹತ್ವ ಇರಲಿಲ್ಲ. ನಮ್ಮೂರಿನ ಬಹುತೇಕ ಹೆಣ್ಣು ಮಕ್ಕಳ ಆಚರಣೆಯೂ ಇದೇ ಆಗಿರುತ್ತಿತ್ತು.

ತವರಿನ ಪ್ರಯಾಣವೆಂದರೆ ಎಲ್ಲಾ ಹೆಣ್ಣು ಮಕ್ಕಳಂತೆ ಈ ವೆಂಕಟಮ್ಮನಿಗೆ ಎಲ್ಲಿಲ್ಲದ ಹಿಗ್ಗು. ಹಿಂದೆಲ್ಲಾ ಬಟ್ಟೆಗಂಟನ್ನು ತಲೆಯ ಮೇಲೆ ಹೊತ್ತು ಮಕ್ಕಳೊಂದಿಗೆ ನಡೆದೇ ಹೋಗುತ್ತಿದ್ದವಳು ನನಗೆ ಬುದ್ಧಿ ಬರುವ ವೇಳೆಗೆ ಸಾಕಷ್ಟು ವಯಸ್ಸಾಗಿದ್ದರಿಂದ ಎತ್ತಿನಗಾಡಿಯಲ್ಲಿ ಹೋಗುತ್ತಿದ್ದಳು. ಹೋಗುವಾಗ ಮತ್ತು ಬರುವಾಗ ಅವಳಿಗೆ ಈ ಡ್ರಾಪ್ ಮತ್ತು ಪಿಕಪ್ ಸೌಲಭ್ಯ ಇರುತ್ತಿತ್ತು.

ನನ್ನ ತಾಯಿ ವೆಂಕಟಮ್ಮ ಕೈ ತುಂಬಾ ದುಡ್ಡು ಓಡಾಡಿಸಿದ್ದನ್ನು ನಾನು ಕಂಡವನಲ್ಲ. ತಂದೆ ರಂಗೇಗೌಡ ಸಾಕಷ್ಟು ವ್ಯವಹಾರ ಮಾಡುತ್ತಿದ್ದ ಮನುಷ್ಯನಾದರೂ ನನ್ನ ತಾಯಿಯ ವಿಷಯದಲ್ಲಿ ಮಾತ್ರ ಜಿಪುಣನೆ. ತನ್ನ ತಾಯಿಯ ಬಗ್ಗೆ ಅಪಾರ ಭಕ್ತಿ ತೋರುತ್ತಿದ್ದ ರಂಗೇಗೌಡ ತನ್ನ ಹೆಂಡತಿಯ ವಿಷಯದಲ್ಲಿ ಮಾತ್ರ ಅಂತಹ ಕಾಳಜಿ ತೋರಿದ್ದು ನನಗೆ ನೆನಪಿಲ್ಲ.

ಆಕಳಿಗೂಡಿನ ಕಾಸೇ ನನ್ನ ತಾಯಿಯ ಆದಾಯದ ಮೂಲ. ಜೊತೆಗೆ ಹೊಂಗೆ ಬೀಜ, ಹಿಪ್ಪೆ ಬೀಜದ ಕಾಲದಲ್ಲಿ ಅವುಗಳಿಂದ ಬರುವ ಒಂದಷ್ಟು ಹಣ. ಅದು ಬಿಟ್ಟರೆ ಅವಳಲ್ಲಿ ಹಣ ಎಂಬುದು ಇರುತ್ತಿರಲಿಲ್ಲ. ಕೂಲಿ ಮಾಡುವವರು ತಮ್ಮ ಕೂಲಿಯ ಹಣವನ್ನಾದರೂ ಅವರ ದುಡಿಮೆ ಎಂದು ಪಡೆದುಕೊಂಡು ಹೋಗುತ್ತಿದ್ದರು. ಈ ವೆಂಕಟಮ್ಮನಿಗೆ ಅಂತಹ ಅವಕಾಶವೂ ಇರಲಿಲ್ಲ. ತನಗೆ ಇಷ್ಟ ಬಂದ ವಿಷಯಕ್ಕೆ ಖರ್ಚು ಮಾಡಲು ಅಥವಾ ಯಾರಿಗಾದರೂ ಕೊಡಲು ಅವಳ ಬಳಿ ದುಡ್ಡು ಎಂಬುದು ಇರುತ್ತಿರಲಿಲ್ಲ.

ನನ್ನ ಅಜ್ಜಿ ಚಿಕ್ಕಮ್ಮಮ್ಮ ಬಹಳ ಬೇಗನೆ ಗಂಡನನ್ನು ಕಳೆದುಕೊಂಡಿದ್ದಳು. ಅಣ್ಣ ತಮ್ಮಂದಿರ ಕಿರಿಕಿರಿ ನಡುವೆ ಬಾಳಲಾಗದೆ, ಕೂಡುಕುಟುಂಬದಿಂದ ಹೊರಬಂದು ಮಗನ ಕಾಲಕ್ಕೆ ಒಂದಿಷ್ಟು ಸಂಪಾದನೆ ಮಾಡಿ ಮನೆಯ ಮೇಲೆ ಹಿಡಿತ ಹೊಂದಿದ್ದಳು. ಆದರೆ, ಹಣಕಾಸಿನ ವಿಷಯದಲ್ಲಿ ಅಂತಹ ಹಿಡಿತ ನಮ್ಮ ತಾಯಿಗೆ ಎಂದೂ ಇದ್ದಂತಿರಲಿಲ್ಲ. ಆದರೆ, ಊರವರ ಬಾಯಲ್ಲಿ ಯೆಂಕ್ಟವ್ವಾ, ಯೆಂಕ್ಟಮ್ಮಾ

ಎಂದು ಪ್ರೀತಿಯಿಂದ ಕರೆಸಿಕೊಳ್ಳುವ ಗೌರವವನ್ನು ಮಾತ್ರ ತನ್ನ ನಡತೆಯಿಂದ ಸಂಪಾದಿಸಿಕೊಂಡಿದ್ದಳು.

ನನ್ನ ತಂದೆ ತೀರಿಕೊಂಡ ನಂತರ ಮನೆಯ ಜವಾಬ್ದಾರಿಯನ್ನು ಹಿರಿಯ ಅಣ್ಣ ರಾಜು ವಹಿಸಿಕೊಂಡ ಮೇಲೂ ಹಣಕಾಸಿನ ವಿಷಯವಾಗಿ ಅವಳಲ್ಲಿ ಅಂತಹ ಬದಲಾವಣೆ ಏನು ಆಗಲಿಲ್ಲ. ಒಂದೇ ಊರಿನಲ್ಲಿದ್ದ ಮಗಳು ಜಯಮ್ಮ, ನಮ್ಮ ಮನೆಯ ಮೇಲೆ ಹೊಂದಿದ್ದ ಹಿಡಿತವೂ, ಮನೆಯ ಒಡತಿಯಾದ ವೆಂಕಟಮ್ಮನಿಗೆ ಇರಲಿಲ್ಲ. ಅವಳನ್ನು ಆ ಮನೆಯ ಯಜಮಾನಿಯೆಂದು ಮನೆಯ ಯಾರೂ, ಯಾವತ್ತೂ ಪರಿಗಣಿಸಿದಂತೆ ಕಾಣುತ್ತಿರಲಿಲ್ಲ.

ವೆಂಕಟಮ್ಮನನ್ನು ಸುಖವಾಗಿ ನೋಡಿಕೊಳ್ಳುವುದು ಎಂದರೆ ಯಾವುದೇ ಕೆಲಸವನ್ನು ಮಾಡಿಸದಿರುವುದು ಎಂಬುದಾಗಿತ್ತೇ ಹೊರತು ಯಾವುದಕ್ಕೇ ಆದರೂ, ವಿಶ್ವಾಸಕ್ಕೆ ತೆಗೆದುಕೊಳ್ಳಬೇಕು ಎಂಬುದಾಗಿರಲಿಲ್ಲ. ಸ್ವಾತಂತ್ರ್ಯ ಎಂಬುದು ಅವಳಿಗೆ ತಿಳಿಯದ ವಿಷಯ ಆಗಿತ್ತು. ನಿಮಗ್ಯಾಕೆ ಬೇಕು ಇವೆಲ್ಲಾ ಎನ್ನುವುದು ಮಾತ್ರ ಅವಳಿಗೆ ಕೇಳಿಸುತ್ತಿದ್ದ ಮಾತುಗಳು. ಕಾಳಜಿಯ ಮಾತುಗಳು!!

ಒಡವೆ ವಸ್ತ್ರ ಎಂದು ಯಾವಾಗಲೂ ಕಿರಿಕಿರಿ ಮಾಡಿದವಳಲ್ಲ ವೆಂಕಟಮ್ಮ. ನನ್ನ ತಂದೆ ತನ್ನ ಹಿರಿಮಗ ಎಂಜಿನಿಯರಿಂಗ್ ಓದುತ್ತಿದ್ದ ರಾಜುವಿಗೆ ತನ್ನ ಮೊಮ್ಮಗಳನ್ನೇ ತಂದುಕೊಂಡಿದ್ದರು. ಆ ಕಾಲಕ್ಕೆ ದುಬಾರಿ ಎನ್ನುವಂತಹ ಒಡವೆಗಳನ್ನೇ ಮಾಡಿಸಿದ್ದರು. ಸೊಸೆಗೆ ಕಲಾಪತ್ತಿನ ಅಂಚಿನ ರೇಷ್ಮೇ ಸೀರೆಯನ್ನೇ ತಂದಿದ್ದರು. ಅನುಕೂಲವಾಗಿದ್ದ ಅಂತಹ ಸಮಯದಲ್ಲಿಯೂ ಹೆಂಡತಿ ಎಂದು ಏನೂ ಮಾಡಿಸಿದವರಲ್ಲ. ಅವಳ ಬಳಿ ಇದ್ದುದು ತಾಳಿ ಬಿಟ್ಟರೆ ಎಣ್ಣೆ ಹಿಡಿದ ಹರಳಿನ ಓಲೆ ಮಾತ್ರ. ಸಣ್ಣಪುಟ್ಟ ಆಸೆಗಳನ್ನೂ ಎಂದೂ ಅವಳು ಬಾಯಿ ಬಿಟ್ಟು ಹೇಳಿಕೊಳ್ಳಲಿಲ್ಲ.

ನಮ್ಮ ಮನೆಯವರ ಈಗಿನ ಜೀವನ ನೋಡಿದರೆ ಒಂದು ತಲೆಮಾರಿನಲ್ಲಿ ಏನೆಲ್ಲಾ ಬದಲಾವಣೆಯಾಗಿದೆ. ಆದರೆ, ಅದೇ ಮನೆಗೆ ಸೊಸೆಯಾಗಿ ಬಂದ ವೆಂಕಟಮ್ಮ ಸಾಗಿಸಿದ ಜೀವನದ ನಡುವೆ ಎಷ್ಟೊಂದು ವ್ಯತ್ಯಾಸ. ನಮ್ಮ ತಂದೆ ನಮಗಿಂತ ಖಂಡಿತ ಶ್ರೀಮಂತನಾಗಿದ್ದ. ಹದಿನೈದು ಎಕರೆ ಜಮೀನಿನ ಏಕೈಕ ಒಡೆಯ. ದಿನವೂ ಚನ್ನಪಟ್ಟಣಕ್ಕೆ ಸೈಕಲ್ ನಲ್ಲಿ ಹೋಗಿ ಬರುತ್ತಿದ್ದವನು. ಇಸ್ಪೀಟು, ಸಿಗರೇಟು ಅಭ್ಯಾಸಗಳನ್ನು ದುಬಾರಿ ಅನ್ನುವ ಮಟ್ಟದಲ್ಲಿ ಅಲ್ಲದಿದ್ದರೂ ಶೋಕಿ ಎನ್ನುವ ಮಟ್ಟದಲ್ಲಿ ಇಟ್ಟುಕೊಂಡಿದ್ದವನು. ವೆಂಕಟಮ್ಮ ಅಂತಹ ಅನುಕೂಲಸ್ಥನ ಪತ್ನಿ. ಆದರೆ, ಆಕೆ ಸಾಗಿಸಿದ ಜೀವನ? ಕೈ ತುಂಬಾ ದುಡಿದು, ಮೂರು ಹೊತ್ತು ಹೊಟ್ಟೆ ತುಂಬ ಊಟ ಮಾಡಿದ್ದು ಬಿಟ್ಟರೆ ಉಳಿದವರಿಗಿಂತ ಅಂತಹ ವ್ಯತ್ಯಾಸ ಏನು ಇರಲಿಲ್ಲ.

ಹೆಂಡತಿ ಎಂದರೆ ಮೂರು ಹೊತ್ತು ಊಟ ಸಿಕ್ಕ ಮೇಲೆ ಆಕೆಗೆ ಇನ್ನೇನು ಬೇಕು ಎಂಬ ಭಾವನೆ ಇದ್ದಂತೆ ಕಾಣುತ್ತದೆ ರಂಗೇಗೌಡನಿಗೆ.

ತನ್ನ ಪತಿ ರಂಗೇಗೌಡ ತೀರಿಕೊಂಡ ನಂತರವೂ ಸುಮಾರು 22 ವರ್ಷ ಇದ್ದ ವೆಂಕಟಮ್ಮ, ಗಂಡನ ನಂತರ ಮಕ್ಕಳ ಅಧೀನಕ್ಕೆ ಬಂದಳಷ್ಟೇ ಹೊರತು ಜೀವನದಲ್ಲಿ ಅಂತಹ ಬದಲಾವಣೆ ಏನು ಕಾಣಲಿಲ್ಲ. ಹಾಗೆಯೇ ಅವಳ ಅಭಿಪ್ರಾಯಗಳಿಗೆ ಹಿಂದೆಯೂ ಬೆಲೆ ಇರಲಿಲ್ಲ, ನಂತರವೂ ಬೆಲೆ ಬರಲಿಲ್ಲ.

ನನ್ನ ತಂದೆ ಎಲ್ ಎಸ್ ಓದಿದವರು, ನಾವು ಮಕ್ಕಳೆಲ್ಲ ವಿದ್ಯಾವಂತರೇ. ಆದರೆ, ಅವಳ ಬದುಕಿನಲ್ಲಿ ಅದಾವುದು ಬದಲಾವಣೆ ತರಲಿಲ್ಲ. ಗಂಡ ಸತ್ತ ಮೇಲೆ ಮಕ್ಕಳಿಗೊಂದು ನೆಲೆ ಮಾಡಿದೆ ಎಂಬ ಹೆಮ್ಮೆಯೂ ಇಲ್ಲ, ಗಂಡ ಹದಿನೈದು ಎಕರೆ ಜಮೀನಿನ ಒಡೆಯನಾಗುವುದರಲ್ಲಿ ನನ್ನ ಪಾತ್ರವೂ ಇದೆ, ಅದರಲ್ಲಿ ನನ್ನ ದುಡಿಮೆಯೂ ಇದೆ ಎಂಬ ಭಾವವೂ ಇಲ್ಲ.

ಅವಳ ಬದುಕಿನ ಸಾರ್ಥಕತೆಯನ್ನು ಹೇಗೆ ಅರ್ಥೈಸಿಕೊಳ್ಳಬೇಕು ಎಂಬುದು ತಿಳಿಯುತ್ತಿಲ್ಲ!

27 ಅಣ್ಣಯ್ಯ

ರಂಗೇಗೌಡ ನನ್ನ ತಂದೆ. ನಾವೆಲ್ಲ ಇವರನ್ನು ಅಣ್ಣಯ್ಯ ಎಂದು ಕರೆಯುತ್ತಿದ್ದೆವು.

ಹನ್ನೆರಡು ಮಕ್ಕಳ ತಂದೆ ರಂಗೇಗೌಡ ನಮ್ಮ ಮನೆದೇವರು ವಡ್ಡಗಲ್ಲ ರಂಗನ ಹೆಸರು ಹೊತ್ತವರು. ಈತನ ತಂದೆಯ ಹೆಸರೂ ರಂಗೇಗೌಡ. ತನ್ನ ಒಬ್ಬ ಮಗನಿಗೂ ರಂಗೇಗೌಡ ಎಂದು ಹೆಸರಿಟ್ಟು ಮನೆದೇವರು ವಡ್ಡಗಲ್ಲ ರಂಗನ ಪರಂಪರೆ ಮುಂದುವರಿಸಿದವರು.

ರಂಗೇಗೌಡ–ಚಿಕ್ಕಮ್ಮಮ್ಮ ದಂಪತಿಯ ಏಕೈಕ ಪುತ್ರ ನಮ್ಮ ಅಣ್ಣಯ್ಯ ರಂಗೇಗೌಡ. ಒಡಹುಟ್ಟಿದವಳು ಕೂಡ ಒಬ್ಬಳೇ. ಹೆಸರು ಸಣ್ಣಮ್ಮ.

ನಮ್ಮ ಅಣ್ಣಯ್ಯನ ಇನ್ನೊಂದು ಹೆಸರು ಪುಟ್ಟಸ್ವಾಮಿ. ಊರಲ್ಲಿ ಬಹಳಷ್ಟು ಮಂದಿ ಪುಟ್ಸಾಮಣ್ಣ ಎಂದೇ ಕರೆಯುತ್ತಿದ್ದರು. ಸ್ವಾತಂತ್ರ್ಯ ಪೂರ್ವದಲ್ಲಿ ಜನಿಸಿದ್ದ ರಂಗೇಗೌಡ, ಆ ಕಾಲಕ್ಕೇ ಲೋಯರ್ ಸೆಕೆಂಡರಿ ವರೆಗೆ ಓದಿದವರು.

ಸ್ವಾತಂತ್ರ್ಯ ಚಳವಳಿಯ ಪ್ರಭಾವದಿಂದ ಸದಾ ಖಾದಿ ಧರಿಸುತ್ತಿದ್ದರು. ಇವರ ಓರಗೆಯವರಾದ ಬಿ ಜೆ ಲಿಂಗೇಗೌಡರು ಚನ್ನಪಟ್ಟಣದಲ್ಲಿ ಆಪ್ತ ಸ್ನೇಹಿತರ ವಲಯದಲ್ಲಿ ಇದ್ದವರು.

ಚೆನ್ನಪಟ್ಟಣದ ಸಹಕಾರ ಚಳವಳಿಯಲ್ಲಿ ಗುರುತಿಸಿಕೊಂಡು ಸೊಸೈಟಿಗಳ ಪದಾಧಿಕಾರಿ, ಅಧ್ಯಕ್ಷರು ಆಗಿ ಕಾರ್ಯ ನಿರ್ವಹಿಸಿದ್ದರು. ಆಗ ಗ್ರಾಮ ಪಂಚಾಯಿತಿ ಕೇಂದ್ರ ಸ್ಥಾನವಾಗಿದ್ದ ಅಬ್ಬೂರು ಗ್ರಾಮ ಪಂಚಾಯಿತಿಯ ಛೇರ್ಮನ್ ಸಹ ಆಗಿದ್ದುದರಿಂದ ಚೇರ್ಮನ್ ರಂಗೇಗೌಡ ಎಂಬ ಹೆಸರು ಕೂಡ ಸೇರಿಕೊಂಡಿತ್ತು.

ಬಹುತೇಕ ಕಾಂಗ್ರೆಸ್ ವಿರೋಧಿ ರಾಜಕಾರಣ ಮಾಡಿದ್ದ ಅಣ್ಣಯ್ಯ ಆ ಕಾಲಕ್ಕೆ ಪ್ರಜಾ ಸೋಷಿಯಲಿಸ್ಟ್ ಪಾರ್ಟಿಯ ಬೆಂಬಲಿಗರಾಗಿದ್ದರು.

ಹನ್ನೆರಡು ಮಕ್ಕಳಲ್ಲಿ ನಾನೇ ಕೊನೆಯವನಾದ್ದರಿಂದ ನನ್ನ ತಂದೆ ರಂಗೇಗೌಡನನ್ನು ನಾನು ನೋಡಿದ್ದು ಅಲ್ಪಾವಧಿಗೆ ಮಾತ್ರ.

ನಾನು ಎಂಟನೇ ತರಗತಿ ಓದುತ್ತಿದ್ದ ವೇಳೆಗೆ ಅವರು ತೀರಿಕೊಂಡರು. ನಿಷ್ಠಾವಂತ ಬೇಸಾಯಗಾರನಾಗಿದ್ದ ಅಣ್ಣಯ್ಯ ತನ್ನ ತಂದೆಯ ಕಾಲದಿಂದ ಬಂದ ಜಮೀನಿನ ಸಾಗುವಳಿ ಜೊತೆಗೆ ಮಾವಿನ ಕಾಯಿ ವ್ಯಾಪಾರ, ಬೆಲ್ಲದ ವ್ಯಾಪಾರ ಇನ್ನಿತರೆ ವ್ಯಾಪಾರ ವ್ಯವಹಾರ ಮಾಡಿಕೊಂಡು ಅನುಕೂಲಸ್ಥನಾಗಿಯೇ ಬದುಕು ಸಾಗಿಸಿದವರು. ಸಿಮೆಂಟ್ ಬಳಕೆ ಇಲ್ಲದಿದ್ದ ಆ ದಿನಗಳಲ್ಲಿ ನಮ್ಮ ಮನೆಯಲ್ಲಿ ಕಲ್ಲು ಚಪ್ಪಡಿಗಳಿಂದಲೇ ಕಟ್ಟಿದ್ದ ಕಣಜವಿತ್ತು. ಸುಮಾರು 20 ಖಂಡುಗ ಭತ್ತ ತುಂಬಬಹುದಾಗಿದ್ದ ಆ ಕಣಜ ಯಾವತ್ತೂ ಖಾಲಿಯಾಗದ ಹಾಗೆ ನಿರ್ವಹಿಸುತ್ತಿದ್ದರು. ಅಂದರೆ ಮತ್ತೊಂದು ಹೊಸ ಬೆಳೆ ಬಂದ ನಂತರವೇ ಕಣಜದಲ್ಲಿದ್ದ ಹಳೆ ಭತ್ತವನ್ನು ಮಾರಾಟ ಮಾಡುತ್ತಿದ್ದರು. ಹೀಗಾಗಿ ಉಣ್ಣುವುದಕ್ಕೆ, ಉಡುವುದಕ್ಕೆ ನಮಗೆ ಎಂದೂ ಕೊರತೆ ಇರಲಿಲ್ಲ. ಆ ಕಾಲಕ್ಕೆ ಇದ್ದ ಎರಡೇ ಲಕ್ಷುರಿ ಎಂದರೆ ಹೊಟ್ಟೆ ತುಂಬ ಊಟ, ಮೈತುಂಬ ಬಟ್ಟೆ ತಾನೆ.

ತುಂಬಾ ಮಾತೃಭಕ್ತರಾದ ನನ್ನ ಅಣ್ಣಯ್ಯ, ಎದ್ದ ಕೂಡಲೇ ಮಾಡುತ್ತಿದ್ದ ಮೊದಲ ಕೆಲಸವೇ ಮುಖ ತೊಳೆದು ತನ್ನ ತಾಯಿಯ ಪಾದಗಳಿಗೆ ನಮಸ್ಕಾರ ಮಾಡಿಕೊಳ್ಳುತ್ತಿದ್ದುದು. ಈ ಅಭ್ಯಾಸ ಮಕ್ಕಳಾದ ನಮಗ್ಯಾರಿಗೂ ಬರಲೇ ಇಲ್ಲ.

ಉತ್ತು ಬಿತ್ತುವ ದಿನಗಳಲ್ಲಿ ವ್ಯವಸಾಯಕ್ಕೆ ಮೊದಲ ಆದ್ಯತೆ. ಕೆಲಸ ಮುಗಿದ ನಂತರ ಸೈಕಲ್ ನಲ್ಲಿ ಚನ್ನಪಟ್ಟಣಕ್ಕೆ ಒಂದು ರೌಂಡ್ ಹೋಗಿ ಬರುವುದು ರೂಡಿ. ಈಗಿನ ಸಾರ್ವಜನಿಕ ಪ್ರೌಢಶಾಲೆ ಕಟ್ಟಡದ ಎದುರು ಸಂಪಿಗೆ ಮರದ ಸೊಸೈಟಿ ಎಂದು ಕರೆಯುತ್ತಿದ್ದ ಕಟ್ಟಡದಲ್ಲೇ ಕ್ಲಬ್ ಒಂದು ಇತ್ತು. ಒಂದಷ್ಟು ಹೊತ್ತು ಇಸ್ಪೀಟ್, ಹರಟೆ ನಂತರ ಊರಿಗೆ ಮರಳುವುದು ರೂಡಿ.

ಪತ್ರಿಕೆ ಓದುವ ಹವ್ಯಾಸ ಇದ್ದ ಅಣ್ಣಯ್ಯನಿಗೆ ಬೆಳಿಗ್ಗೆ ಚಾಪೆ ಮೇಲೆ ಕುಳಿತು ಪತ್ರಿಕೆ ತಿರುವುತ್ತಾ ಒಂದು ಬರ್ಕ್ ಲೀ ಸಿಗರೇಟ್ ಸೇದುವುದು ದಿನಚರಿಯ ಒಂದು ಭಾಗವಾಗಿತ್ತು.

ಸೈಕಲ್ಲಿನ ಹ್ಯಾಂಡಲ್ಲಿಗೆ ಸದಾ ಒಂದು ಬ್ಯಾಗ್ ಸುತ್ತಿಕೊಂಡಿರುತ್ತಿತ್ತು. ಚನ್ನಪಟ್ಟಣದಿಂದ ಬರುವಾಗ ಮನೆಗೆ ಬೇಕಾದ ತರಕಾರಿ, ಒಂದಷ್ಟು ಪೇಟೆ ಸಾಮಾನುಗಳು ಬರುತ್ತಿದ್ದವು. ಮಾರ್ಲಮ್ಮಿ ಹಬ್ಬದ ದಿನಗಳಲ್ಲಿ ನಮಗೂ ಪೇಟೆಯ ದರ್ಶನ ಆಗುತ್ತಿತ್ತು. ಪೇಟೆ ಬೀದಿಯ ಟೈಲರ್ ಸಂಜೀವಯ್ಯನ ಬಳಿ ಅಂಗಿ ಚಡ್ಡಿ

ಹೊಲಿಯಲು ಅಳತೆ ಕೊಡುವುದು ನಮ್ಮ ಬಾಲ್ಯದ ಖುಷಿಯ ಸಂಗತಿಗಳಲ್ಲಿ ಒಂದಾಗಿತ್ತು.

ಶಿವಾನಂದ ಟಾಕೀಸ್ ಎದುರಿನ ರಾಜು ಬಟ್ಟೆ ಅಂಗಡಿಯಲ್ಲಿ ಕಾಯಂ ಆಗಿ ಬಟ್ಟೆ ಖರೀದಿ ನಡೆಯುತ್ತಿತ್ತು.

ಅಣ್ಣಯ್ಯನ ಜೊತೆಗಿನ ಸೈಕಲ್ ಸವಾರಿಯ ದಿನಗಳು ಚೆನ್ನಾಗಿ ನೆನಪಿದೆ. ಗದ್ದೆ ಕೆಲಸದ ದಿನಗಳಲ್ಲಿ ಚಿಕ್ಕೇನಹಳ್ಳಿಗೆ ಸೈಕಲ್ ಸವಾರಿ ಇರುತ್ತಿತ್ತು. ರಂಗಣ್ಣನ ಹೋಟೆಲ್ ಟೀ ಹಾಗೂ ಬೋಂಡಾ ಸಿಗುತ್ತಿದ್ದವು. ಹೀಗೆ ಒಮ್ಮೆ ಕಣ್ವ ಕಾಲುವೆ ಮೇಲಿಂದ ಚಿಕ್ಕೇನಹಳ್ಳಿಗೆ ಸೈಕಲ್ ಕ್ಯಾರಿಯರ್ ಮೇಲೆ ಕುಳಿತು ಹೋಗುತ್ತಿರಬೇಕಾದರೆ ಸೈಕಲ್ ಚಕ್ರಕ್ಕೆ ಕಾಲು ಸಿಕ್ಕಿಹಾಕಿಕೊಂಡು ಸೈಕಲ್ಲಿನಿಂದ ಬಿದ್ದು, ಕಾಲುವೆಗೆ ಬೀಳುವುದರಿಂದ ಸ್ವಲ್ಪದರಲ್ಲಿ ತಪ್ಪಿಸಿಕೊಂಡಿದ್ದೆವು. ಅದೊಂದೇ ದಿನ ಅವರ ಸಿಟ್ಟಿನ ಮುಖಭಾವ ನೋಡಿದ ನೆನಪು ನನಗಿರುವುದು.

ತಮಾಷೆ ಮಾಡುವ ವ್ಯಕ್ತಿತ್ವದ ಅಣ್ಣಯ್ಯ ನನ್ನ ತಾಯಿ ವೆಂಕಟಮ್ಮನ ಜೊತೆ ತಮಾಷೆಯಾಗಿ ಮಾತನಾಡಿದ್ದು ಇರಲಿ, ಮುಖಾಮುಖಿಯಾಗಿ ಮಾತನಾಡಿದ್ದನ್ನೇ ನಾನು ನೋಡಿಲ್ಲ. ಅವರ ಸಂಭಾಷಣೆ ಏನಿದ್ದರೂ ಮಕ್ಕಳ ಮೂಲಕವೇ ನಡೆಯುತ್ತಿತ್ತು.

ಊರಿನಲ್ಲಿ ರಾಮಣ್ಣನ ಕರಿಗೌಡ ನನ್ನ ತಂದೆಯ ಆಪ್ತ ಗೆಳೆಯ. ಊರಿನ ಹಲವರು ಅಣ್ಣಯ್ಯನಿಗೆ ನರಿ ಎಂಬ ಅಡ್ಡ ಹೆಸರನ್ನು ಇಟ್ಟಿದ್ದರು. ಇದೇನು ಬುದ್ಧಿವಂತ ಎಂದೋ, ಕುಚೇಷ್ಟೆಯ ಮನುಷ್ಯ ಎಂದೋ ಅಥವಾ ಕುಟಿಲ ಮನುಷ್ಯ ಎಂದೋ ಗೊತ್ತಿಲ್ಲ. ತಮಾಷೆಗಾರ ಅಣ್ಣಯ್ಯ ಕುಚೇಷ್ಟೆ ಮಾಡುತ್ತಿದ್ದುದು ಗೊತ್ತೇ ಹೊರತು ಕುಟಿಲತೆ, ಮೋಸ ಮಾಡಿದ್ದನ್ನು ನಾನು ಕೇಳಿರಲಿಲ್ಲ.

ವಿದ್ಯೆಯ ಮಹತ್ವ ಅರಿತಿದ್ದ ಅಣ್ಣಯ್ಯ ಮಕ್ಕಳ ವಿದ್ಯಾಭ್ಯಾಸಕ್ಕೆ ಆದ್ಯತೆ ನೀಡಿದ್ದರು. ಹೆಣ್ಣು ಮಕ್ಕಳು ಸಹ ಶಾಲೆಯ ಮೆಟ್ಟಿಲು ಹತ್ತಿದ್ದರು. ಇಬ್ಬರು ಎಂಜಿನಿಯರ್ಸ್, ಪದವೀಧರರು ಹೀಗೆ ಮಕ್ಕಳು ವಿವಿಧ ಹಂತದ ವಿದ್ಯಾಭ್ಯಾಸ ಮಾಡಲು ಇದರಿಂದ ಸಾಧ್ಯವಾಗಿತ್ತು. ಮೈಸೂರಿನ ಪ್ರತಿಷ್ಠಿತ ಎನ್‌ಐಇ ಕಾಲೇಜಿನಲ್ಲಿ ಎಂಜಿನಿಯರಿಂಗ್ ಓದು ಆರಂಭಿಸಿದ್ದ ನನ್ನ ಅಣ್ಣ ರಾಜು ನಂತರ ಮಂಡ್ಯದ ಪಿಇಎಸ್ ಕಾಲೇಜಿನಲ್ಲಿ ಓದು ಮುಂದುವರಿಸಿದ್ದರು.

ಮಕ್ಕಳ ಜೊತೆಗೆ ಒರಟಾಗಿ ನಡೆದುಕೊಂಡಿರುವ ನೆನಪೇ ನನಗಿಲ್ಲ. ಅಣ್ಣ ಚಂದ್ರಶೇಖರ ಚಿಕ್ಕಂದಿನಿಂದಲೂ ಇಸ್ಪೀಟಿನ ಚಟಕ್ಕೆ ಬಿದ್ದು ಸಾಲ ಮಾಡಿ, ಕೆಲವು ದಿನ ಊರು ಬಿಟ್ಟು ಪರಾರಿಯಾಗುತ್ತಿದ್ದ. ಇಂತಹ ದಿನಗಳಲ್ಲಿ ಅಪಾರ ನೋವು ಅನುಭವಿಸುತ್ತಿದ್ದ ಅವರು, ಒಮ್ಮೆ ಬೆಳ್ಳಂಬೆಳಗ್ಗೆ ಅಬ್ಬೂರಿನಿಂದ ಸುಮಾರು

ಹತ್ತು ಕಿ.ಮೀ.ಗೂ ಹೆಚ್ಚು ದೂರದ ಶಾನುಭೋಗನಹಳ್ಳಿಗೆ ಹೋಗಿ ಅಲ್ಲಿಂದ ನಡೆದುಕೊಂಡೇ ಆತನನ್ನು ಕರೆತಂದಿದ್ದರು. ಮಕ್ಕಳ ಪಾಲಿಗೆ ವಾತ್ಸಲ್ಯಮಯಿ ಅಪ್ಪನಾಗಿದ್ದರು. ಇನ್ನೊಬ್ಬ ಅಣ್ಣ ಮರೀಗೌಡನ ಕಾಲಿನಲ್ಲಿ ಹಿಸಬು ಆಗಿ ಅಪಾರ ನೋವು ಅನುಭವಿಸುತ್ತಿದ್ದಾಗ, ತೀರಾ ದುರ್ವಾಸನೆ ಬರುತ್ತಿದ್ದ ಔಷಧವನ್ನು ತಾವು ಖುದ್ದು ಹಚ್ಚಿ ಆತನ ಗಾಯ ವಾಸಿಯಾಗುವವರೆಗೆ ಉಪಚಾರ ಮಾಡಿದ್ದರು.

ಆಸ್ತಿ ಸಂಪಾದಿಸುವ ಬಗ್ಗೆ ಘಾತುಕತನ ಪ್ರದರ್ಶಿಸಿದವರಲ್ಲ. ಊರಿನಲ್ಲಿ ಹಲವು ಜಮೀನುಗಳನ್ನು ಖರೀದಿಸುವ ಅವಕಾಶ, ಆರ್ಥಿಕ ಅನುಕೂಲತೆ ಇದ್ದಾಗಲೂ ಬೇಡವೆಂದು ನಿರಾಕರಿಸಿದವರು. ಮಕ್ಕಳ ಓದೇ ಆಸ್ತಿ ಎಂದು ಭಾವಿಸಿದ್ದರು. ಯಾರ ಮೇಲೂ ದಬ್ಬಾಳಿಕೆ ಮಾಡಿದ್ದನ್ನು ನಾನು ಕಂಡಿರಲಿಲ್ಲ.

ನನ್ನ ಅಣ್ಣಯ್ಯನ ಕೊನೆಯ ದಿನಗಳು ಮಾತ್ರ ಯಾತನಾಮಯವಾಗಿದ್ದವು. ಚನ್ನಪಟ್ಟಣ ಕ್ಲಬ್‌ನಲ್ಲಿ ಇಸ್ಪೀಟ್ ಆಡುವಾಗಲೇ ಲಕ್ವ ಹೊಡೆದು, ಮೊಗೇನಹಳ್ಳಿ ನಾಟಿ ವೈದ್ಯರಿಂದ ಔಷಧಿ ಮಾಡಿಸಲಾಗಿತ್ತು. ಸ್ವಲ್ಪ ಹುಷಾರಾಗುವ ಲಕ್ಷಣ ಕಂಡು ಬರುತ್ತಿದ್ದಾಗಲೇ ಮತ್ತೆ ಕಾಯಿಲೆ ಉಲ್ಬಣಿಸಿ ಮಾತು ಅಸ್ಪಷ್ಟವಾಗಿ ನಿಮಾನ್ಸ್‌ನಲ್ಲಿ ಚಿಕಿತ್ಸೆಗೆ ಸೇರಿಸಲಾಗಿತ್ತು. ಮೆದುಳಿನಲ್ಲಿ ಗಡ್ಡೆ ಇದೆ ಎಂದು ಆಪರೇಷನ್ ಮಾಡಿದರು. ಈಗಿನಷ್ಟು ವೈದ್ಯಕೀಯ ಸೌಲಭ್ಯ ಅಂದು ಇರಲಿಲ್ಲವಾದರೂ ಸಂಬಂಧಿಕರಾದ ಡಾ. ಎಸ್ ಟಿ ವೆಂಕಟಯ್ಯ ಅವರೇ ಆಸಕ್ತಿ ವಹಿಸಿ ಸೂಕ್ತ ಚಿಕಿತ್ಸೆ ಕೊಡಿಸಿದ್ದರೂ ಕಾಯಿಲೆ ಗುಣವಾಗಲಿಲ್ಲ.

ಕೊನೆ ಕೊನೆಗೆ ಮಾತು ಸಂಪೂರ್ಣ ನಿಂತೇ ಹೋಯಿತು. ಹಾಸ್ಯಗಾರ ರಂಗೇಗೌಡ ತನ್ನ ಬದುಕಿನ ಕೊನೆಯ ದಿನಗಳಲ್ಲಿ ಮಾತೇ ಆಡಲಿಲ್ಲ. ಹೇಳಬೇಕೆನಿಸಿದ್ದನ್ನು ಹೇಳಲಾಗಲಿಲ್ಲ. ಆ ನೋವು ಅವರ ಕಣ್ಣಿನಲ್ಲಿ ಇದ್ದುದನ್ನು ನಾನು ಕಂಡಿದ್ದೇನೆ.

ನನ್ನ ಅಣ್ಣಯ್ಯನ ನೆನಪುಗಳನ್ನು ಬೇರೆ ಬೇರೆ ಕಡೆ ಸಾಂದರ್ಭಿಕವಾಗಿ ದಾಖಲಿಸಿದ್ದು ಇಲ್ಲಿ ಇಷ್ಟು ಸಾಕು ಅನಿಸುತ್ತದೆ.

28 ಜಯಮ್ಮ ಎಂಬ ಗಟ್ಟಿಗಿತ್ತಿ

ಮಗಳ ಹೆರಿಗೆಯಲ್ಲಿ ತಾಯಿ ನೆರವಾಗುವುದು ಲೋಕಾರೂಢಿ, ತಾಯಿಗೆ ತನ್ನ ಮಗಳೇ ಹೆರಿಗೆಯಲ್ಲಿ ನೆರವಾಗುವುದು ವಿಶೇಷ. ಬರೀ ವಿಶೇಷವಲ್ಲ ಅದೊಂದು ಸುದ್ದಿ. ಪತ್ರಿಕೋದ್ಯಮದಲ್ಲಿ ಒಂದು ಮಾತಿದೆ. ನಾಯಿ ಮನುಷ್ಯರನ್ನು ಕಚ್ಚಿದರೆ ಅದು ಸುದ್ದಿಯಲ್ಲ, ಮನುಷ್ಯನೇ ನಾಯಿಯನ್ನು ಕಚ್ಚಿದರೆ ಅದು ಸುದ್ದಿ.

ಆದ್ದರಿಂದ ಮಗಳೇ ನಿಂತು ತಾಯಿಗೆ ಹೆರಿಗೆ ಮಾಡಿಸಿದ್ದರಿಂದ ನನ್ನ ಜನನವು ಒಂದು ರೀತಿಯಲ್ಲಿ ಸುದ್ದಿಯೇ. ನಾನು ಹುಟ್ಟುವ ಸಮಯದಲ್ಲಿ ನನ್ನ ತಾಯಿ ವೆಂಕಟಮ್ಮನಿಗೆ ಹೆರಿಗೆ ಮಾಡಿಸಿದ್ದು ಮಗಳು ಜಯಮ್ಮ. ಈ ಜಯಮ್ಮ ವೆಂಕಟಮ್ಮನ ಮೊದಲ ಮಗಳು. ನಾನು ವೆಂಕಟಮ್ಮನ ಕೊನೆಯ ಮಗ. ನಡುವೆ ಹತ್ತು ಮಂದಿ.

ಈ ಜಯಮ್ಮ ನನ್ನ ಅಕ್ಕನೆಂದು ತಿಳಿಯುವ ವೇಳೆಗಾಗಲೇ ನಾನು ಮಾಧ್ಯಮಿಕ ಶಾಲೆಯಲ್ಲಿ ಇದ್ದೆ.

ಒಂದೇ ಊರಿನಲ್ಲಿದ್ದ ಈ ಜಯಮ್ಮನ ಮನೆಗೆ ಹೋಗಿ ಬರುವ ರೂಢಿ ಇತ್ತಾದರೂ, ನಾವ್ಯಾರು ಆಕೆಯನ್ನು ಅಕ್ಕ ಎನ್ನದೆ ಜಯಮ್ಮ ಎಂದೇ ಕರೆಯುತ್ತಿದ್ದುದರಿಂದ ಆಕೆ ನನ್ನ ಅಕ್ಕ ಎಂದು ತಿಳಿದುಕೊಳ್ಳುವ ಸಂದರ್ಭ ಬರಲಿಲ್ಲವೋ ಏನೋ.

ಹೀಗೆ ಒಂದು ದಿನ ನಮ್ಮೂರ ತೋಪಿನಲ್ಲಿ ಆಟವಾಡುವ ವೇಳೆ ನಮ್ಮ ಪಕ್ಕದ ಮನೆಯ ಚಂದ್ರ ಉರುಫ್ ಪುಸ್ಸ ಎಂಬಾತನಿಂದ ನನಗೆ ತಿಳಿದದ್ದು ಈ ಜಯಮ್ಮ ನನ್ನ ಅಕ್ಕನೆಂದು.

ನನ್ನ ತಂದೆ ರಂಗೇಗೌಡ ಹಾಗೂ ತಾಯಿ ವೆಂಕಟಮ್ಮನ ಪ್ರೇಮದ ಪುತ್ರಿಯೇ ಆಗಿದ್ದಿರಬೇಕು ಈ ಜಯಮ್ಮ. ಯಾಕೆಂದರೆ ಈಕೆಯೇ ಮೊದಲ ಮಗಳು. ನನ್ನ

ತಾಯಿಗೂ ಚಿಕ್ಕವಯಸ್ಸಿನಲ್ಲಿಯೇ ಮದುವೆ ಆಗಿದ್ದರಿಂದ ಬಹುಶಃ ಆಕೆಗೆ 18 ತುಂಬುವ ವೇಳೆಗಾಗಲೇ ಈ ಜಯಮ್ಮ ಜನಿಸಿರಬೇಕು. ನನಗೆ ಬುದ್ಧಿ ತಿಳಿದು ಈಕೆ ನನಗೆ ಅಕ್ಕನೆಂದು ತಿಳಿಯುವ ವೇಳೆವಾಗಲೇ, ಅಕ್ಕ ಜಯಮ್ಮನ ಜೀವನದಲ್ಲಿ ಏನೆಲ್ಲಾ ಘಟಿಸಿ ಹೋಗಿತ್ತು.

ಬಾಲ್ಯ, ಯೌವ್ವನ, ಮದುವೆ, ಕೊನೆಗೆ ವೈಧವ್ಯ ಕೂಡ.

ಸ್ವತಃ ಎಲ್ ಎಸ್ ವರೆಗೆ ಓದಿದ್ದ ರಂಗೇಗೌಡನಿಗೆ ಮಕ್ಕಳು ವಿದ್ಯಾವಂತರಾಗಬೇಕು ಎಂಬ ತುಡಿತ ಸಹಜವಾಗಿಯೇ ಇತ್ತು ಎಂದು ಕಾಣಿಸುತ್ತದೆ. ಅಬ್ಬೂರಿನಲ್ಲಿ ಶಾಲೆ ಇರದಿದ್ದ ಆ ದಿನದಲ್ಲಿ, ಊರಿನಲ್ಲಿ ಅನೌಪಚಾರಿಕವಾಗಿ ಶಿಕ್ಷಣ ನೀಡುತ್ತಿದ್ದ ಮಠ ಮನೆಗೆ ಸೇರಿಸಿ ಅಕ್ಷರ ಕಲಿಸಿದ್ದರು. ಸರಕಾರಿ ಶಾಲೆಗೆ ಹೋಗದಿದ್ದರೂ, ಚೆನ್ನಾಗಿಯೇ ಓದುವುದನ್ನು ಕಲಿತಿದ್ದ ಜಯಮ್ಮ, ಸಹಿ ಹಾಕುವಷ್ಟು ಮಟ್ಟಿಗೆ ಅಕ್ಷರಸ್ಥೆ ಆಗಿದ್ದಳು. ಮೈನೆರೆಯುವ ಮುನ್ನವೇ ಮದುವೆಯೂ ಆಗಿತ್ತು. ಜೀವನ ಎಂದರೆ ಏನು ಎಂದು ಅರಿಯುವ ಮುನ್ನವೇ ನಮ್ಮ ಊರಿನ ಚನ್ನಿಗೇ ಗೌಡರ ಕುಟುಂಬದ ವಿದ್ಯಾವಂತ ಚನ್ನಯ್ಯ ಅವರ ಜೊತೆಗೆ ಜಯಮ್ಮನ ಸಾಂಸಾರಿಕ ಜೀವನ ಆರಂಭವಾಗಿತ್ತು.

ಈ ಚನ್ನಿಗೇಗೌಡರ ಕುಟುಂಬ ಹಾಗೂ ನಮ್ಮ ಕುಟುಂಬದ ನಂಟು ಹಳೆಯದು. ಚನ್ನಯ್ಯನವರ ಸೋದರತ್ತೆ ಮರಿ ಚನ್ನಮ್ಮನನ್ನು ನನ್ನ ಚಿಕ್ಕ ತಾತ ಮೊಟೇಗೌಡನಿಗೆ ತಂದುಕೊಳ್ಳಲಾಗಿತ್ತು. ಮತ್ತೆ ಜಯಮ್ಮನ ಮಗಳು ಚನ್ನಮ್ಮನನ್ನು ನನ್ನ ಅಣ್ಣ ರಾಜು ಅವರಿಗೆ ಮದುವೆ ಮಾಡಿಕೊಳ್ಳಲಾಗಿದೆ.

ಚನ್ನಯ್ಯ ಇರುವಷ್ಟು ದಿನವೂ ಜಯಮ್ಮನ ಸಂಸಾರವು ಸುಖವಾಗಿಯೇ ಇತ್ತು. 20ಕ್ಕೂ ಹೆಚ್ಚು ಜನರಿದ್ದ ಕೂಡು ಕುಟುಂಬದಲ್ಲಿನ ಕಷ್ಟಗಳನ್ನು, ಪ್ರೀತಿಸುವ ಗಂಡನ ಸಾನಿಧ್ಯದಲ್ಲಿ ಮರೆಯುವುದು ಜಯಮ್ಮನಿಗೆ ಸಾಧ್ಯವಾಗಿತ್ತು. ಆಕೆಯದೇ ಮಾತುಗಳಲ್ಲಿ ಈ ಭಾವನೆ ಆಗಿಂದಾಗ್ಗೆ ವ್ಯಕ್ತವಾಗುತ್ತಿತ್ತು.

ವರ್ಷಕ್ಕೆ ಒಬ್ಬರಂತೆ ಲಕ್ಷ್ಮಮ್ಮ, ಚನ್ನಮ್ಮ, ರಾಜಶೇಖರ, ಕೆಂಪಮ್ಮ, ಚಂದ್ರಕಾಂತ ಹಾಗೂ ಕುಸುಮ ಎಂಬ ಆರು ಮಕ್ಕಳಿಗೆ ಜನ್ಮ ನೀಡಿದ್ದ ಜಯಮ್ಮನಿಗೆ ತೀವ್ರ ಆಘಾತ ಕಾದಿತ್ತು. ಚನ್ನಯ್ಯ ಅವರು ಸಣ್ಣ ವಯಸ್ಸಿನಲ್ಲೇ ಕಾಯಿಲೆಗೆ ತುತ್ತಾಗಬೇಕಾಯಿತು.

ಈಗಿನಷ್ಟು ಅರಿವು ಇರದಿದ್ದ ಆ ಕಾಲದಲ್ಲಿ ವಾಸಿಯಾಗಬಹುದಿದ್ದ ಕಾಯಿಲೆಗೆ ತುತ್ತಾದ ಚನ್ನಯ್ಯ, ಜಯಮ್ಮನನ್ನು ನಡು ನೀರಿನಲ್ಲಿ ಕೈಬಿಟ್ಟು ಹೊರಟೇಬಿಟ್ಟರು.

ಅಲ್ಲಿಂದ ಶುರುವಾದದ್ದು ಆಕೆಯ ಹೋರಾಟದ ಬದುಕು. ಗಂಡ ಚನ್ನಯ್ಯ, ತನ್ನನ್ನು ಅಪಾರವಾಗಿ ಪ್ರೀತಿಸುತ್ತಿದ್ದ ಎಂಬುದನ್ನು ಎಷ್ಟು ಹೇಳಿಕೊಂಡರೂ, ಹೇಗೆ ಹೇಳಿಕೊಂಡರೂ ಈ ಜಯಮ್ಮನಿಗೆ ತೃಪ್ತಿಯಾಗುತ್ತಿರಲಿಲ್ಲ. ತಾನು ಬಾಣಂತಿ ಇರುವ ಸಮಯದಲ್ಲಿ ಮಾಂಸವನ್ನು ತಟ್ಟೆಯಲ್ಲಿ ಅನ್ನದ ಕೆಳಗೆ ಇಟ್ಟು ತಟ್ಟೆಯನ್ನು

ತನಗೆ ಊಟ ಮಾಡಲು ನೀಡುತ್ತಿದ್ದರು ಎಂಬಲ್ಲಿಂದ ಹಲವು ಪ್ರಸಂಗಗಳನ್ನು ನೆನಪಿಗೆ ತಂದುಕೊಂಡು ಭಾವುಕಳಾಗುತ್ತಿದ್ದಳು. ಇಂತಹ ಪ್ರೀತಿ ಕೊಟ್ಟಿದ್ದ ಗಂಡನ ಜೊತೆ ಆಕೆ ಹೆಚ್ಚು ದಿನ ಬಾಳಲಾಗಲಿಲ್ಲ. ಮೂವತ್ತು ವರ್ಷ ಮುಟ್ಟುವ ಮೊದಲೇ, ಆಕೆ ಆರು ಮಕ್ಕಳ ತಾಯಿಯಾಗಿ, ಗಂಡನ ಅಗಲಿಕೆಯ ನೋವು ಅನುಭವಿಸಬೇಕಾಯಿತು.

ಗಂಡ ತೀರಿಕೊಳ್ಳುವ ವೇಳೆಗೆ ಜಯಮ್ಮನ ಮಕ್ಕಳಲ್ಲಿ ಒಬ್ಬರಿಗೂ ಮದುವೆ ಆಗಿರಲಿಲ್ಲ. ಕೂಡು ಕುಟುಂಬದ ನಿಜವಾದ ಕಷ್ಟಗಳು ಆಗ ಆಕೆಗೆ ಅರಿವಿಗೆ ಬರಲಾರಂಭಿಸಿದ್ದವು. ಸ್ವಂತ ಅತ್ತೆ ಇಲ್ಲದಿದ್ದರೂ ಸದಾ ಕಿರಿಕಿರಿ ಮಾಡುವ ದೊಡ್ಡತ್ತೆ ಹಾಗೂ ಕುಟುಂಬದ ಇತರ ಸದಸ್ಯರ ನಡುವೆ ಜೀವನ ನಡೆಸಬೇಕಾಯಿತು. ತಂದೆ ರಂಗೇಗೌಡ ಒಂದೇ ಊರಿನಲ್ಲಿ ಇದ್ದರೂ ಅವರ ಕುಟುಂಬದ ವಿಷಯದಲ್ಲಿ ಹೆಚ್ಚು ಹಸ್ತಕ್ಷೇಪ ಮಾಡುತ್ತಿರಲಿಲ್ಲ ಅನಿಸುತ್ತದೆ. ಹೀಗಾಗಿ ಒಮ್ಮೆ ಜಯಮ್ಮ ನೀರಿಗೆ ಬಿದ್ದು ಆತ್ಮಹತ್ಯೆ ಮಾಡಿಕೊಳ್ಳಲು ನಿರ್ಧರಿಸಿ, ತುಂಬಾ ದೂರ ಹೋಗಿ ಕೊನೆಗೆ ಮಕ್ಕಳನ್ನು ನೆನೆದು ವಾಪಸ್ಸು ಬಂದಿದ್ದಾಗಿ ಹೇಳುತ್ತಿದ್ದಳು.

ತನ್ನ ಹಿರಿಮಗಳು ಲಕ್ಷ್ಮಿಯನ್ನು ಒಟ್ಟು ಕುಟುಂಬ ಇದ್ದಾಗಲೇ ಆಗಿನ ಕಾಲಕ್ಕೆ ದೂರವೇ ಅನ್ನಬಹುದಾದ ರಾಮನಗರ ತಾಲೂಕು ಬಿಳಗುಂಬದ ಶಿಕ್ಷಕ ಪರಮಶಿವಯ್ಯ ಇವರಿಗೆ ಮದುವೆ ಮಾಡಿಕೊಡಲಾಗಿತ್ತು.

ಎರಡನೇ ಮಗಳು ಚನ್ನಮ್ಮನನ್ನು ನನ್ನ ತಂದೆ ರಂಗೇಗೌಡನೇ ತನ್ನ ಹಿರಿಯ ಮಗ ರಾಜುವಿಗೆ, ಅವರ ಎಂಜಿನಿಯರಿಂಗ್ ಓದು ಮುಗಿಯುವ ಮುನ್ನವೇ ಅದ್ದೂರಿ ಅನ್ನುವ ರೀತಿಯಲ್ಲೇ ಮದುವೆ ಮಾಡಿಕೊಂಡಿದ್ದರು.

ಮಗ ರಾಜಶೇಖರ ಹಾಗೂ ಚಂದ್ರಕಾಂತನ ಓದು ಒಟ್ಟು ಕುಟುಂಬದಲ್ಲಿ ಸಾಗಿ, ಚಿಕ್ಕಪ್ಪ ತಮ್ಮಯ್ಯನ ನೆರವಿನಿಂದ ಮೈಸೂರಿನಲ್ಲಿಯೂ ಮುಂದುವರಿಯಿತು. ಈ ಓದಿನ ವಿಷಯದಲ್ಲಿ ಈಗಲೂ ರಾಜಶೇಖರ ಮತ್ತು ಚಂದ್ರಕಾಂತ ಅವರುಗಳು ತಮ್ಮಯ್ಯನ ಬಗ್ಗೆ ಕೃತಜ್ಞತೆಯ ಮಾತುಗಳನ್ನೇ ಆಡುತ್ತಾರೆ.

ಕೆಂಪಮ್ಮ ಮತ್ತು ಚನ್ನಮ್ಮ, ಶಿಕ್ಷಕರಾಗಿದ್ದ ಚಿಕ್ಕಪ್ಪ ಚನ್ನಿಗಯ್ಯ ಅವರ ಮನೆಯಲ್ಲಿ ಸ್ವಲ್ಪಕಾಲ ಓದು ಮುಂದುವರಿಸಿದರೂ ಎಸ್ ಎಸ್ ಎಲ್ ಸಿಗೆ ಓದು ಮುಗಿದು ಮದುವೆ ಆದ್ದರಿಂದ ಹೆಚ್ಚಿನ ವಿದ್ಯಾಭ್ಯಾಸ ಸಾಧ್ಯವಾಗಲಿಲ್ಲ. ಕೊನೆ ಮಗಳು ಕುಸುಮಳಿಗೆ ಮಾತ್ರ ಪಿಯುಸಿ ಮೆಟ್ಟಿಲು ಹತ್ತಲು ಸಾಧ್ಯವಾಯಿತು.

ತನ್ನ ಇಬ್ಬರು ಹೆಣ್ಣು ಮಕ್ಕಳು ಮದುವೆ ಆಗುವ ವೇಳೆಗೆ ಕೂಡು ಕುಟುಂಬದ ಎಲ್ಲ ರಗಳೆಗಳಿಂದ ಬೇಸತ್ತ ಜಯಮ್ಮ ಪಟ್ಟು ಹಿಡಿದು, ಅದರಿಂದ ಹೊರಬಂದು ಸ್ವತಂತ್ರ ಜೀವನ ಸಾಗಿಸತೊಡಗಿದಳು.

ಒಟ್ಟು ಕುಟುಂಬದಲ್ಲಿ ಸಾಕಷ್ಟು ಆಸ್ತಿ ಇದ್ದು ಈಕೆಯ ಪಾಲಿಗೂ ದೊಡ್ಡದಾದ ಹಳೆಯ ಮನೆ, ಒಂದಷ್ಟು ಆಸ್ತಿ ಪಾಲಿಗೆ ಬಂದು ಸ್ವಂತ ಬೇಸಾಯ ಮಾಡತೊಡಗಿದಳು.

ಗಂಡನನ್ನು ಕಳೆದುಕೊಂಡು ಕೂಲಿ ನಾಲಿ ಮಾಡಿ ಮಕ್ಕಳನ್ನು ಸಾಕಿರುವವರ ಮುಂದೆ ಜಯಮ್ಮನ ಕಷ್ಟಗಳು ಸ್ವಲ್ಪ ಚಿಕ್ಕವೇ ಅನಿಸಬಹುದು. ಆದರೆ, ಸಾಕಷ್ಟು ಅನುಕೂಲವಂತರು ಎಂಬ ಕೌಟುಂಬಿಕ ಹಿನ್ನೆಲೆ ಇದ್ದ ಕಾರಣ ಒಂಟಿಯಾಗಿ ಬಾಳು ಎದುರಿಸಬೇಕಿದ್ದ ಜಯಮ್ಮ, ಕಷ್ಟದ ಬದುಕು ಅನ್ನಬಹುದಾದ ಬದುಕನ್ನೇ ಆರಂಭದಲ್ಲಿ ಎದುರಿಸಿದ್ದು.

ತನ್ನೆಲ್ಲಾ ಕಷ್ಟಗಳ ನಡುವೆಯೂ ಆಕೆ ಮಕ್ಕಳ ಓದನ್ನು ಮಾತ್ರ ಮೊಟಕು ಗೊಳಿಸಲಿಲ್ಲ.

ಕೂಡು ಕುಟುಂಬದಿಂದ ಹೊರಬರುವ ಸಂದರ್ಭ ಸೃಷ್ಟಿ ಆಗಿದ್ದು ಮಗಳು ಕೆಂಪಮ್ಮನ ಮದುವೆ ಸಮಯದಲ್ಲಿ. ಮೈಸೂರಿನಲ್ಲಿ ಓದುತ್ತಿದ್ದ ವಿಚಾರವಾದಿ ತರುಣ, ಕಾಳೇಗೌಡ ನಾಗವಾರ ಅವರು ಕೆಂಪಮ್ಮನನ್ನು ಯಾವುದೇ ಶಾಸ್ತ್ರ ಸಂಪ್ರದಾಯಗಳಿಲ್ಲದೆ ಊರ ಮುಂದಿನ ಮಾರಿಗುಡಿಯ ಮುಂದೆ ಸರಳವಾಗಿ ಮದುವೆಯಾಗುವ ಪ್ರಸ್ತಾಪ ಮುಂದೆ ಇಟ್ಟಾಗ.

ಆ ಕಾಲಕ್ಕೆ ಇದೊಂದು ಊಹಿಸಿಕೊಳ್ಳಲಾಗದ ಸಂಗತಿಯಾಗಿತ್ತು.

ಲೋಕಕ್ಕೆ ಇದು ಆದರ್ಶದ ಮದುವೆಯಾದರೂ, ಜಯಮ್ಮನಿಗೆ ಆಕೆ ಇದ್ದ ಪರಿಸ್ಥಿತಿಗೆ, ಇದು ಸಂತೋಷದಿಂದ ಒಪ್ಪಿ ಮಾಡುವ ಮದುವೆ ಆಗಿರಲಿಲ್ಲ.

ಈ ಬಗ್ಗೆ ಸ್ವತಂತ್ರ ತೀರ್ಮಾನ ಕೈಗೊಳ್ಳುವ ಸ್ಥಿತಿಯಲ್ಲಿಯೂ ಆಕೆ ಇರಲಿಲ್ಲ. ತಂದೆ ರಂಗೇಗೌಡ ನೆರವಿಗೆ ಬರಲಿಲ್ಲ. ಕುಟುಂಬದ ಇತರ ಸದಸ್ಯರು ಇದನ್ನು ಅನುಮೋದಿಸಲೂ ಇಲ್ಲ, ವಿರೋಧಿಸಲೂ ಇಲ್ಲ. ಅನುಮೋದಿಸಿದರೆ ಕನಿಷ್ಠವಾಗಿ ತಗಲುವ ಖರ್ಚನ್ನಾದರೂ ಹಾಕಬೇಕಿತ್ತು. ವಿರೋಧಿಸಿದರೆ ಮುಂದೆ ಸಾಂಪ್ರದಾಯಕವಾಗಿ ಮದುವೆ ಮಾಡುವ ಜವಾಬ್ದಾರಿ ಹೊರಬೇಕಿತ್ತು.

ಹೀಗೆ ಏಕಾಂಗಿಯಾದ ಜಯಮ್ಮನ ನೆರವಿಗೆ ಬಂದವನು ಮೈಸೂರಿನಲ್ಲಿ ಓದುತ್ತಿದ್ದ, ಅದಾಗಲೇ ಸಾಕಷ್ಟು ಪ್ರಗತಿಪರ ವಿಚಾರಗಳನ್ನು ಮೈಗೂಡಿಸಿಕೊಂಡಿದ್ದ ಹಿರಿಯ ಮಗ ರಾಜಶೇಖರ. ಈತನ ನೈತಿಕ ಬೆಂಬಲದಿಂದ ಕೊನೆಗೆ ಮದುವೆ ನಿಶ್ಚಯವಾಯಿತು.

ಹಿಂದು ವಿವಾಹ ಪದ್ಧತಿಯಲ್ಲಿ ಸಾಲಂಕೃತ ವಧುವನ್ನು ಧಾರೆ ಎರೆದು ಕೊಡುವುದು ಪದ್ಧತಿಯಂತೆ. ಕೆಂಪಮ್ಮನ ಪಾಲಿಗೆ ಸಾಲಂಕೃತ ಎಂದರೆ, ಒಳ್ಳೆಯದಾದ ಒಂದು ಸೀರೆ, ತಲೆಗೊಂದಿಷ್ಟು ಮಲ್ಲಿಗೆ ಹೂ.

ಗಂಡು ಕಾಳೇಗೌಡ ನಿಂತಿದ್ದುದು ಉಟ್ಟ ಬಟ್ಟೆಯಲ್ಲಿ. ಸುತ್ತಮುತ್ತಲ ಜನ ಕಂಡು ಕೇಳರಿಯದ ಮಂತ್ರಮಾಂಗಲ್ಯ ಮದುವೆ, ಪ್ರಮಾಣ ವಚನ ಸ್ವೀಕರಿಸುವ ಮೂಲಕ.

ಇಂತಹುದೊಂದು ಮದುವೆ ಮಾಡಿಕೊಡುವ ಅನಿವಾರ್ಯಕ್ಕೆ ಸಿಕ್ಕ ಜಯಮ್ಮ ಕೂಡು ಕುಟುಂಬದಿಂದ ತನ್ನಿಚ್ಛೆಯ ಬದುಕು ಸಾಧ್ಯವಿಲ್ಲವೆಂದು ಅದರಿಂದ ಹೊರಬಂದು ಸ್ವತಂತ್ರ ಬದುಕು ಆರಂಭಿಸಿದ್ದು.

ಎಂಟತ್ತು ಎಮ್ಮೆ ಸಾಕಿ, ಸ್ವತಃ ಹಾಲು ಕರೆದು, ಊರಿನಲ್ಲಿ ಮೊದಲನೆಯದಾಗಿ ತಿಟ್ಟಮಾರನಹಳ್ಳಿ ಡೈರಿವರೆಗೆ ಹಾಲು ಕಳುಹಿಸಿದಳು, ರೇಷ್ಮೆ ಸಾಕಿದಳು ಫಾರಂ ಕೋಳಿ ಸಾಕುವ ಕೆಲಸವನ್ನು ಮಾಡಿದಳು, ವ್ಯವಸಾಯದ ಎಲ್ಲಾ ಕೆಲಸಗಳ ಜೊತೆಗೆ ಅದರ ಉಪಕಸುಬುಗಳನ್ನೂ ಛಲದಿಂದ ಮಾಡಿ ಕ್ರಮೇಣ ಆರ್ಥಿಕವಾಗಿ ದೃಢತೆ ಸಾಧಿಸಿದವಳು.

ಈ ವೇಳೆಗೆ ಹಿರಿಮಗ ರಾಜಶೇಖರನ ಓದು ಮುಗಿದು ಕೆಲಸಕ್ಕೂ ಸೇರಿದ್ದರಿಂದ ಆರ್ಥಿಕವಾಗಿ ಚೇತರಿಕೆ ಕಂಡ ಜಯಮ್ಮನ ಬದುಕಿನಲ್ಲಿ ಮುಂದಿನದೆಲ್ಲ ಪ್ರಯೋಗ.

ಊರೆಲ್ಲಾ ನೀರಿಲ್ಲ ಎಂದು ಗದ್ದೆ ನಾಟಿ ಮಾಡುವುದನ್ನೇ ನಿಲ್ಲಿಸಿದರೆ ಈಕೆ ಅರ್ಧಂಬರ್ಧ ನೀರನ್ನೇ ನೆಚ್ಚಿಕೊಂಡು, ಉಳಿಸಿ ನಾಟಿ ಹಾಕಿಸುವುದು, ಊರಿನವರು ಆಗುವುದಿಲ್ಲ ಎನ್ನುವ ಕೆಲಸವನ್ನು ನಾನು ಮಾಡುತ್ತೇನೆ ಎಂದು ಹೊರಡುತ್ತಿದ್ದಳು, ಒಟ್ಟಾರೆ ಒಂದು ರೀತಿಯಲ್ಲಿ ಕೃಷಿ ಉದ್ಯೋಗ ಸೃಷ್ಟಿಯ ಕೆಲಸ ಮಾಡುತ್ತಿದ್ದಳು.

ಕೆಂಪಮ್ಮನ ಮದುವೆ ಆದ ಸ್ವಲ್ಪ ದಿನಕ್ಕೆಲ್ಲಾ ತಂದೆ ರಂಗೇಗೌಡನಿಗೆ ಲಕ್ವ ಹೊಡೆದದ್ದೆ ನೆಪವಾಗಿ, ಕೊನೆಗಾಲಕ್ಕೆ ಮಾತನಾಡಲು ಸಾಧ್ಯವಿಲ್ಲದಂತೆ ಹಾಸಿಗೆ ಹಿಡಿದಾಗ, ತಂಗಿ ತಾಯಮ್ಮನ ಜೊತೆಗೂಡಿ, ಕಾಳಜಿಯಿಂದ ನೋಡಿಕೊಂಡವಳು ಜಯಮ್ಮ.

ಕೊನೆಗೆ ತಂದೆ ರಂಗೇಗೌಡ ತೀರಿಕೊಂಡಾಗ ಓದು ಮುಗಿದಿರದ ಅಳಿಯನೂ ಆದ ತಮ್ಮ ರಾಜು ವಿದ್ಯಾಭ್ಯಾಸಕ್ಕೆ ವಿದಾಯ ಹೇಳಿ ಊರಿಗೆ ಹಿಂದಿರುಗಿದಾಗ ತವರು ಮನೆ, ಅಳಿಯನ ಮನೆ ಎಲ್ಲವೂ ಆದ ನಮ್ಮ ಮನೆಗೆ ಹಿರಿಯ ಸದಸ್ಯಳಾಗಿ, ನಮ್ಮ ಮನೆಯ ಎಲ್ಲಾ ತೀರ್ಮಾನಗಳಲ್ಲೂ ತನ್ನ ಛಾಪು ಒತ್ತ ತೊಡಗಿದಳು.

ಮಾರ್ಲಮ್ಮಿ ಹಬ್ಬ ಬಂದರೆ ಮುಗಿಯಿತು. ಮನೆಯೊಡತಿ, ತಾಯಿ ವೆಂಕಟಮ್ಮ ಲೆಕ್ಕಕ್ಕೂ ಇಲ್ಲ, ಜಮೆಗೂ ಇಲ್ಲ, ಜಯಮ್ಮನೇ ಎಲ್ಲಾ ಅನ್ನುವಂತಾಯಿತು.

ಕೆಂಪಮ್ಮನ ಮದುವೆ ವೈಚಾರಿಕ ಕಾರಣಗಳಿಂದ ಇತಿಹಾಸ ಸೃಷ್ಟಿಸಿದರೂ, ಆ ಸಮಯದಲ್ಲಿ ಯಾವುದೇ ಸ್ವತಂತ್ರ ನಿರ್ಧಾರ ಕೈಗೊಳ್ಳುವ ಸ್ಥಿತಿಯಲ್ಲಿ ಇಲ್ಲದಿದ್ದ ಜಯಮ್ಮ, ರಾಜಶೇಖರನ ಮದುವೆ ವೇಳೆಗೆ ಸ್ವತಂತ್ರ ಸ್ವಾವಲಂಬಿ ಹೆಣ್ಣಾಗಿದ್ದರೂ

ಕೂಡ ಮತ್ತೊಂದು ವೈಚಾರಿಕ ಮದುವೆಗೆ ಸಿದ್ಧಳಿರಲಿಲ್ಲ, ಅದರೂ ಅಂತಹ ಮತ್ತೊಂದು ಮದುವೆಯನ್ನು ತಪ್ಪಿಸಲಾಗಲಿಲ್ಲ.

ಕಾಳೇಗೌಡರ ಹಾದಿ ತುಳಿದ ರಾಜಶೇಖರ, ಸರಳ ಮದುವೆ ಜೊತೆಗೆ ಮತ್ತೊಂದು ಹೆಜ್ಜೆ ಮುಂದೆ ಹೋಗಿ ವಿಧವಾ ವಿವಾಹ ಆಗುವುದಾಗಿ ಪಟ್ಟು ಹಿಡಿದಾಗ ಆರಂಭದಲ್ಲಿ ತೀವ್ರ ಪ್ರತಿರೋಧ ಒಡ್ಡಿದವಳು ಜಯಮ್ಮ. ಚಿಕ್ಕ ವಯಸ್ಸಿನಲ್ಲಿ ಗಂಡನನ್ನು ಕಳೆದುಕೊಂಡು ಪಡಿಪಾಟಲು ಪಟ್ಟಿದ್ದ ಆಕೆಯನ್ನು ಮತ್ತೆ ಈ ರೀತಿಯ ಮದುವೆಗೆ ಒಪ್ಪಿಸುವುದು ಕಷ್ಟವಾಗಲಿಲ್ಲ.

ಜಯಮ್ಮನಿಗೆ ಇಷ್ಟ ಇಲ್ಲದಿದ್ದರೂ ರಾಜಶೇಖರ-ರಾಧಾ ಅವರ ಮದುವೆ ನಡೆದು ಹೋಯಿತು.

ಕೂಡು ಕುಟುಂಬದಲ್ಲಿ ಇದ್ದಾಗ ತನ್ನ ಅಭಿಪ್ರಾಯಗಳಿಗೆ ಹೆಚ್ಚಿನ ಬೆಲೆ ಇಲ್ಲದಂತೆ, ಸಾಂಪ್ರದಾಯಕವಾಗಿ ಆಗಿದ್ದ ಇಬ್ಬರು ಮಕ್ಕಳ ಮದುವೆ, ತನ್ನ ಇಚ್ಛೆಗೆ ವಿರುದ್ಧವಾಗಿ ಸರಳವಾಗಿ ನಡೆದ ಇಬ್ಬರು ಮಕ್ಕಳ ಮದುವೆ ನಂತರ ಜಯಮ್ಮ ಅಂತಿಮವಾಗಿ ತನ್ನ ಹಠವನ್ನೇ ಸಾಧಿಸಿದ್ದು ಕೊನೆಯ ಮಗಳು ಕುಸುಮ ಹಾಗೂ ಕೊನೆಯ ಮಗ ಚಂದ್ರಕಾಂತ ಅವರ ಮದುವೆಯಲ್ಲಿ. ಕುಸುಮ, ಕರಿಗೌಡ ಬೀಚನಹಳ್ಳಿ ಇವರಿಗೆ ಸರಳವಾಗಿ ಮಂತ್ರಮಾಂಗಲ್ಯ ಮದುವೆ ಆಗಬೇಕೆಂಬ ಇಚ್ಛೆ ಇದ್ದರೂ ಅದು ನೆರವೇರಲಿಲ್ಲ. ಕೊನೆಗೂ ಪಟ್ಟು ಗ್ರಾಮದ ಪುರೋಹಿತರ ಸಮ್ಮುಖದಲ್ಲಿಯೇ ಈ ಮದುವೆ ನಡೆಯಿತು.

ಚಂದ್ರಕಾಂತ ಅನುರಾಧ ಅವರ ಮದುವೆಯನ್ನು ಊರಿನಲ್ಲಿಯೇ ನಡೆಸಿ ಊರ ಜನಕ್ಕೆ ಮದುವೆ ಊಟ ಹಾಕಬೇಕೆಂಬ ಇಚ್ಛೆಯನ್ನು ಕಡೆಗೂ ನೆರವೇರಿಸಿಕೊಂಡಳು.

ಉತ್ತಮ ಜನಪದ ಗಾಯಕಿಯಾಗಿದ್ದ ಜಯಮ್ಮ ನೂರಾರು ಜನಪದ ಗೀತೆ ಕಥನ ಕಾವ್ಯಗಳನ್ನು ಹಾಡುತ್ತಿದ್ದಳು. ಅಪಾರವಾದ ಹಾಡುಗಳ ಸಂಗ್ರಹವಿತ್ತು ಅವಳ ಬಾಯಲ್ಲಿ.

ಅವಳ ಹೆಸರಿನಲ್ಲಿಯೇ ಒಂದು ಸಂಗ್ರಹ ತರಬಹುದಾದಷ್ಟು ಜನಪದ ಹಾಡುಗಳನ್ನು ಹಾಡುತ್ತಿದ್ದಳಾದರೂ ಆ ಕೆಲಸದತ್ತ ಮಾತ್ರ ಯಾಕೋ, ಯಾರೂ ಗಮನ ಹರಿಸಲಿಲ್ಲ.

ಜಯಮ್ಮನ ಮತ್ತೊಂದು ಪ್ರತಿಭೆ ಇದ್ದದ್ದು ಹೆರಿಗೆ ಮಾಡಿಸುವಲ್ಲಿ ಹೆರಿಗೆ ಮಾಡಿಸುತ್ತಿದ್ದ ನಮ್ಮೂರ ಮೂರ್ನಾಲ್ಕು ಹೆಣ್ಣು ಮಕ್ಕಳ ಪೈಕಿ ಜಯಮ್ಮ ಕೂಡ ಒಬ್ಬಳು. ನಮ್ಮೂರಿನ ಹಲವಾರು ಹೆಣ್ಣು ಮಕ್ಕಳಿಗೆ ಜಯಮ್ಮ ಹೆರಿಗೆ ಮಾಡಿಸಿದ್ದಾಳೆ. ಕಠಿಣ ಹೆರಿಗೆ ಅನ್ನಬಹುದಾದ ಸಂದರ್ಭಗಳನ್ನೂ ಆತ್ಮವಿಶ್ವಾಸದಿಂದ,

ಅನುಭವದಿಂದ ನಿಭಾಯಿಸಿದ್ದಾಳೆ, ಈ ಕೆಲಸಕ್ಕೆ ಈಗಲೂ ನಮ್ಮೂರ ಜನ ಜಯಮ್ಮನನ್ನು ಸ್ಮರಿಸುತ್ತಾರೆ.

ನಮ್ಮ ಮನೆದೇವರು ವಡ್ಗಲ್ಲ ರಂಗ ಹಾಗೂ ಗಂಡನ ಮನೆ ದೇವರು ಮಂಟೇಸ್ವಾಮಿಯಲ್ಲಿ ಜಯಮ್ಮನಿಗೆ ಅಪಾರಭಕ್ತಿ. ವರ್ಷ ವರ್ಷವೂ ತಪ್ಪದೇ ವಡ್ಗಲ್ಲರಂಗನಿಗೆ ಹೋಗುತ್ತಿದ್ದಳು.

ಅಲ್ಲಿನ ಪೂಜಾರಿಗಳೆಲ್ಲ ಜಯಮ್ಮನಿಗೆ ತೀರ ಪರಿಚಿತರಾಗಿದ್ದರು. ಊರ ಜನರನ್ನೂ ಸಂಘಟಿಸಿ ಕೆಲವೊಮ್ಮೆ ಅಲ್ಲಿಗೆ ಹೋಗಿ, ಮರಿ ಕಡಿಸಿ ದೇವರ ಸೇವೆಯನ್ನು ಮಾಡಿ ಬರುತ್ತಿದ್ದಳು.

ಮನೆದೇವರು ಚೌಡಮ್ಮನಿಗೆ ಕೂಡ ಇವಳ ಸೇವೆ ಪ್ರತಿ ವರ್ಷ ಸಲ್ಲುತ್ತಿತ್ತು.

ಇವಳ ಪೂಜೆ ಎಷ್ಟು ಹೆಚ್ಚಾಯಿತು ಎಂದರೆ ಕೊನೆಗೆ ತನಗೆ ಮೈಮೇಲೆ ದೇವರು ಬರುತ್ತದೆ ಎಂದು ಭಾವಿಸ ತೊಡಗಿದಳು. ಇವಳಿಗೆ ದೇವರು ಬಂದಾಗ ಏನಾದರೂ ಕೇಳಲು ಮಗಳು ಚನ್ನಮ್ಮ ಸಾಥ್ ಕೊಡತೊಡಗಿದರು.

ಮೂಢನಂಬಿಕೆ ವಿರೋಧಿಸಿ ಸರಳವಾಗಿ ತನ್ನದೇ ಇಬ್ಬರು ಮಕ್ಕಳು ಮದುವೆಯಾಗಿದ್ದರೂ, ದೇವರನ್ನು ಗಾಢವಾಗಿ ನಂಬುತ್ತಿದ್ದ ಈಕೆ ತನ್ನ ಮೈಮೇಲೆ ದೇವರು ಬರುತ್ತದೆ ಎಂದು ನಂಬುತ್ತಿದಳು.

ಇದರಿಂದ ಕೊನೆ ಕೊನೆಗೆ ಮಾಂಸ ತಿನ್ನುವುದನ್ನು ತ್ಯಜಿಸಿದಳು. ಮರಿ ಕಡಿದು ದೇವರ ಸೇವೆ ಮಾಡಿಸುವುದು ಒಂದೆಡೆಯಾದರೆ, ದೇವರು ಮೈಮೇಲೆ ಬರುತ್ತದೆ ಎಂದು ಮಾಂಸ ತಿನ್ನುವುದನ್ನು ಬಿಡುವುದು ಇನ್ನೊಂದು ಕಡೆ.

ಒಮ್ಮೆ ಮನಶಾಸ್ತ್ರಜ್ಞರ ಕಡೆ ಕೂಡ ಕರೆದುಕೊಂಡು ಹೋಗಿ ಆಪ್ತ ಸಲಹೆ ಕೊಡಿಸುವ ಪ್ರಯತ್ನವೂ ನಡೆಯಿತು. ನಾನೆ ಸ್ವತಃ ಒಂದೆರಡು ಬಾರಿ ಬೆಂಗಳೂರಿನಲ್ಲಿ ವೈದ್ಯರ ಬಳಿ ಕರೆದುಕೊಂಡು ಹೋಗಿದ್ದೆ.

ಆದರೂ, ದೇವರು ಮೈಮೇಲೆ ಬರುತ್ತದೆ ಎಂಬ ಆಕೆಯ ನಂಬಿಕೆಯನ್ನು ಕಡೆಯವರೆಗೂ ಬದಲಿಸಲಾಗಲಿಲ್ಲ.

ಕಾಲದ ಅನಿವಾರ್ಯ ಬದಲಾವಣೆಗಳನ್ನು ಮನಗಂಡಿದ್ದ ಆಕೆ ಮದುವೆಯಾದ ಮೇಲೆ ಸೊಸೆಯುಗ ಜೊತೆ ಹೆಚ್ಚು ದಿನ ಬಾಳಲಾಗುವುದಿಲ್ಲ ಎಂದು ಹಠ ಹಿಡಿದು ಹಿರಿಯ ಮಗ ರಾಜಶೇಖರ ಕೆಲಸಕ್ಕೆ ಸೇರಿದ ನಂತರ ಕೆಂಗೇರಿ ಉಪನಗರದಲ್ಲಿ ಮನೆ ಮಾಡಿ ಅಬ್ಬೂರು ತೊರೆದಳು.

ರಾಜಶೇಖರ ಮದುವೆಯಾಗಿ ಸಂಸಾರ ಆರಂಭಿಸಿ ಸ್ವಲ್ಪ ಕಾಲ ಕಳೆದ ನಂತರ ಮತ್ತೆ ಸ್ವತಂತ್ರ ಜೀವನ ಆಯ್ಕೆ ಮಾಡಿಕೊಂಡು ಅಬ್ಬೂರಿಗೆ ಹಿಂದಿರುಗಿದಳು. ಅಬ್ಬೂರಿನ ವಿಶಾಲವಾದ ಮನೆಯನ್ನು ನೋಡಿದರೆ ಅಲ್ಲಿ ಒಬ್ಬಳೇ ಹೆಣ್ಣುಮಗಳು ಇರಲು ಸಾಧ್ಯವೇ ಎಂದು ಯಾರಾದರೂ ಅಚ್ಚರಿಪಡಬೇಕಿತ್ತು.

ಆದರೂ, ಹಠಮಾರಿ ಜಯಮ್ಮ ಆ ಮನೆಯಲ್ಲಿ ಒಬ್ಬಳೇ ತನ್ನ ಬದುಕಿನ ಬಹು ಭಾಗ ಕಳೆದಳು. ಒಬ್ಬಳೇ ಇದ್ದರೂ ಅಡುಗೆ ಮಾಡಿಕೊಳ್ಳುವುದರಲ್ಲಿ ಯಾವುದೇ ರಾಜಿ ಇರಲಿಲ್ಲ.

ತನ್ನ ಸಹಾಯಕ್ಕೆ ಒಬ್ಬ ಹುಡುಗಿಯನ್ನು ಜೊತೆಯಲ್ಲಿ ಇರಿಸಿಕೊಂಡು, ಅವಳನ್ನು ಓದಿಸಿಕೊಂಡು ಸ್ವಲ್ಪ ಕಾಲ ಕಳೆದಳು. ಮತ್ತೆ ಕೆಲವು ವರ್ಷ ನಮ್ಮದೇ ಊರಿನ ಪರಿಶಿಷ್ಟ ಜನಾಂಗದ ಮಹಿಳೆಯೊಬ್ಬರನ್ನು ಮನೆ ಸಹಾಯಕಿಯಾಗಿ ನೇಮಿಸಿಕೊಂಡಳು. ಊರಿನ ಮಟ್ಟಿಗೆ ಇದು ಕೂಡ ವಿಶೇಷವೇ.

ಕುಟುಂಬದ ಮಟ್ಟಿಗೆ ಹಠಮಾರಿ ಹೆಣ್ಣು ಮಗಳಾಗಿದ್ದ ಜಯಮ್ಮ ಊರಿನಲ್ಲಿ ಜನಾನುರಾಗಿ. ಪೇಟೆ ಪಟ್ಟಣ ತಿರುಗಿದ್ದ ಈಕೆಯನ್ನು ಮದುವೆ ಮನೆ ಜವಳಿ ತೆಗೆಯಲು, ಒಡವೆ ಮಾಡಿಸಲು ಕರೆದುಕೊಂಡು ಹೋಗುತ್ತಿದ್ದರು. ಊರಿನ ಮಾಸ್ತಮ್ಮ ಮತ್ತು ಕಮಲಮ್ಮನನ್ನು ಜಯಮ್ಮನ ಜೊತೆಗೆ ನೆನಪು ಮಾಡಿಕೊಳ್ಳಲೇಬೇಕು. ಇವರಿಬ್ಬರೂ ಜಯಮ್ಮನ ಆಪ್ತ ಗೆಳತಿಯರು.

ಬಹುಕಾಲ ಆರೋಗ್ಯವಾಗಿಯೇ ಇದ್ದ ಜಯಮ್ಮನ ಕೊನೆ ಮಾತ್ರ ಅನಿರೀಕ್ಷಿತ.

ಜ್ವರ ಕೆಮ್ಮು ಬಂದದ್ದು ನ್ಯುಮೋನಿಯಾಕ್ಕೆ ತಿರುಗಿ ಕೇವಲ 15 ದಿನಗಳ ಅಂತರದಲ್ಲಿ ಮೈಸೂರಿನ ಆಸ್ಪತ್ರೆಯಲ್ಲಿ ಇಹದ ವ್ಯಾಪಾರ ಮುಗಿಸಿಕೊಂಡು ಹೋದವಳು ಜಯಮ್ಮ. ಇವಳ ಸಾವಿನಿಂದ ತೀರಾ ಅನಾಥಭಾವ ಅನುಭವಿಸಿದವರು ನನ್ನ ಅಣ್ಣ, ಜಯಮ್ಮನಿಗೆ ತಮ್ಮನೂ, ಅಳಿಯನೂ ಆದ ರಾಜು. ಊರಿನಲ್ಲಿಯೇ ಬಹುಕಾಲ ಇಷ್ಟಪಟ್ಟು ಕಳೆದ ಅವರಿಬ್ಬರ ನಡುವಿನ ಆಪ್ತತೆ ಆ ರೀತಿಯದಾಗಿತ್ತು.

ಜಯಮ್ಮನ ಮನೆಯನ್ನು ಅಬ್ಬೂರಿನಲ್ಲಿ ಆಕೆಯ ಗಂಡನ ಹೆಸರಿನಲ್ಲಿಯೋ, ತಂದೆಯ ಹೆಸರಿನಲ್ಲಿಯೋ, ಮಕ್ಕಳ ಹೆಸರಿನಲ್ಲಿಯೂ ಯಾರೂ ಗುರುತಿಸುವುದಿಲ್ಲ.

ಆಕೆ ಬದುಕಿದ್ದಷ್ಟು ದಿನ ಅದು ಜಯಮ್ಮನ ಮನೆ. ಶಿಥಿಲವಾಗುತ್ತಿದ್ದ ಮನೆಯನ್ನು ಕೆಡವಿದ ನಂತರ, ಆ ಜಾಗ ಈಗ ಅಬ್ಬೂರಿನವರ ಬಾಯಲ್ಲಿ ಜಯಮ್ಮರಟ್ಟಿ ಹಿತ್ತಲು.

ಮನೆ ಇದ್ದರೂ ಇಲ್ಲದಿದ್ದರೂ ಅಲ್ಲಿ ಜಯಮ್ಮ ಮಾತ್ರ ಇದ್ದಾಳೆ.

29 ಮರೆಯಲಾಗದ ಮರೆವು

ವೃದ್ಧರಲ್ಲಿನ ಮರೆವಿನ ಕಾಯಿಲೆಯ ರಾಷ್ಟ್ರೀಯ ಸರಾಸರಿಗಿಂತಲೂ ಹೆಚ್ಚು ವರದಿಯಾಗಿರುವ ದೇಶದ ಹನ್ನೊಂದು ರಾಜ್ಯಗಳ ಪಟ್ಟಿಯಲ್ಲಿ ಕರ್ನಾಟಕವು ಸೇರಿದೆ. 60 ವರ್ಷಕ್ಕೂ ಮೇಲ್ಪಟ್ಟವರ ಪೈಕಿ ಅಂದಾಜು 88 ಲಕ್ಷ ಮಂದಿಯಲ್ಲಿ ಸ್ಮರಣ ಶಕ್ತಿ ಕ್ಷೀಣಿಸಿರುವುದು ಅಂತರರಾಷ್ಟ್ರೀಯ ತಂಡವೊಂದು ದೇಶಾದ್ಯಂತ ಕೈಗೊಂಡ ಅಧ್ಯಯನದಲ್ಲಿ ಕಂಡು ಬಂದಿದೆ ಎಂಬುದಾಗಿ ಪ್ರಜಾವಾಣಿ ಪತ್ರಿಕೆಯಲ್ಲಿ ವರದಿಯಾಗಿದೆ.

ಮರೆವಿನ ಕಾಯಿಲೆಯ ರಾಷ್ಟ್ರೀಯ ಸರಾಸರಿ ಶೇ.7.4 ರಷ್ಟು ಇದ್ದು ಕರ್ನಾಟಕದಲ್ಲಿ ಈ ಪ್ರಮಾಣ ಶೇ.7.61 ರಷ್ಟು ಇದೆ. ಕುತೂಹಲದ ವಿಷಯವೆಂದರೆ ಪುರುಷರಿಗಿಂತ ಮಹಿಳೆಯರಲ್ಲಿ, ನಗರ ಪ್ರದೇಶಕ್ಕಿಂತ ಗ್ರಾಮೀಣ ಪ್ರದೇಶದ ವೃದ್ಧರಲ್ಲಿ ಈ ಪ್ರಮಾಣ ಹೆಚ್ಚು ಎಂದು ವರದಿ ತಿಳಿಸಿದೆ .

ಈ ವರದಿ ನನ್ನ ಗಮನ ಸೆಳೆಯಲು ಕಾರಣ ನಾನು ತೀರಾ ಹತ್ತಿರದಿಂದ ಬಲ್ಲ ಹಲವರು ಇದರಿಂದ ಬಳಲಿದ್ದು ಹಾಗೂ ಬಳಲುತ್ತಿರುವುದು. ಆಲ್ಜೈಮರ್ ಅಥವಾ ಮರೆವಿನ ಕಾಯಿಲೆ, ಇಂಥದೊಂದು ಕಾಯಿಲೆ ತೀರ ಕಾಡುತ್ತದೆ ಎಂಬುದು ತಿಳಿದದ್ದೇ ಈಗೊಂದು ನಾಲ್ಕೈದು ವರ್ಷಗಳ ಹಿಂದೆ .

ಅದು ಕೂಡ ಸಿನಿಮಾ ಒಂದರ ಮೂಲಕ ನಂತರ.

ಅಂತರ ರಾಷ್ಟ್ರೀಯ ಚಲನಚಿತ್ರೋತ್ಸವದಲ್ಲಿ ಪ್ರದರ್ಶಿತಗೊಂಡ ಚಿತ್ರ ಇದು .

ನನ್ನನ್ನು ತೀರ ಕಾಡಿತ್ತು ಈ ಚಿತ್ರ. ಇದನ್ನು ನೋಡುವ ವೇಳೆಗೆ , ಮುಂದೊಮ್ಮೆ ನಮ್ಮ ಮನೆಯಲ್ಲಿಯೇ ಇಂತಹದೊಂದು ಪರಿಸ್ಥಿತಿ ಎದುರಿಸಬೇಕಾಗಿ ಬರಬಹುದು ಎಂಬ ಕಲ್ಪನೆಯೂ ಇರಲಿಲ್ಲ.

ರಾಜು ನನ್ನ ಹಿರಿಯ ಅಣ್ಣ. ನಮ್ಮ ತಂದೆ ರಂಗೇಗೌಡ ಬ್ರೈನ್ ಟ್ಯೂಮರ್‌ನಿಂದ ಅಕಾಲಿಕವಾಗಿ ತೀರಿಕೊಂಡಾಗ ಇಂಜಿನಿಯರಿಂಗ್ ಪದವಿ ಅಂತಿಮ ವರ್ಷದಲ್ಲಿ ಓದುತ್ತಿದ್ದ ರಾಜು, ಓದಿಗೆ ವಿದಾಯ ಹೇಳಿ ಮನೆ ಹಾಗೂ ವ್ಯವಸಾಯದ ಜವಾಬ್ದಾರಿ ಹೊತ್ತವರು. ಊರಿಗೆ ಬಂದ ನಂತರ ರಾಜಕೀಯದಲ್ಲಿಯೂ ಆಸಕ್ತಿ ಬೆಳೆಸಿಕೊಂಡ ಅವರು ಗ್ರಾಮ ಪಂಚಾಯತ್ ಚುನಾವಣೆಯಲ್ಲಿ ಸ್ಪರ್ಧಿಸಿ ಸೋತಿದ್ದರು.

ನಂತರ ತಾಲೂಕು ವ್ಯವಸಾಯ ಉತ್ಪನ್ನ ಸಹಕಾರ ಸಂಘದ ನಿರ್ದೇಶಕರಾಗಿ, ಅಧ್ಯಕ್ಷರೂ ಆದರು. ಅಬ್ಬೂರು ಹಾಲು ಉತ್ಪಾದಕರ ಸಹಕಾರ ಸಂಘದ ನಿರ್ದೇಶಕರಾಗಿ, ಅಧ್ಯಕ್ಷರಾಗಿ ನಂತರ ಬೆಂಗಳೂರು ಹಾಲು ಒಕ್ಕೂಟದ ನಿರ್ದೇಶಕರಾಗಿ, ಅಧ್ಯಕ್ಷರಾಗಿ ಸಹಕಾರ ಕ್ಷೇತ್ರದಲ್ಲಿ ಸಾಕಷ್ಟು ದುಡಿದಿದ್ದರು.

ತಾವು ಕೆಲಸ ನಿರ್ವಹಿಸಿದ ಸಂಸ್ಥೆಗಳ ಉನ್ನತಿಗಾಗಿ ಪ್ರಾಮಾಣಿಕವಾಗಿ ಕೆಲಸ ಮಾಡಿದ್ದರು.

ಚನ್ನಪಟ್ಟಣದ ಸಾರ್ವಜನಿಕ ವಿದ್ಯಾಸಂಸ್ಥೆಯ ಕಾರ್ಯದರ್ಶಿಯಾಗಿಯೂ ಸಾಕಷ್ಟು ಕಾಲ ಕೆಲಸ ಮಾಡಿದ್ದರು. ಚುನಾವಣಾ ರಾಜಕೀಯದಲ್ಲಿ ಸೋಲು ಹಾಗೂ ಗೆಲುವು ಎರಡನ್ನೂ ಕಂಡಿದ್ದವರು. ಸ್ವಲ್ಪ ಮುಂಗೋಪಿ.

ಆದರೆ ತಮ್ಮ ಕಾಲದ ಚನ್ನಪಟ್ಟಣ ತಾಲೂಕಿನ ಸಜ್ಜನ ರಾಜಕಾರಣಿಗಳಲ್ಲಿ ಒಬ್ಬರು.

ಅವಿಭಜಿತ ಬೆಂಗಳೂರು ಹಾಲು ಒಕ್ಕೂಟದ ಅಧ್ಯಕ್ಷರಾಗಿದ್ದ ಕಾರಣ ಜಿಲ್ಲೆಯಾದ್ಯಂತ ಅವರ ಸ್ನೇಹ ವಲಯ ಇತ್ತು.

ನಮ್ಮ ತಂದೆ ರಂಗೇಗೌಡ, ಸಾಯುವ ಕಾಲಕ್ಕೆ ಮಾತು ಆಡಲಾರದ ಸ್ಥಿತಿಯಲ್ಲಿದ್ದರು. ಅವರ ಮನಸ್ಸಿನ ಭಾವನೆಗಳು ಏನಿದ್ದವು ಎಂದೇ ಗೊತ್ತಾಗಲಿಲ್ಲ.

12 ಮಕ್ಕಳ ಪೈಕಿ ಬದುಕಿ ಉಳಿದಿದ್ದ ಎಂಟು ಮಕ್ಕಳಲ್ಲಿ ರಾಜು ಸೇರಿದಂತೆ ಮೂವರ ಮದುವೆ ತಂದೆಯ ಕಾಲದಲ್ಲೇ ಆಗಿತ್ತು. ಮದುವೆ ಆಗಬೇಕಿದ್ದ ಒಬ್ಬ ಹೆಣ್ಣು ಮಗಳು, ಓದುತ್ತಿದ್ದ ಐವರು ಗಂಡು ಮಕ್ಕಳನ್ನು ಅಕಾಲದಲ್ಲಿ ಬಿಟ್ಟು ಹೋಗುತ್ತಿದ್ದೇನೆ ಎಂಬ ಕೊರಗನ್ನು ಹೇಳಿಕೊಳ್ಳಲು ಕೊನೆಗಾಲದಲ್ಲಿ ನನ್ನ ತಂದೆಗೆ ಪದಗಳು ದಕ್ಕಲಿಲ್ಲ.

ಇಂಥ ಪರಿಸ್ಥಿತಿಯಲ್ಲಿ ಊರಿಗೆ ಬಂದಿದ್ದ ರಾಜು, ತಮ್ಮನ್ನು ತನ್ನ ತಂದೆ ರಂಗೇಗೌಡರ ಜಾಗದಲ್ಲಿ ಸ್ಥಾಪಿಸಿಕೊಂಡು ಮನೆಯ ಎಲ್ಲ ಜವಾಬ್ದಾರಿಯನ್ನು ನಿರ್ವಹಿಸಿದವರು. ಜೊತೆಗೆ ತಮ್ಮ ಮೆಚ್ಚಿನ ರಾಜಕೀಯ ಕ್ಷೇತ್ರದಲ್ಲಿಯೂ ಸಾಕಷ್ಟು ಹೆಸರು ಮಾಡಿದ್ದರು.

ಇಂತಹ ರಾಜು ಸಾಕಷ್ಟು ಪ್ರಾಮಾಣಿಕವಾಗಿ ಕೆಲಸ ಮಾಡಿಯೂ ಸಾರ್ವಜನಿಕ ವಿದ್ಯಾ ಸಂಸ್ಥೆ ಚುನಾವಣೆಯಲ್ಲಿ ಸೋತಾಗ ತುಂಬಾ ನೋವು ಅನುಭವಿಸಿದ್ದರು.

ಪ್ರಾಮಾಣಿಕತೆಗೆ ಬೆಲೆ ಇಲ್ಲವೆಂದು ವ್ಯಥೆಪಟ್ಟಿದ್ದರು.

ಇಂತಹ ನೋವಿನ ಸಂದರ್ಭವನ್ನು ಬಹುಶ: ಕಾದಿದ್ದಂತೆ ತೋರುತ್ತದೆ ಈ ಮರೆವಿನ ಕಾಯಿಲೆ.

ಈ ವೇಳೆಗಾಗಲಿ 75 ವರ್ಷ ದಾಟಿದ್ದ ಅವರು ಮರೆವಿನ ಲಕ್ಷಣಗಳನ್ನು ತೋರತೊಡಗಿದ್ದರು. ಊರಿನಲ್ಲಿಯೇ ತೋಟದ ಕಡೆ ನಡೆದುಕೊಂಡು ಹೋದಾಗ, ಅಡ್ಡರಸ್ತೆಗಳಲ್ಲಿ ಗೊಂದಲಕ್ಕೆ ಒಳಗಾಗುತ್ತಿದ್ದುದರಿಂದ ಇದು ನಮ್ಮ ಅನುಭವಕ್ಕೆ ಬರತೊಡಗಿದ್ದು.

ಅಲ್ಲಿಯವರೆಗೆ ನಮಗ್ಯಾರಿಗೂ ಈ ಕಾಯಿಲೆಯ ಸ್ವರೂಪವಾಗಲಿ, ಅದು ಕಾಣಿಸಿಕೊಳ್ಳುವ ರೀತಿಯ ಬಗ್ಗೆ ಆಗಲಿ ಗೊತ್ತಿರಲಿಲ್ಲ. ಸಿನಿಮಾದಿಂದಾಗಿ ನನಗೆ ಅದರ ಬಗ್ಗೆ ಒಂದಷ್ಟು ಮಾಹಿತಿ ಇತ್ತೆ ಹೊರತು ಅನುಭವಕ್ಕೆ ಬಂದಿರಲಿಲ್ಲ.

ಸಿನಿಮಾ ಅನುಭವ ನಿಜ ಜೀವನದಲ್ಲಿ ಎದುರಾದಾಗ ಪರಿಸ್ಥಿತಿ ತೀರಾ ಭಿನ್ನವೇ ಆಗಿತ್ತು. ನನ್ನ ಅಕ್ಕನ ಮಗಳೇ ಆದ ರಾಜು ಅವರ ಪತ್ನಿ ಚೆನ್ನಮ್ಮ ಮರೆವಿನ ಎಲ್ಲಾ ಲಕ್ಷಣಗಳಿಗೂ ಸಾಕ್ಷಿಯಾಗ ತೊಡಗಿದ್ದರು. ಆರಂಭದಲ್ಲಿ ಮರೆವಿನ ಸಮಸ್ಯೆ ಇದ್ದರೂ ಅದನ್ನು ತೋರ್ಪಡಿಸಿಕೊಳ್ಳದೆ ಮ್ಯಾನೇಜ್ ಮಾಡುವ ಕಲೆ ರೂಡಿಸಿಕೊಂಡಿದ್ದರು. ನಮ್ಮ ಸಂಬಂಧಿಕರೇ ಹಲವರು ಭೇಟಿ ಮಾಡಿದಾಗ ಸಮಸ್ಯೆಯ ಅರಿವಿದ್ದೂ, ಪರೀಕ್ಷಿಸಲೋ ಎಂಬಂತೆ ನಾನು ಯಾರು ಹೇಳಿ ಎನ್ನುತ್ತಿದ್ದರು. ಮತ್ತೇನನ್ನೋ ನೆನಪಿಸಿ ಕೇಳುತ್ತಿದ್ದರು. ಅಂತಹ ಸಂದರ್ಭದಲ್ಲಿ ಸಿಡಿಮಿಡಿಯಾದರೂ, ಯಾಕೆ ನನಗೆ ಗೊತ್ತಾಗಲ್ವಾ ನಮ್ಮೋರೇ ಅಲ್ವಾ ಎಂದೇನೋ ಹೇಳಿ ತಮಾಷೆ ಮಾಡಿ ನಿಭಾಯಿಸುತ್ತಿದ್ದರು.

ಹಲವಾರು ತಮಾಷೆಯ ಪ್ರಸಂಗಗಳನ್ನು ಸೃಷ್ಟಿಸುತ್ತಿದ್ದರು.

ಕೆಂಗಣ್ಣ ನೋಟದಿಂದಲೇ ಮನೆಯವರೆಲ್ಲರನ್ನು ಹೆದರಿಸಿ ಇಟ್ಟುಕೊಂಡಿದ್ದ ಅವರು ಕ್ರಮೇಣ ತಾವೇ ಮಗುವಿನಂತೆ ಬದಲಾಗುತ್ತಿದ್ದರು.

ಒಮ್ಮೆ ಸಂಬಂಧಿಕರ ನಿಶ್ಚಿತಾರ್ಥ ಸಮಾರಂಭದಲ್ಲಿ ನನ್ನನ್ನು ಹತ್ತಿರ ಕರೆದು ಪ್ರಕಾಶ ಬಾ ಇಲ್ಲಿ, ಖರ್ಚಿಗೆ ಹಣ ಇಲ್ಲ, ಸ್ವಲ್ಪ ದುಡ್ಡು ಬೇಕಾಗಿತ್ತು ಕೊಡು ಎಂದರು. ಆ ವೇಳೆಗೆ ಮರೆವಿನಿಂದ ಅವರು ಖರ್ಚು ಮಾಡುವುದನ್ನು ನಿಲ್ಲಿಸಿ ಎಷ್ಟೋ ದಿನಗಳಾಗಿದ್ದವು. ಆದರೂ ಅವರ ಜೇಬಿನಲ್ಲಿ ದುಡ್ಡು ಇರಬೇಕಿತ್ತು, ಕೊಟ್ಟ ಹಣವನ್ನು ಜೋಪಾನವಾಗಿ ಇಟ್ಟುಕೊಂಡು ಮತ್ತೆ ಮತ್ತೆ ಮುಟ್ಟಿ ನೋಡಿ ಕೊಳ್ಳುತ್ತಿದ್ದರು.

ಇಂಥವುಗಳು ಮನೆಯವರ ಗಮನಕ್ಕೆ ಬಂದಾಗ ತಮಾಷೆಯ ಪ್ರಸಂಗವಾಗಿ ಕೊನೆಗೊಳ್ಳುತ್ತಿದ್ದವು.

ಸುಮಾರು ಒಂದೂವರೆ ವರ್ಷ ಕಾಲ ಇಂತಹ ಹಲವಾರು ತಮಾಷೆ ಪ್ರಸಂಗಗಳಿಗೆ ಕಾರಣವಾದರೂ, ಸಮಸ್ಯೆ ಅಷ್ಟೇನೂ ದೊಡ್ಡ ಸಮಸ್ಯೆಯಾಗಿ ಕಾಡಿರಲಿಲ್ಲ. ಬೇರೆಲ್ಲ ವಿಷಯದಲ್ಲಿಯೂ ಆರೋಗ್ಯವಾಗಿ ಇದ್ದಿದ್ದರಿಂದ ಕಾಲಕಾಲಕ್ಕೆ ಊಟ ನಿದ್ರೆ ಮಾಡುತ್ತಾ ಇದ್ದುದರಿಂದ ಕಾಯಿಲೆಯ ತೊಂದರೆಗಳು ಅಂತಹ ದೊಡ್ಡ ತೊಂದರೆ ಅನಿಸಿರಲಿಲ್ಲ.

ಆದರೆ ಮರೆವಿನ ಕಾಯಿಲೆ ತನ್ನ ರೌದ್ರ ರೂಪವನ್ನು ಕ್ರಮೇಣ ತೋರಿಸಲಾರಂಭಿಸಿತು.

ಊರಿನಲ್ಲಿ ಇದ್ದ ನನ್ನ ಅತ್ತಿಗೆ ಚೆನ್ನಮ್ಮನವರು ಒಂದು ದಿನ ಫೋನ್ ಮಾಡಿ ಬಾ ಪ್ರಕಾಶ, ರಾಜಪ್ಪ ಅವರನ್ನು ಹಿಡಿಯಕ್ಕೆ ಆಗಲ್ಲ, ವಾಕಿಂಗ್ ಹೋಗ್ಬೇಕು ಅಂತ ಧಡ ಧಡ ಎಂದು ಹೊರಟು ಬಿಡುತ್ತಾರೆ, ಪಕ್ಕದ ಅಬ್ಬೂರು ದೊಡ್ಡಿವರೆಗೆ ಬಿರುಸಾಗಿ ನಡೆದು ಸುಸ್ತಾದ ಮೇಲೆಯೇ ಶಾಂತವಾಗಿ ಮನೆ ಕಡೆ ಕರೆದುಕೊಂಡು ಬರಬಹುದು. ಅಲ್ಲಿಯವರೆಗೆ ಅವರನ್ನು ಹಿಡಿಯೋದು ಭಾರಿ ಕಷ್ಟ ಎಂದು ಹೇಳಿದ್ದರು.

ಅಂದು ಊರಿನಲ್ಲಿ ಇದ್ದಾಗ ಸಮಸ್ಯೆಯ ಕರಾಳ ದರ್ಶನವಾಯಿತು.

ಊಟ ಮಾಡಿ ಮಲಗಿದ್ದವರು ಇದ್ದಕ್ಕಿದ್ದಂತೆ ಎದ್ದು, ಬಾಗಿಲು ತೆರೆಯಲು ಯತ್ನಿಸಿದರು.

ಸಮಾಧಾನ ಮಾಡಲು ಪ್ರಯತ್ನಿಸಿದಂತೆಲ್ಲ ಉಗ್ರವಾಗುತ್ತಿದ್ದರು. ತಡೆಯಲು ಅಸಾಧ್ಯ ಎಂದಾಗ ಅವರ ಜೊತೆ ಹೊರಟು, ಅವರನ್ನು ಹಿಡಿದು ಹಿಂಬಾಲಿಸುವಲ್ಲಿ ಸಾಕು ಬೇಕು ಅನ್ನುವಂತಾಗಿತ್ತು.

ಅಬ್ಬೂರು ಸಣ್ಣ ಊರಾದ್ದರಿಂದ ಊರಲ್ಲಿ ಒಂದು ರೀತಿಯ ಮುಜುಗರದ ಸನ್ನಿವೇಶವು ಸೃಷ್ಟಿಯಾಗುತ್ತಿತ್ತು. ಆ ವೇಳೆಗಾಗಲೇ ಸಾಕಷ್ಟು ವೈದ್ಯಕೀಯ ಪರೀಕ್ಷೆ, ಸ್ಕ್ಯಾನಿಂಗ್ ಎಂದೆಲ್ಲ ನಡೆದು ಕೆಲವು ಮಾತ್ರೆಗಳನ್ನು ತೆಗೆದುಕೊಳ್ಳುತ್ತಿದ್ದರು.

ಮರುದಿನ ಅಬ್ಬೂರಿನಿಂದ ಮೈಸೂರಿನ ಜೆ ಎಸ್ ಎಸ್ ಆಸ್ಪತ್ರೆಗೆ ಕಾರಿನಲ್ಲಿ ಸಮಾಧಾನ ಪಡಿಸುತ್ತಾ ಕರೆದುಕೊಂಡು ಹೋಗುವಷ್ಟರಲ್ಲಿ ಜೀವ ಕೈಯಲ್ಲಿ ಹಿಡಿದುಕೊಂಡು ಹೋಗುವಂತೆ ಆಗಿತ್ತು.

ಮಧ್ಯದಲ್ಲಿ ಇಳಿದು ವಾಕಿಂಗ್ ಮಾಡುತ್ತೇನೆಂದು ಹಠ ಹಿಡಿದರೆ ಏನು ಮಾಡುವುದು ಎಂಬ ಆತಂಕ ಇತ್ತು. ಆಸ್ಪತ್ರೆ ತಲುಪಿದ ಮೇಲೂ ಅವರ ವರ್ತನೆ

ಸುತ್ತಲಿದ್ದವರ ಕಣ್ಣಲ್ಲೇ ನೀರು ತರಿಸುವಂತಿತ್ತು ಎಂದು ಹೇಳಿದರೆ, ಮನೆಯವರ ಸ್ಥಿತಿಯನ್ನು ವಿವರಿಸುವಂತಿಲ್ಲ.

ಜೆಎಸ್‌ಎಸ್‌ನಲ್ಲಿ ಮತ್ತೆ ಎಲ್ಲಾ ಪರೀಕ್ಷೆಗಳು ಹೊಸದಾಗಿ ಪ್ರಾರಂಭವಾಯಿತು. ಆದರೆ ಹೆಚ್ಚಿನ ಉಪಯೋಗ ಆಗಲಿಲ್ಲ. ಇನ್ನು ಮನೆಯಲ್ಲಿ ಅವರನ್ನು ನೋಡಿಕೊಳ್ಳಲಾಗುವುದಿಲ್ಲ ಎಂಬ ತೀರ್ಮಾನಕ್ಕೆ ಬರುವಂತಾದಾಗ ಒಂದು ರೀತಿಯ ಹತಾಶೆ.

ಆಗ ಶುರುವಾಗಿದ್ದು ಇಂಥವರಿಗೆ ಎಂದೇ ಇರುವ ಸೌಲಭ್ಯಗಳ ಹುಡುಕಾಟ.

ಅಲ್ಲಿಯವರೆಗೆ ಮರೆವು ಇದ್ದರೂ ಹೆಚ್ಚಿನ ಸಮಸ್ಯೆ ಇರಲಿಲ್ಲವಾದ್ದರಿಂದ ಇಂತಹ ಹುಡುಕಾಟದ ಅಗತ್ಯ ಬಿದ್ದಿರಲಿಲ್ಲ. ಮೈಸೂರಲ್ಲಿ ಒಂದೆರಡು ಸಂಸ್ಥೆಗಳು ವಸತಿ ಸಹಿತ ಚಿಕಿತ್ಸೆ ನೀಡುವುದಾಗಿ ತಿಳಿದು ಅಲ್ಲಿಗೆ ಹೋಗಿ ನೋಡಿದರೆ, ಅಲ್ಲಿನ ಕೊಠಡಿಗಳ ಸ್ಥಿತಿ ನಿರಾಶೆ ತರುವಂತಿತ್ತು. ಕಾಳಜಿ ಉಳ್ಳ ಮನೆಯವರಾರೂ ಅಂತ ಕಡೆ ಇರಿಸಲು ಸಾಧ್ಯವಿಲ್ಲದ ಪರಿಸ್ಥಿತಿ ಅಲ್ಲಿತ್ತು.

ಇಂತಹ ಹುಡುಕಾಟದ ನಡುವೆ ದೊರೆತದ್ದು ಬೆಂಗಳೂರಿನ ನಿಕಿಷ ಹೆಲ್ತ್ ಕೇರ್.

ಐಎಎಸ್ ಅಧಿಕಾರಿಯಾಗಿದ್ದ ಡಾ.ಸುಬ್ರಹ್ಮಣ್ಯಂರವರು ಸ್ವಯಂ ನಿವೃತ್ತಿ ಪಡೆದು ಮರೆವಿನ ಕಾಯಿಲೆಗೆಂದೇ ಈ ವಿಶೇಷ ಆಸ್ಪತ್ರೆ ಸ್ಥಾಪಿಸಿದ್ದಾರೆ . ತಮ್ಮ ಕುಟುಂಬದಲ್ಲೇ ಒಬ್ಬರಿಗೆ ಮರೆವಿನ ಕಾಯಿಲೆಯಿಂದ ಸೂಕ್ತ ಚಿಕಿತ್ಸೆ ದೊರೆಯದೆ ಪರದಾಡಿದ್ದು ಅದಕ್ಕಾಗಿ ಈ ಆಸ್ಪತ್ರೆ ಸ್ಥಾಪಿಸಿದ್ದಾಗಿ ಅವರು ಹೇಳಿದ್ದರು.

ಸಾಕಷ್ಟು ವಿಶಾಲವಾದ ಜಾಗದಲ್ಲಿ ಎಲ್ಲಾ ಅನುಕೂಲ ಒಳಗೊಂಡ ಆಸ್ಪತ್ರೆ ಇದು.

ಇಲ್ಲಿಗೆ ಕರೆದುಕೊಂಡು ಬಂದ ಮೇಲೆ ಸ್ವಲ್ಪ ಸಮಾಧಾನ ಆಗಿದ್ದು.

ಮನೆಯವರು ಯಾರೂ ಇಲ್ಲದೆ ಅವರೊಬ್ಬರನ್ನೇ ಆಸ್ಪತ್ರೆಯಲ್ಲಿ ಬಿಟ್ಟು ಬರುವ ನೋವು ಬರಹಕ್ಕೆ ದಕ್ಕುವಂತದ್ದಲ್ಲ. ಅನುಭವಕ್ಕೆ ಮಾತ್ರ ಬರುವಂತದ್ದು.

ಅಷ್ಟರಲ್ಲಾಗಲೇ ಅವರು ತಮ್ಮ ಪತ್ನಿಯನ್ನು ಹೊರತುಪಡಿಸಿ, ಬಹುತೇಕ ಎಲ್ಲರನ್ನು ಮರೆತಿದ್ದರು. ಅಬ್ಬೂರು ಮಾತ್ರ ನೆನಪಿತ್ತು. ಯಾವ ಊರು ಎಂದು ಕೇಳಿದಗೆ ಅಬ್ಬೂರು ಎನ್ನುತ್ತಿದ್ದರು. ಒಂದು ರೀತಿಯಲ್ಲಿ ಎಲ್ಲ ಸಂಬಂಧಗಳಿಂದ ಮುಕ್ತರಾದ ಮನಸ್ಥಿತಿ ಇರಬೇಕು ಅದು.

ಅವರಿಗೆ ಗೊತ್ತಾಗುತ್ತಾ ಇದ್ದುದು ಇವರು ನಮಗೆ ಬೇಕಾದವರು ಎಂಬುದು ಮಾತ್ರ ಇರಬೇಕು. ನಮ್ಮನ್ನು ಕಂಡಾಗ ಅವರ ಮುಖ ಅರಳುತ್ತಿದ್ದ ರೀತಿಯಿಂದ ಇದು ಅನುಭವಕ್ಕೆ ಬರುತ್ತಿತ್ತು.

ನಿಕಿಷ ಆಸ್ಪತ್ರೆಯ ಆರಂಭದ ದಿನಗಳು ರಾಜು ಅವರ ಬದುಕಿನ ಕರಾಳ ದಿನಗಳು. ಸದಾ ಎಣಿಸುವುದು, ಎಣಿಸುವುದು, ಎಣಿಸುವುದೇ ಕೆಲಸ.

ಒಂದು ಎರಡು ಮೂರು ನಾಲಕ್ಕು ಹೀಗೆ ಎಲ್ಲಿಯವರೆಗೆ ಸಾಧ್ಯವೊ ಅಲ್ಲಿಯವರೆಗೂ ಮುಂದುವರಿಸುತ್ತಿದ್ದರು. ಗಂಟಲು ಒಣಗಿ ಸುಸ್ತಾದಾಗ ಈ ಎಣಿಕೆ ನಿಲ್ಲುತ್ತಿತ್ತು.

ಆಸ್ಪತ್ರೆಯ ಚಿಕಿತ್ಸೆ ಕ್ರಮೇಣ ಫಲ ನೀಡಲಾರಂಭಿಸಿತು. ಮನಶಾಸ್ತ್ರಜ್ಞರಾದ ಡಾಕ್ಟರ್ ಸೌಮ್ಯ ಅವರ ಚಿಕಿತ್ಸೆ, ಸಿಬ್ಬಂದಿಗಳ ಹಾರೈಕೆಯಿಂದ ನಡವಳಿಕೆ ಕೂಡ ಶಾಂತವಾಗತೊಡಗಿತ್ತು.

ಜೀವನಪೂರ್ತಿ ಬದುಕಿರುವಷ್ಟು ದಿನ ಇದೇ ಆಸ್ಪತ್ರೆಯಲ್ಲಿ ಕಳೆಯಬೇಕಾಗ ಬಹುದೋ ಏನೋ ಎಂಬ ಆತಂಕ ದೂರವಾಗಿ ಮತ್ತೆ ಮನೆಗೆ ಬರುವ ದಿವಸ ಹತ್ತಿರ ಆಗುತ್ತಿತ್ತು.

ಈ ಮಧ್ಯೆ ಆಸ್ಪತ್ರೆಗೆ ಹೋದಾಗ ಒಮ್ಮೆ ನಮ್ಮನ್ನು ನೋಡಿದ ಕೂಡಲೇ ಸದ್ಯ ಬಂದಲ್ಲ, ನಡಿಯಪ್ಪ ಊರಿಗೆ ಹೋಗೋಣ ಎಂದು ಅವರು ಹೊರಡಲು ನಿಂತ ರೀತಿ ಮರೆಯಲಾಗದ್ದು.

ಕೊನೆಗೂ ಅಂತಹ ಒಂದು ದಿನ ಬಂತು. ನಿಖಿಶಾ ದಿಂದ ಬಿಡುಗಡೆಯ ಭಾಗ್ಯ.

ಸ್ವಲ್ಪ ಕಾಲ ಅಬ್ಬೂರಿನಲ್ಲಿ, ಸ್ವಲ್ಪ ದಿನ ಮಗಳು ಶೋಭಾ ಜೊತೆಗೆ ತೊರೆ ಶೆಟ್ಟಳ್ಳಿಯಲ್ಲಿ, ನಂತರ ಮೈಸೂರಿಗೆ.

ಆನಂತರದ ದಿನಗಳು ಶಾಂತವಾಗಿ ಮೊದಲಿನಂತೆಯೇ ಮುಂದುವರಿ ಯುತ್ತಿದ್ದರೂ, ನೆನಪಿರಲಿಲ್ಲ ಎಂಬುದನ್ನು ಬಿಟ್ಟರೆ ಹೆಚ್ಚು ಅಗ್ರೆಸ್ಸಿವ್ ಆದ ಮನಸ್ಥಿತಿ ಇರುತ್ತಿರಲಿಲ್ಲ.

ಪದೇ ಪದೇ ವಾಕಿಂಗ್ ಗೆ ಕರೆದುಕೊಂಡು ಹೋಗಿ ಎನ್ನುವುದು, ಕತ್ತಲೆಗೆ ಭಯಪಡುವುದು, ನಡು ನಡುವೆ ಆಸ್ಪತ್ರೆ ಇಂತಹ ತೊಂದರೆಗಳ ನಡುವೆ ಸಾಗಿದ ಬದುಕು 25 ಜನವರಿ 2022ರಂದು ಶಾಂತವಾಗಿಯೇ ಅಂತ್ಯವಾಯಿತು.

ನೆನಪುಗಳ ಜೊತೆಗೆ ಇಹದ ಎಲ್ಲ ಬಂಧಗಳಿಂದಲೂ ಮುಕ್ತರಾದರು.

ಇದೀಗ ಅವರು ತೀರಿಕೊಂಡು ಒಂದು ವರ್ಷವೇ ಕಳೆದಿದೆ. ತಂದೆ ರಂಗೇ ಗೌಡ ಕೊನೆಯ ದಿನಗಳಲ್ಲಿ ಮಾತು ಕಳೆದುಕೊಂಡು ಏನು ಹೇಳದೆ ತೀರಿಕೊಂಡರು. ಅದರ ನೋವಿನಲ್ಲಿ ಸಂಸಾರದ ಜವಾಬ್ದಾರಿ ತೆಗೆದುಕೊಂಡ ರಾಜು ಮಾತಿದ್ದರೂ ಏನೂ ಹೇಳದಾದರು.

ಊರಿನ ನಾಟಕಗಳಲ್ಲಿ ಪಾತ್ರ ಮಾಡುತ್ತಿದ್ದ ಅವರು ಮರೆವಿನ ನಡುವೆಯೂ ನಾಟಕದ ಹಾಡುಗಳನ್ನು ಮಾತ್ರ ಲೀಲಾಜಾಲವಾಗಿ ಹಾಡಬಲ್ಲವರಾಗಿದ್ದರು. ಭಾಷೆ ಮರೆತಿರಲಿಲ್ಲ. ಸಂಬಂಧಗಳಿಗೆ ಮಾತ್ರ ಮರೆವು. ಇದೊಂತರ ವಿಚಿತ್ರ.

ಬೆಳೆಸಿದ ಮರಗಳು ಹಾಳಾಗುತ್ತವೆ ಎಂದು ಸಾಲದ ಮೇಲೆ ಸಾಲ ಮಾಡಿ ಕೊಳವೆ ಬಾವಿ ತೆಗೆಸಿ, ಇಳಿವಯಸ್ಸಿನಲ್ಲೂ ಸ್ವತಃ ನಿಂತು ನೀರು ಹಾಯಿಸಿ ಉಳಿಸಿದ ತೆಂಗಿನ ತೋಟ. ಮತ್ತೆ ಅಲ್ಲಿಗೆ ಹೋದರೆ ಅದರ ನೆನಪೇ ಇಲ್ಲ. ಅದರ ಜೊತೆಗಿನ ಒಡನಾಟ ಹೇಳ ಹೋದರೆ ಏನೂ ನೆನಪಿಗೆ ಬಾರದು.

ದಾನ ಶೂರ ಕರ್ಣ ಪಾತ್ರದ ಒಂದು ಹಾಡು ಹೇಳಿ ಎಂದರೆ ಪರಮಾತ್ಮ ಹರೇ... ಪಾವನ ನಾಮ.. ಎಂದು ಸುಶ್ರಾವ್ಯವಾಗಿ ಪೂರ್ಣ ಹಾಡನ್ನು ಹಾಡುತ್ತಿದ್ದರು.

ಮೆಚ್ಚಿನ ಸಿನಿಮಾ ಹಾಡುಗಳು ಅಷ್ಟೇ, ಸ್ವಲ್ಪ ನೆನಪು ಮಾಡಿದರೆ ಉಳಿದದ್ದನ್ನು ಹಾಡುತ್ತಿದ್ದರು. ಆದರೆ ಘಟನೆಗಳು, ವ್ಯಕ್ತಿಗಳು ಮಾತ್ರ ನೆನಪಿರಲಿಲ್ಲ.

ಮರೆವಿನ ಸಮಸ್ಯೆ ಇರುವವರನ್ನು ನೋಡಿಕೊಳ್ಳಬೇಕಾದರೆ, ಅವರ ಹತ್ತಿರದವರಿಗೆ ಅಪಾರ ತಾಳ್ಮೆ ಇರಬೇಕು.

ಇದೊಂದು ರೀತಿಯ ಪರೀಕ್ಷೆ.

ಪತ್ನಿ, ಕುಟುಂಬದವರು ಕಳೆದುಕೊಳ್ಳುವ ಸಾಮಾಜಿಕ ಜೀವನ, ಅನುಭವಿಸುವ ಒತ್ತಡ, ಆಘಾತ ಇವೆಲ್ಲ ವರ್ಣಿಸಲಸಾಧ್ಯ.

ಇದು ನಾನು ದೂರದಿಂದ ನೋಡಿದ್ದು. ಹತ್ತಿರವಿದ್ದು ನೋಡಿಕೊಂಡ ಅವರ ಪತ್ನಿ ಚೆನ್ನಮ್ಮ, ಮಗುವಿನಂತೆ ಸಲಹಿದ ಮಗಳು ಶೋಭ ಬರೆದರೆ ಕಾದಂಬರಿಯೇ ಆದೀತು. ದೂರದಲ್ಲಿದ್ದೇ ಸ್ಥಿತಪ್ರಜ್ಞತೆಯಿಂದ ಎಲ್ಲವನ್ನು ನಿರ್ವಹಿಸಿದ ಮಗ ಪ್ರಸನ್ನ, ಆತನ ಅನುಭವವನ್ನು ಅವನೇ ಹೇಳಬೇಕು. ಮನುಷ್ಯನಿಗೆ ಯಾವುದೇ ಕಾಯಿಲೆ ಇರಲಿ, ಸಾಮಾನ್ಯವಾಗಿ ಹೇಳುವ ಮಾತು ಎಂದರೆ ಬೇರೆ ಏನಾದರೂ ಬರಲಿ ಪರವಾಗಿಲ್ಲ, ಈ ಕಾಯಿಲೆ ಮಾತ್ರ ಬರಬಾರದಿತ್ತು ಅನ್ನುತ್ತಾರೆ.

ಮರೆವು ಎನ್ನುವುದೂ ಹಾಗೆಯೇ. ರಾಜು ಅವರನ್ನು ಈ ಸ್ಥಿತಿಯಲ್ಲಿ ನೋಡಬೇಕಾಗಿ ಬರಬಹುದೆಂಬ ಊಹೆಯೂ ಕೂಡ ಕೆಲ ವರ್ಷಗಳ ಹಿಂದೆ ಇರಲಿಲ್ಲ.

ತನ್ನ ತಂದೆಯನ್ನು ಆದರ್ಶವಾಗಿ ಪರಿಗಣಿಸಿದ್ದ, ಅಪಾರವಾಗಿ ಗೌರವಿಸುತ್ತಿದ್ದ ರಾಜು ಕೊನೆಗಾಲದಲ್ಲಿ ತನ್ನ ಮನಸ್ಸಿನ ಯಾವ ಭಾವನೆಗಳನ್ನೂ ತನ್ನ ತಂದೆಯಂತೆಯೇ ಹೇಳಿಕೊಳ್ಳಲಾಗದೇ ಹೋದದ್ದು ಮಾತ್ರ ದುರಂತ.

30 ವಡ್ಡಗಲ್ಲರಂಗ

ನನ್ನ ಮನೆದೇವರು ಒಡ್ಡಗಲ್ಲ ರಂಗ. ಹೆಣ್ಣು ದೇವರು ಚೌಡಮ್ಮ. ಒಡ್ಡಗಲ್ಲ ರಂಗ ಬನ್ನೂರು ಬಳಿ ಇರುವ ಅತ್ತಳ್ಳಿ, ಬೆಟ್ಟಳ್ಳಿ ಗ್ರಾಮದ ಸಮೀಪ ಬೆಟ್ಟದ ಮೇಲೆ ನೆಲೆಸಿದ್ದಾನೆ.

ವಡ್ಡಗಲ್ಲ ರಂಗನ ರೂಪವೇ ನನಗೆ ತುಂಬಾ ಇಷ್ಟವಾದದ್ದು. ಏಕೆಂದರೆ ಯಾವುದೇ ಮೂರ್ತಿಯ ಆಕಾರ ಇಲ್ಲದ, ಒರಟು ಕಲ್ಲೊಂದನ್ನೇ ದೇವರೆಂದು ಭಾವಿಸಿ ಅದಕ್ಕೆ ರಂಗನ ಹೆಸರಿಟ್ಟು ಪೂಜಿಸುತ್ತಾ ಬಂದಿದ್ದಾರೆ ನನ್ನ ಹಿರೀಕರು. ವಡ್ಡಗಲ್ಲು ಅಂದರೆ ಒರಟಾದ, ವಡ್ಡಾದ ಕಲ್ಲು ಎಂದು.

ಒಡ್ಡಗಲ್ಲ ರಂಗನಿಗೆ ನಡೆದುಕೊಳ್ಳುವ ನನ್ನ ಮನೆಯವರು ವೈಷ್ಣವ ಪಂಥಕ್ಕೆ ಸೇರಿದವರು. ಪ್ರಾಯಶಃ ಹಿಂದೆ ಜೈನರಾಗಿದ್ದು, ಹೊಯ್ಸಳ ದೊರೆ, ಜೈನನಾಗಿದ್ದ ಬಿಟ್ಟಿದೇವ, ರಾಮಾನುಜಾಚಾರ್ಯರ ಪ್ರಭಾವದಿಂದಾಗಿ ವಿಷ್ಣುವರ್ಧನ ಆಗಿ ಬದಲಾದಾಗ, ನಮ್ಮ ಹಿರೀಕರೂ ಬದಲಾಗಿ, ವಡ್ಡಗಲ್ಲ ರಂಗನನ್ನು ಆಶ್ರಯಿಸಿರಬೇಕು ಎಂಬುದು ನನ್ನ ಊಹೆ.

ಶ್ರಾವಣದಲ್ಲಿ ವಡ್ಡಗಲ್ಲರಂಗನ ಬೆಟ್ಟಕ್ಕೆ ತುಂಬಾ ಜನ ಬರುತ್ತಾರೆ.

ಶ್ರಾವಣದ ಶನಿವಾರದಂದು ಇಲ್ಲಿನ ಇಡ್ಲಿ ಮತ್ತು ಹುರುಳಿಕಾಳಿನ ಚಟ್ನಿಗೆ ಭಾರೀ ಬೇಡಿಕೆ. ತುಂಬಾ ಚೆನ್ನಾಗಿರುತ್ತದೆ.

ಹಿಂದೆಲ್ಲ ತುಂಬಾ ಸರಳವಾಗಿದ್ದ ನನ್ನ ಮನೆ ದೇವರು ನೈಸರ್ಗಿಕ ಗುಹೆ ಒಂದರಲ್ಲಿ ಒರಟಾದ ಒಂದು ಕಲ್ಲಿನ ರೂಪದಲ್ಲಿದ್ದ. ಮೂಲ ಮೂರ್ತಿಯಲ್ಲಿ ಬದಲಾವಣೆ ಸಾಧ್ಯವಿಲ್ಲದ ಕಾರಣ ಅದು ಬದಲಾಗಿಲ್ಲ. ಯಾಕೆಂದರೆ ಹೆಸರೇ

ಹೇಳುವಂತೆ ಅದು ವಡ್ಗಲ್ಲ ರಂಗ. ಆದರೆ, ಆತನ ದೇಗುಲದ ಸ್ವರೂಪದಲ್ಲಿ ಮಾತ್ರ ಈಗ ತುಂಬಾ ಬದಲಾವಣೆ ಆಗಿದೆ.

ಗುಹೆಯ ಬಂಡೆಗಳ ಮೇಲೆ ಒಳ್ಳೆಯ ಗೋಪುರ ಬಂದಿದೆ. ದೇವಸ್ಥಾನದ ಮುಂದೆಯೂ ಕೂಡ ತುಂಬಾ ದೊಡ್ಡದಾದ ರಾಜ ಗೋಪುರ ನಿರ್ಮಾಣಗೊಂಡಿದೆ.

ಮೊದಲೆಲ್ಲಾ ಬೆಟ್ಟಕ್ಕೆ ಮೆಟ್ಟಿಲುಗಳನ್ನೇ ಹತ್ತಿಕೊಂಡು ಹೋಗಬೇಕಿತ್ತು. ಈಗ ಬೆಟ್ಟದ ತುದಿಯವರೆಗೆ ವಾಹನಗಳು ಹೋಗಬಹುದಾದ ರಸ್ತೆ ನಿರ್ಮಾಣವಾಗಿದೆ. ಎಲ್ಲೆಡೆ ಕಟ್ಟಡಗಳೇ ಅಭಿವೃದ್ಧಿಯ ಸಂಕೇತಗಳಾಗಿರುವಾಗ ನಮ್ಮ ವಡ್ಗಲ್ಲ ರಂಗ ಮಾತ್ರ ಅದರಿಂದ ತಪ್ಪಿಸಿಕೊಳ್ಳಲು ಹೇಗೆ ಸಾಧ್ಯ.

ನಮ್ಮ ಮನೆಯ ಹೆಣ್ಣು ದೇವರು ಚೌಡಮ್ಮ. ಹುತ್ತದ ಸ್ವರೂಪಿ. ಈ ಹುತ್ತಕ್ಕೆ ಚಿಕ್ಕ ದೇವಸ್ಥಾನವನ್ನು ನಿರ್ಮಿಸಲಾಗಿದೆ. ಈ ದೇವಸ್ಥಾನ ನಿರ್ಮಾಣಕ್ಕೆ ನಮ್ಮೂರಿನಿಂದಲೂ ವಂತಿಗೆ ಸಂಗ್ರಹಿಸಲಾಗಿತ್ತು. ಮನೆ ದೇವರಿಗೆ ಹೋದಾಗಲೆಲ್ಲಾ ಚೌಡಮ್ಮನಿಗೆ ಉಡಿ ತುಂಬಿಸಿ ಬರುವ ರೂಢಿಯನ್ನು ನಮ್ಮ ಮನೆಯವರೆಲ್ಲಾ ಇಟ್ಟುಕೊಂಡಿದ್ದಾರೆ.

ಮೊದಲೆಲ್ಲಾ ಅಬ್ಬೂರಿನಿಂದ ಒಡ್ಗಲ್ಲರಂಗನ ಬೆಟ್ಟಕ್ಕೆ ಹೋಗುವುದೆಂದರೆ ಕನಿಷ್ಠ ಎರಡು ದಿನಗಳ ಪ್ರವಾಸ. ಹಿಂದಿನ ದಿನವೇ ಬಸ್ಸಿಡಿದು ಬನ್ನೂರಿಗೆ ಹೋಗಿ, ಅಲ್ಲಿಂದ ಬೇರೆ ಬಸ್ ಹಿಡಿದು ಅತ್ತಳ್ಳಿಯಲ್ಲಿ ಇಳಿದರೆ, ಬೆಟ್ಟಳ್ಳಿ ತಲುಪುವ ವೇಳೆಗೆ ಸಂಜೆ ಆಗುತ್ತಿತ್ತು. ನಮ್ಮೂರು ಅಬ್ಬೂರು ಹಾಗೂ ಪಕ್ಕದ ನಾಗವಾರದಲ್ಲಿ ಮಾತ್ರ ಕೆಲವು ಕುಟುಂಬಗಳು ವಡ್ಗಲ್ಲ ರಂಗನಿಗೆ ನಡೆದುಕೊಳ್ಳುತ್ತಿರುವುದು. ಈ ಎಲ್ಲಾ ಕುಟುಂಬದವರಿಗೆ ಒಂದೊಂದು ಅರ್ಚಕರ ಕುಟುಂಬ ಅಟ್ಯಾಚ್ ಆಗಿರುತ್ತಿತ್ತು.

ನಾವು ನಮಗೆ ಸೇರಿದ ಅರ್ಚಕರ ಮನೆಯಲ್ಲಿ ಉಳಿದುಕೊಂಡು, ಪೂಜೆ ಮುಗಿಸಿ, ಅಲ್ಲಿಯೇ ವಾಸ್ತವ್ಯ ಮಾಡಿ ಮರುದಿನ ಮರುಪ್ರಯಾಣ ಮಾಡಬೇಕಿತ್ತು. ಈಗ ಅಂತಹ ಸಾಹಸವೇನಿಲ್ಲ. ಬೆಳಿಗ್ಗೆ ಹೊರಟರೆ ಸಂಜೆಗೆ ಹಿಂತಿರುಗಬಹುದು.

ಕೆಲವೊಮ್ಮೆ ಹಲವಾರು ಕುಟುಂಬಗಳು ಗುಂಪಿನಲ್ಲಿ ಹೋಗಿ ಮರಿ ಕಡಿದು, ದೇವರ ಸೇವೆ ಮಾಡಿ ಬರುವ ಪರಿಪಾಠವೂ ಇದೆ.

31 ನಾನು ಮತ್ತು ನನ್ನ ಹಿರೀಕರು

"ಇನ್ನೊಂದು ಭಾಗ ಹೆಚ್ಕೋತು ಕಣೋ, ನಮ್ಮ ಮನೇಲಿ", ಇದು ನನ್ನ ಜನನವನ್ನು ಅಬ್ಬೂರಿಯನಲ್ಲಿ ಮೊದಲಿಗೆ ಪರಿಚಯಿಸಿದ ರೀತಿ.

1961ರ ಅಕ್ಟೋಬರ್ 14ರ 8 ಗಂಟೆ ಮುಂಜಾನೆ ಅಬ್ಬೂರಿನ ನಮ್ಮ ಮನೆಯಲ್ಲಿ ನಾನು ಹುಟ್ಟಿದ್ದು. ರಾಮಣ್ಣನ ಹೋಟೆಲಿನಲ್ಲಿ ಐದು ಗಂಟೆಗೇ ಟೀ ಕುಡಿಯಲು ಸೇರುವ ಜನರಿಗೆ ನನ್ನ ಅಣ್ಣ, ಧಣಿ ಎಂದು ಕರೆಸಿಕೊಳ್ಳುತ್ತಿದ್ದ ಚಂದ್ರಶೇಖರ ಈ ಪರಿಯಾಗಿ ನಾನು ಹುಟ್ಟಿದ ಸುದ್ದಿಯನ್ನು ಊರಿನಲ್ಲಿ ಪ್ರಕಟಿಸಿದ್ದ.

ನನ್ನ ತಾಯಿ ವೆಂಕಟಮ್ಮನಿಗೆ ನಾನು ಹನ್ನೆರಡನೇ ಮಗ. ನನ್ನ ಹಿರಿಯಕ್ಕ ಜಯಮ್ಮ ಮೊದಲಿನವಳು. ನಾನು ಕೊನೆಯವನು.

ಈಗಿನಂತೆ ಆಸ್ಪತ್ರೆಯಲ್ಲಿ ಹೆರಿಗೆ ಆಗುತ್ತಿದ್ದ ದಿನಗಳಲ್ಲ ಅವು. ಊರ ಸೂಲಗಿತ್ತಿಯರೇ ಹೆರಿಗೆ ಮಾಡಿಸುತ್ತಿದ್ದದ್ದು. ನಾನು ಹುಟ್ಟುವ ವೇಳೆಗಾಗಲೇ ಆರು ಮಕ್ಕಳನ್ನು ಹೆತ್ತು ನಡುವಯಸ್ಸಿನಲ್ಲೇ ಗಂಡನನ್ನು ಕಳೆದುಕೊಂಡಿದ್ದ ಅಕ್ಕ ಜಯಮ್ಮನೇ ಊರಿನ ನುರಿತ ಸೂಲಗಿತ್ತಿ ಆಗಿದ್ದಳು.

ಹೀಗಾಗಿ ಅಕ್ಕ ಜಯಮ್ಮ ತನ್ನ ಕೊನೆಯ ಮಗಳಿಗಿಂತ ಕಿರಿಯವನಾದ ನನ್ನನ್ನು ಸುಲಲಿತವಾಗಿ ಭೂಮಿಗೆ ಕರೆತಂದಿದ್ದಳು. ತನ್ನ ತಾಯಿಗೆ ತಾನೇ ಹೆರಿಗೆ ಮಾಡಿಸಿದ್ದಳು. ಕೆಂಪಗೆ, ಗುಂಡು, ಗುಂಡಾಗಿದ್ದ ನನ್ನನ್ನು ಮೊರದಲ್ಲಿ ಹಾಕಿಕೊಂಡು ಬಂದು ಅಣ್ಣಯ್ಯ ಎಂದು ಕರೆಯುತ್ತಿದ್ದ ತಂದೆ ರಂಗೇಗೌಡರಿಗೆ ತೋರಿಸಿದಳಂತೆ. ಈ ವಿವರಗಳನ್ನು ಆಕೆಯೇ ಆಗಾಗ ಹೇಳುತ್ತಿದ್ದಳು. ವಿದ್ಯಾವಂತನಾದ ತಂದೆ ರಂಗೇಗೌಡ ನಾನು ಹುಟ್ಟಿದ ದಿನವನ್ನು ತಮ್ಮ ಪ್ಯಾಕೆಟ್ ಕ್ಯಾಲೆಂಡರಿನಲ್ಲಿ ದಾಖಲಿಸಿಕೊಂಡರು.

ನನ್ನ ಹುಟ್ಟು ಕುರಿತು ಜಯಮ್ಮನೇ ಹೇಳಿದ ಇನ್ನೊಂದು ಸ್ವಾರಸ್ಯಕರ ಸಂಗತಿ ಎಂದರೆ ನನ್ನ ತಾಯಿ ವೆಂಕಟಮ್ಮ ತನಗೆ ವಯಸ್ಸಿನ ಕಾರಣದಿಂದ ಮುಟ್ಟು ನಿಂತು ಹೋಗಿದೆ ಎಂದು ಭಾವಿಸಿದ್ದಳಂತೆ. ಆದರೆ ಅದು ಆ ರೀತಿ ಆಗಿರದೇ ಇದ್ದದ್ದು ನನ್ನ ಜೀವ ಕುಡಿಯೊಡೆದ ಕಾರಣ ಎಂದು ತಿಳಿದಿದ್ದು ನಂತರ.

ಉಳಿದಂತೆ ನನ್ನ ನೆನಪುಗಳೇನಿದ್ದರೂ ಅವು ಪ್ರಾಥಮಿಕ ಶಾಲೆಯ ದಿನಗಳು.

ನನ್ನೂರು ಅಬ್ಬೂರು. ಚನ್ನಪಟ್ಟಣ ತಾಲ್ಲೂಕಿನಲ್ಲಿದೆ. ಚನ್ನಪಟ್ಟಣ ತಾಲ್ಲೂಕು ಪ್ರಸ್ತುತ ರಾಮನಗರ ಜಿಲ್ಲೆಯಲ್ಲಿದೆ. ಹಿಂದೆ ಬೆಂಗಳೂರು ಜಿಲ್ಲೆಯಲ್ಲಿದ್ದು ನಂತರ ಬೆಂಗಳೂರು ಗ್ರಾಮಾಂತರ ಜಿಲ್ಲೆಗೆ ಸೇರಿ ಈಗ ರಾಮನಗರ ಜಿಲ್ಲೆಯ ವ್ಯಾಪ್ತಿಯಲ್ಲಿದೆ.

ನನಗೆ ತಿಳಿದಂತೆ ಪಿರಿಯಾಪಟ್ಟಣ ತಾಲೂಕಿನಲ್ಲಿಯೂ ಅಬ್ಬೂರು ಎಂಬ ಗ್ರಾಮ ಇದೆ. ಚನ್ನಪಟ್ಟಣ ತಾಲೂಕಿನವರೇ ಆದ ವಿದ್ವಾಂಸರೂ, ಹಿರಿಯರಾದ ದೇ. ಜವರೇಗೌಡ ಅವರನ್ನು ಒಮ್ಮೆ ಭೇಟಿ ಆಗಿದ್ದಾಗ ಅಬ್ಬೂರು ಎನ್ನುವ ಹೆಸರು ಹೇಗೆ ಬಂದಿರಬಹುದು ಎಂದು ಊಹಿಸಿದರು. ಅಬ್ಬೆಯ ಊರು ಅಂದರೆ ತಾಯಿಯ ಊರು ಅಬ್ಬೂರು ಎಂದಾಗಿರಬಹುದು ಎಂದು ಹೇಳಿದರು.

ಇಂದಿನ ನಮ್ಮ ಊರು ಅಬ್ಬೂರು. ಆದರೆ, ನಾಲ್ಕೈದು ತಲೆಮಾರುಗಳ ಹಿಂದೆ ನಮ್ಮ ಹಿರೀಕರು ಯಾರೋ ಬನ್ನೂರು ಸುತ್ತಮುತ್ತಲಿನ ಹಳ್ಳಿಯಿಂದ ಬಂದಿರಬೇಕು. ಹೀಗಾಗಿ ನಮ್ಮ ಮನೆದೇವರು ಒಡ್ಗಲ್ ರಂಗ ಆಗಿರಬೇಕು. ಹೆಣ್ಣುದೇವರು ಚೌಡಮ್ಮನ ಹಾಗೂ ಗಂಡು ದೇವರು ರಂಗನ ಹೆಸರುಗಳನ್ನು ನಮ್ಮ ಮನೆಯ ಅನೇಕರಿಗೆ ಇಟ್ಟುಕೊಂಡು ಬಂದಿದ್ದಾರೆ. ಈಗಲೂ ಆ ಪರಂಪರೆ ಸ್ವಲ್ಪ ಮಟ್ಟಿಗೆ ಮುಂದುವರಿದಿದೆ.

ನಮ್ಮ ಮುತ್ತಾತನಿಗಿಂತ ಹಿಂದಿನವರ ಬಗ್ಗೆ ನನಗೆ ಗೊತ್ತಿಲ್ಲ. ಅದನ್ನು ಹೇಳುವವರು ಅಥವಾ ದಾಖಲಿಸಿರುವವರು ಸಿಗುತ್ತಿಲ್ಲ. ನಮ್ಮ ಮುತ್ತಾತ ಅಂದರೆ ನಮ್ಮ ತಂದೆಯ ತಂದೆಯ ತಂದೆ ಅಂದರೆ ನಮ್ಮ ತಾತನ ತಂದೆ, ಆತನ ಹೆಸರು ಮರೀಗೌಡ. ಆತನ ಹೆಂಡತಿ ಮಂಚಮ್ಮ.

ಈ ಮರಿಗೌಡ ತನ್ನ ತಂದೆಗೆ ಒಬ್ಬನೇ ಮಗ ಇರಬೇಕು. ಈತನ ಒಡಹುಟ್ಟಿದವರ ಬಗ್ಗೆಯೂ ತಿಳಿದಿಲ್ಲ. ಈ ಮುತ್ತಜ್ಜಿ ಮಂಚಮ್ಮ ನಮ್ಮೂರ ಪಕ್ಕದ ಅಬ್ಬೂರು ದೊಡ್ಡಿಯವಳು. ಆಕೆಯನ್ನು ಮದುವೆ ಮಾಡಿಕೊಟ್ಟಾಗ ಒಂದು ಹಲಸಿನ ಮರ ಇವರಿಗಾಗಿ ಬಿಟ್ಟಿದ್ದರಂತೆ. ಇತ್ತೀಚಿನ ವರ್ಷಗಳವರೆಗೂ ಅಬ್ಬೂರು ದೊಡ್ಡಿಯ ಅವರ ಮನೆಯಿಂದ ಪ್ರತಿವರ್ಷ ನಮ್ಮ ಮನೆಗೆ ಹಲಸಿನ ಹಣ್ಣನ್ನು

ತಂದು ಕೊಡುತ್ತಿದ್ದರು. ಈಗ ಹಲಸಿನ ಮರ ಇದೆಯೋ ಇಲ್ಲವೋ ಗೊತ್ತಿಲ್ಲ. ಹಣ್ಣು ಕೊಡುವ ಪದ್ಧತಿಯಂತೂ ನಿಂತಿದೆ.

ಈ ಮರಿಗೌಡ-ಮಂಚಮ್ಮ ದಂಪತಿಗಳಿಗೆ ನಾಲ್ಕು ಗಂಡು ಮಕ್ಕಳು ಹಾಗೂ ಮೂವರು ಹೆಣ್ಣು ಮಕ್ಕಳು. ಇವರಲ್ಲಿ ಹಿರಿಯವನಾದ ರಂಗೇಗೌಡನೇ ನನ್ನ ತಾತ.

ಆತನ ನಂತರ ಕಾಳಿಂಗೇಗೌಡ, ಚನ್ನೇಗೌಡ, ಮೋಟೆಗೌಡ ಎಂಬ ಗಂಡು ಮಕ್ಕಳು. ಮಂಚಮ್ಮ, ಚೌಡಮ್ಮ ಮತ್ತು ವಡ್ಡಗಲ್ಲಮ್ಮ ಎಂಬ ಮೂವರು ಹೆಣ್ಣು ಮಕ್ಕಳು.

ಹಿರಿಯ ಮಗಳು ಮಂಚಮ್ಮನನ್ನು ಚನ್ನಪಟ್ಟಣ ಸಮೀಪದ ಎಲೆ ಕೇರಿಗೆ ಸಾಕುಮಗಳಾಗಿ ಕಳುಹಿಸಿಕೊಡಲಾಗಿತ್ತು. ಇನ್ನೊಬ್ಬ ಮಗಳು ಚೌಡಮ್ಮನನ್ನು ಸಹ ಎಲೆಕೇರಿಗೆ ಕೊಟ್ಟು ಮದುವೆ ಮಾಡಲಾಗಿತ್ತು. ಸಾಕಷ್ಟು ಸ್ಥಿತಿವಂತರ ಮನೆ ಅದು. ಮದುವೆಯಾದ ಸ್ವಲ್ಪ ದಿನದಲ್ಲಿ ರೆಬೆಲ್ ಆದ ಚೌಡಮ್ಮ, ಒಲ್ಲದ ತನ್ನ ಗಂಡ ಮಂಚೇಗೌಡನನ್ನು ಬಿಟ್ಟು ಬಂದು, ಹೆಳವಯ್ಯ ಎಂಬ ಬೇರೊಬ್ಬನನ್ನು ಮದುವೆಯಾಗಿ, ಆತನ ಜೊತೆ ಬದುಕು ಸಾಗಿಸಿದಳು. ಈ ಹೆಳವಯ್ಯ ಲಕ್ಕೋಜನ ಹಳ್ಳಿಯವನು.

ಗಂಡ ಹೆಳವಯ್ಯ ಸತ್ತ ನಂತರ ಚೌಡಮ್ಮ ಅಬ್ಬೂರಿಗೇ ಬಂದು ನೆಲೆಯಾದಳು. ಈ ಚೌಡಮ್ಮನ ಒಬ್ಬನೇ ಮಗ ರಾಮಣ್ಣ. 80 ವರ್ಷ ದಾಟಿದ್ದರೂ ಈಗಲೂ ಗಟ್ಟಿ ಮುಟ್ಟಾಗಿರುವ ರಾಮಣ್ಣ ಊರವರ ಬಾಯಲ್ಲಿ ಚೌಡಿ ರಾಮಣ್ಣ. ನಮಗೆಲ್ಲ ಅಚ್ಚುಮೆಚ್ಚಿನವನು. ನಮ್ಮನ್ನೆಲ್ಲಾ ಎತ್ತಿ, ಆಡಿಸಿ ಬೆಳಸಿದವನು.

ಈತನ ಹಿರೀ ಮಗ ಚಂದ್ರ ನೋಡಲು ತುಂಬಾ ಸ್ಪುರದ್ರೂಪಿಯಾಗಿದ್ದ. ಒಮ್ಮೆ ಚಿಕ್ಕಲ್ಲೂರು ಜಾತ್ರೆಗೆ ಹೋದವನು ಮುತ್ತತ್ತಿ ಹೊಳೆ ದಾಟುವಾಗ ಅಕಸ್ಮಾತಾಗಿ ನೀರು ಪಾಲಾದನು.

ಎಷ್ಟೇ ಹುಡುಕಿದರೂ ಈತನ ಶವ ಪತ್ತೆ ಆಗಲಿಲ್ಲ. ಕೊನೆಗೆ ಅವನ ಬಟ್ಟೆಗಳನ್ನೇ ಸುಟ್ಟು ಅಂತ್ಯಕ್ರಿಯೆಗಳನ್ನು ನೆರವೇರಿಸಲಾಯಿತು. ಪದವಿ ಮುಗಿದ ನಂತರ ಕೆಲ ವರ್ಷಗಳು ಊರಿನಲ್ಲಿ ಇದ್ದಾಗ ಘಟಿಸಿದ ಕಹಿ ಪ್ರಸಂಗ ಇದು.

ಈ ರಾಮಣ್ಣನ ಇನ್ನೊಬ್ಬ ಮಗ ಇಂದ್ರ, ಅಪ್ಪ ರಾಮಣ್ಣ ತುಂಬಾ ಕಷ್ಟಪಟ್ಟು ಸಾಗುವಳಿ ಮಾಡಿ, ನನ್ನ ಅಣ್ಣ ರಾಜು ಅವರ ನೆರವಿನಿಂದ, ದಕ್ಕಿಸಿಕೊಂಡ ಸರಕಾರದ ಎರಡು ಎಕರೆ ಜಮೀನಿನಲ್ಲಿ ವ್ಯವಸಾಯ ಮಾಡಿಕೊಂಡು ನೆಮ್ಮದಿಯಿಂದ ಇದ್ದಾನೆ. ರಾಮಣ್ಣನ ಹೆಂಡತಿ ನಾವೆಲ್ಲ ಪ್ರೀತಿಯಿಂದ ಮಾಲು ಎಂದು ಕರೆಯುವ ವೆಂಕಟಲಕ್ಷ್ಮಿ, ನಮ್ಮ ಮನೆಯವರಿಗೆಲ್ಲ ಅಚ್ಚುಮೆಚ್ಚು.

ನನ್ನ ಬಾಲ್ಯದಲ್ಲಿ ನಾನು ನೋಡಿದಾಗ ಗಟ್ಟಿಮುಟ್ಟಾಗಿದ್ದ ಚೌಡಮ್ಮನ ಸಾವು ಮಾತ್ರ ವಿಸ್ಮಯ. ಅವರು ವಾಸ ಇದ್ದುದು ಸೋಗೆಯ ಗುಡಿಸಲು. ಮಧ್ಯ ಎತ್ತರವಾಗಿದ್ದು ಎರಡೂ ಕೆಲದಲ್ಲಿ ನಿಲ್ಲಲು ಕೂಡ ಆಗದಷ್ಟು ಚಿಕ್ಕದಿರುತ್ತದೆ.

ಗುಡಿಸಲಿನ ಒಂದು ಮೂಲೆಯಲ್ಲಿ, ಗಳುವಿಗೆ ನೇಣು ಹಾಕಿಕೊಂಡು ಕುಳಿತಿದ್ದ ಭಂಗಿಯಲ್ಲಿಯೇ ಪ್ರಾಣ ಬಿಟ್ಟಿದ್ದಳು ಈ ಚೌಡಮ್ಮ.

ಇಷ್ಟವಿಲ್ಲದ ಗಂಡನನ್ನೇ ಧಿಕ್ಕರಿಸಿ ಬಂದು, ಇಷ್ಟಪಟ್ಟವನ ಜೊತೆ ಬದುಕಿ ಬಾಳಿದ ದಿಟ್ಟೆ ಚೌಡಮ್ಮ, ಕೊನೆಗಾಲದಲ್ಲಿ ನೇಣಿಗೆ ಶರಣಾದದ್ದು ಮಾತ್ರ ದುರಂತ.

ಇನ್ನೊಬ್ಬ ಹೆಣ್ಣು ಮಗಳು ವಡ್ಗಲ್ಲಮ್ಮ. ಗಂಡುದೇವರ ಹೆಸರನ್ನು ಹೊತ್ತ ಈಕೆಯನ್ನು ಒಂದೇ ಊರಿಗೆ ಕೊಟ್ಟು ಮದುವೆ ಮಾಡಿದ್ದರು. ಈಕೆಯ ಗಂಡನ ಹೆಸರು ಅಪ್ಪಾಜಿ ಗೌಡ. ಮಕ್ಕಳು ನಾಗಣ್ಣ, ಗುರುಲಿಂಗ ಚನ್ನಮ್ಮ ಮತ್ತು ನಾಗಮ್ಮ.

ನಾಗಣ್ಣ 'ಕುರುಕ್ಷೇತ್ರ' ನಾಟಕದಲ್ಲಿ ಶಕುನಿಯ ಪಾತ್ರವನ್ನು ಅದ್ಭುತವಾಗಿ ಮಾಡುತ್ತಿದ್ದ ಕಲಾವಿದ. ನಾಗಮ್ಮನನ್ನು ನಮ್ಮ ಚಿಕ್ಕ ತಾತ ಚನ್ನೇಗೌಡನ ಮಗ ಎಸಿ ರಂಗಣ್ಣನಿಗೆ ತಂದುಕೊಳ್ಳಲಾಗಿತ್ತು. ಅಂದರೆ ಆತನಿಗೆ ಆಕೆ ಸೋದರತ್ತೆಯ ಮಗಳು.

ಮರಿಗೌಡ-ಮಂಚಮ್ಮನ ಏಳು ಮಕ್ಕಳಲ್ಲಿ ಹಿರಿಯ ಮಗ ರಂಗೇಗೌಡ ಅಂದರೆ ನನ್ನ ತಾತ. ರಂಗೇಗೌಡನಿಗೆ ಅಬ್ಬೂರಿನಿಂದಲೇ ಹೆಣ್ಣು ತರಲಾಗಿತ್ತು. ಹೆಸರು ಚಿಕ್ಕಮ್ಮಮ್ಮ. ಊರಿನಲ್ಲಿ ಸ್ವಲ್ಪ ಹೆಸರುವಾಸಿಯಾಗಿದ್ದ ಶಂಭು ಗೌಡ ಎಂಬುವವರ ಒಡ ಹುಟ್ಟಿದವಳು.

ಈ ಶಂಭುಗೌಡನಿಗೆ ಪುಟ್ಟಸ್ವಾಮಣ್ಣ, ಶಂಕ್ರಪ್ಪ, ಶಿವಪ್ಪ ಮೊದಲಾದ ಮಕ್ಕಳಿದ್ದರು.

ಮರಿಗೌಡ-ಮಂಚಮ್ಮನ ಹಿರಿಯ ಮಗ ರಂಗೇಗೌಡ-ಚಿಕ್ಕಮ್ಮಮ್ಮ ದಂಪತಿಗಳಿಗೆ ಆ ಕಾಲಕ್ಕೆ ಕುಟುಂಬ ಯೋಜನೆಯೋ ಎಂಬಂತೆ ಒಬ್ಬನೇ ಮಗ, ಒಬ್ಬ ಮಗಳು. ಆ ಒಬ್ಬ ಮಗನೇ ನನ್ನ ತಂದೆ ರಂಗೇಗೌಡ. ಮಗಳು ಸಣ್ಣಮ್ಮ. ಈ ನನ್ನ ಸೋದರತ್ತೆ ಸಣ್ಣಮ್ಮನನ್ನು ಕೂಡ ಒಂದೇ ಊರಿಗೆ ಕೊಟ್ಟು ಮದುವೆ ಮಾಡಲಾಗಿತ್ತು ಆಕೆಯ ಗಂಡ ಚಿಕ್ಕೈದಯ್ಯ.

ಮಕ್ಕಳು ಶಿವಪ್ಪ, ಚಿಕ್ಕಮರೀಗೌಡ, ಮಗಳು ಕಮಲಮ್ಮ. ಕಮಲಮ್ಮನನ್ನು ಪಕ್ಕದ ಮೈಲ ನಾಯಕನ ಹೊಸಳ್ಳಿಗೆ ಕೊಟ್ಟು ಮದುವೆ ಮಾಡಲಾಗಿತ್ತು.

ಈ ಸೋದರತ್ತೆ ಬದುಕಿದ್ದಾಗ ಅವರ ಮನೆ ನನಗೆ ಪ್ರಿಯವಾದ ಸ್ಥಳಗಳಲ್ಲಿ ಒಂದಾಗಿದ್ದು ಈ ನನ್ನ ಅತ್ತಮ್ಮನೊಡನೆ ಹಳೆಯ ನೆನಪುಗಳನ್ನು ಮೆಲುಕು ಹಾಕುವುದು ನನ್ನ ಪ್ರಿಯವಾದ ಹವ್ಯಾಸಗಳಲ್ಲಿ ಒಂದಾಗಿತ್ತು.

ನನ್ನ ಅತ್ತಮ್ಮ ಚೆನ್ನಾಗಿರುವಷ್ಟು ಕಾಲವೂ ಮಾರ್ಲಮ್ಮಿ ಹಬ್ಬದ ದಿನ ಎಡೆ ಇಡುವ ಸಮಯಕ್ಕೆ ತಪ್ಪದೇ ನಮ್ಮ ಮನೆಗೆ ಹಾಜರಾಗುತ್ತಿದ್ದಳು.

ನನ್ನ ತಂದೆ ರಂಗೇಗೌಡರನ್ನು ಪುಟ್ಟಸ್ವಾಮಿ ಎಂಬ ಹೆಸರಿನಿಂದಲೂ ಕರೆಯುತ್ತಿದ್ದರು. ಆ ಕಾಲಕ್ಕೆ ಎಲ್ ಎಸ್ ವರೆಗೆ ಓದಿದವರು. ಚನ್ನಪಟ್ಟಣ ತಾಲೂಕಿನ ಹಲವಾರು ಸಂಘ ಸಂಸ್ಥೆಗಳ ಚಟುವಟಿಕೆಗಳಲ್ಲಿ ಭಾಗವಹಿಸುತ್ತಿದ್ದರು. ಸ್ವಾತಂತ್ರ್ಯ ಚಳವಳಿಯ ಪ್ರಭಾವದಿಂದ ಸದಾ ಖಾದಿಧಾರಿ. ತಾಯಿ ವೆಂಕಟಮ್ಮ ರಾಂಪುರದವರು.

ತಾಯಿ ಕಡೆಯ ತಾತ ಅಜ್ಜಿ ಎಂದರೆ ಚಿಕ್ಕನಾಯಕೇಗೌಡ–ಚನ್ನಮ್ಮ.

ತಾಯಿ ವೆಂಕಟಮ್ಮನಿಗೆ ಓರ್ವ ಅಣ್ಣ, ಇಬ್ಬರು ತಮ್ಮಂದಿರು ಹಾಗೂ ಒಬ್ಬಳು ತಂಗಿ.

ಅಣ್ಣ ವೆಂಕಟೇಗೌಡ. ಆತನ ಪತ್ನಿ ತಿಮ್ಮಮ್ಮ ಹಂಗರಹಳ್ಳಿಯವಳು. ಮಕ್ಕಳು ಕೃಷ್ಣ, ರಾಮಚಂದ್ರ ಯಶೋಧ ಹಾಗೂ ಪುಟ್ಟತಾಯಮ್ಮ.

ಹಿಪ್ಪೇಮರದ ದೊಡ್ಡಿಗೆ ಕೊಟ್ಟಿದ್ದ ಈ ಪುಟ್ಟತಾಯಮ್ಮನದು ಮತ್ತೊಂದು ದುರಂತ. ತಾನು ಮಾಡದ ತಪ್ಪನ್ನು ತನ್ನ ಮೇಲೆ ಹೊರಿಸಿ, ಆಣೆ ಹಾಕಿಸಿದರು ಎಂದು ನೊಂದುಕೊಂಡು ಈಕೆ ಬಾವಿಗೆ ಬಿದ್ದು ಆತ್ಮಹತ್ಯೆ ಮಾಡಿಕೊಂಡಳು.

ಮೊದಲ ತಮ್ಮ ವೆಂಕಟಗಿರಿಗೌಡ. ಗುರ್ಲುಮಯ್ಯ ಎಂದೇ ಕರೆಯುತ್ತಿದ್ದುದು. ಹೆಂಡತಿ ಗೌರಮ್ಮ, ಚಗಚಗೆರೆಯವರು. ಮಕ್ಕಳು ವೆಂಕಟಸ್ವಾಮಿ, ಕಾಂತ, ಶಿವಲಿಂಗ, ಕುಮಾರ, ಪದ್ಮ, ಹಾಗೂ ತ್ರಿಪುರಸುಂದರಮ್ಮಣ್ಣಿ.

ಎರಡನೇ ತಮ್ಮ ತಿರುಮಲಯ್ಯ. ನಾವೆಲ್ಲಾ ಮರಿಯಪ್ಪ ಎಂದು ಕರೆಯುತ್ತಿದ್ದೆವು. ಸ್ವಲ್ಪ ಮುಂಗೋಪಿ. ಮರಿಯಪ್ಪನ ಹೆಂಡತಿ ಚನ್ನಮ್ಮ ಅಬ್ಬೂರಿನವರು. ಮಕ್ಕಳು ವೆಂಕಟೇಶ, ವೆಂಕಟಗಿರಿಯಪ್ಪ, ಗಿರಿಜಾ ಮತ್ತು ಗೀತಾ.

ನನಗೆ ಬುದ್ಧಿ ತಿಳಿಯುವ ವೇಳೆಗಾಗಲೇ ನನ್ನ ಸೋದರ ಮಾವಂದಿರೆಲ್ಲರೂ ಪ್ರತ್ಯೇಕ ಸಂಸಾರ ಹೂಡಿದ್ದರು. ಹೀಗಾಗಿ ನಮಗೆ ತಾಯಿಯ ತವರು ಎಂದರೆ ಮೂರು ಮೂರು ಮನೆಗಳ ಸಂಭ್ರಮ.

ಇನ್ನು ನನ್ನ ಚಿಕ್ಕಮ್ಮನನ್ನು ತಾಯಿ, ಚಿಕ್ಕತಾಯಿ ಎನ್ನುತ್ತಿದ್ದರು. ಬ್ಯಾಡರಹಳ್ಳಿಗೆ ಮದುವೆ ಮಾಡಿಕೊಡಲಾಗಿತ್ತು. ಬಹಳ ಬೇಗನೆ ತೀರಿಕೊಂಡಿದ್ದರು. ಆಕೆಯ ಒಬ್ಬಳೇ ಮಗಳು ಶಕುಂತಲಾ. ಈಕೆಯ ಪತಿ ಅದೇ ಊರಿನ ಸಂಬಂಧಿಯೂ ಆದ ಶಿವಲಿಂಗಯ್ಯ.

ನಮ್ಮ ಬಾಲ್ಯದ ರಜಾ ದಿನಗಳನ್ನು ರಾಂಪುರದಲ್ಲಿಯೇ ಕಳೆಯುತ್ತಿದ್ದುದರಿಂದ ರಾಂಪುರ ಹಾಗೂ ನಮ್ಮ ಸೋದರ ಮಾವಂದಿರ ಮಕ್ಕಳೆಲ್ಲರೂ ಈಗಲೂ ನಮಗೆ ಅಚ್ಚುಮೆಚ್ಚು. ಈ ರಾಂಪುರ ನಮಗೆ ಇಷ್ಟ ಆಗುತ್ತಿದ್ದು ಸಹಜವಾಗಿ ಅದು ನನ್ನ ತಾಯಿಯ ತವರು ಮನೆಯಾಗಿದ್ದರಿಂದ. ಮತ್ತೊಂದು ನನ್ನ ಸೋದರ ಮಾವಂದಿರು ಇಟ್ಟಿದ್ದ ಅಂಗಡಿ ಹಾಗೂ ಹೋಟೆಲ್. ಇಲ್ಲಿ ಸಿಗುತ್ತಿದ್ದ ಬಿಸಿ ಬಿಸಿ ಬೋಂಡ ಹಾಗೂ ಅಂಗಡಿಯ ಕಡಲೆಕಾಯಿ ಮತ್ತು ಮಿಠಾಯಿ. ರಾಂಪುರದ ನಮ್ಮ ಸವಿನೆನಪುಗಳು ಅಪಾರವಾಗಿವೆ. ಪಿತೃ ಪಕ್ಷದ ದಿನಗಳಂದು ರಾಂಪುರಕ್ಕೆ ನಮ್ಮ ಸವಾರಿ ಕಡ್ಡಾಯವಾಗಿರುತ್ತಿತ್ತು. ನನ್ನ ಅಣ್ಣ ರಾಜು ತಮ್ಮ ಪ್ರಾಥಮಿಕ ಶಿಕ್ಷಣವನ್ನು ರಾಂಪುರದಲ್ಲಿಯೇ ಮುಗಿಸಿದ್ದರು. ನನ್ನ ತಾಯಿ ವೆಂಕಟಮ್ಮ ತವರಿಗೆ ಹೊರಟಾಗ ಕೆಲವೊಮ್ಮೆ ಎತ್ತಿನ ಗಾಡಿಯಲ್ಲಿ ಡ್ರಾಪ್ ಸಿಗುತ್ತಿತ್ತು.

ನನ್ನ ಚಿಕ್ಕ ತಾತಂದಿರ ಪೈಕಿ ಎರಡನೆಯವನು ಕಾಳ್ನಿಂಗೇಗೌಡ. ಈತನ ಹೆಂಡತಿ ಬೇವೂರಿನವರು. ಚೌಡಮ್ಮ ಎಂದು. ಈ ಚೌಡಮ್ಮನನ್ನು ಬೇವೂರಮ್ಮ ಎಂದೇ ಕರೆಯುತ್ತಿದ್ದರು. ಈ ಬೇವೂರಮ್ಮ ಮತ್ತು ನನ್ನ ಅಜ್ಜಿ ಚಿಕ್ಕಮ್ಮಮ್ಮ, ಓರಗಿತ್ತಿಯರಾದರೂ ಗೆಳತಿಯರಂತಿದ್ದರು.

ನನಗೆ ಬುದ್ಧಿ ಬರುವ ವೇಳೆವಾಗಲೇ ಬಹುಶಃ ಅವರ ವಯಸ್ಸು 70 ದಾಟಿತ್ತೇನೋ, ಕುಟಾಣಿಯಲ್ಲಿ ಎಲೆ ಅಡಿಕೆ ಕುಟ್ಟಿಕೊಂಡು ಸಂಜೆಯಾದರೆ ಜಗಲಿಯ ಮೇಲೆ ಹರಟೆಗೆ ಸೇರುತ್ತಿದ್ದರು. ಪಟ್ಟೆ ಪಟ್ಟೆ ಸೀರೆ, ಕೆಂಪು ಅಂಚಿನ ರವಿಕೆಯಲ್ಲಿಯೇ ಇವರನ್ನು ಹೆಚ್ಚು ನೋಡಿದ್ದುದು. ಬೇವೂರಮ್ಮ ಸಣ್ಣಗೆ ಎತ್ತರವಾಗಿದ್ದು, ನಮ್ಮ ಅಜ್ಜಿ ಚಿಕ್ಕಮ್ಮಮ್ಮ ಸ್ವಲ್ಪ ಗುಂಡು ಗುಂಡಗೆ ಸುಖವಾಗಿ ಬೆಳೆದವಳಂತೆ ಕಾಣುತ್ತಿದ್ದಳು.

ಚಿಕ್ಕ ತಾತ ಮೊಟೆಗೌಡನ ಹೆಂಡತಿ ಇವರ ಜೊತೆ ಅಷ್ಟಾಗಿ ಬೆರೆತದ್ದು ನೋಡಿರಲಿಲ್ಲ. ಪ್ರಾಯಶಃ ವಯಸ್ಸಿನ ಅಂತರ ಇರಬೇಕು.

ನನ್ನ ಮೂರನೇ ತಾತ ಚನ್ನೇಗೌಡನ ಹೆಂಡತಿ ನಾನು ನೋಡುವ ಮೊದಲೇ ತೀರಿಕೊಂಡಿದ್ದಳು.

ಮರೀಗೌಡ–ಮಂಚಮ್ಮನ ಮಕ್ಕಳು ಪೈಕಿ ನಮ್ಮ ತಾತ ರಂಗೇಗೌಡ, ಚಿಕ್ಕ ತಾತ ಕಾಳ್ನಿಂಗೇಗೌಡ, ಎಲೆಕೇರಿಗೆ ಸಾಕು ಮಗಳಾಗಿ ಕೊಟ್ಟಿದ್ದ ಮಂಚಮ್ಮನನ್ನು ನಾನು ನೋಡಿಲ್ಲ. ಉಳಿದವರು ಅಂದರೆ ಚನ್ನೇಗೌಡ, ಮೋಟೆಗೌಡ, ಚೌಡಮ್ಮ, ಒಡ್ಡಲ್ಲಮ್ಮ ಇವರುಗಳನ್ನು ಕಂಡ ನೆನಪು ನನಗೆ ಚೆನ್ನಾಗಿಯೇ ಇದೆ.

ನಾನು ಕಂಡಂತೆ ಕಾಳ್ನಿಂಗೇಗೌಡನ ಮಗ ರಂಗಣ್ಣ, ಚನ್ನೇಗೌಡನ ಮಗ ಎ ಸಿ ರಂಗಣ್ಣ, ಮೋಟೇಗೌಡನ ಮಕ್ಕಳು ಒಂದೇ ಮನೆಯಲ್ಲಿ, ಬೇರೆ ಬೇರೆ

ಕೋಣೆಯಲ್ಲಿ ವಾಸವಿದ್ದರು. ಈಗ ಅಲ್ಲಿ ರಂಗಣ್ಣನ ಮನೆಯವರು ಇದ್ದು ಆರ್ಸಿಸಿ ಮನೆ ತಲೆಎತ್ತಿದೆ.

ಕಾಳಿಂಗೇಗೌಡ–ಚೌಡಮ್ಮ ಇವರುಗಳಿಗೆ ಒಬ್ಬ ಮಗ ಮೂವರು ಹೆಣ್ಣು ಮಕ್ಕಳು. ಮಗ ರಂಗಣ್ಣ, ಹೆಣ್ಣು ಮಕ್ಕಳು ತಿಮ್ಮಮ್ಮ ಸಾಕಮ್ಮ ಮತ್ತು ನಾಗಮ್ಮ. ತಿಮ್ಮಮ್ಮನನ್ನು ಬೇವೂರಿಗೆ ಕೊಟ್ಟು ಮದುವೆ ಮಾಡಲಾಗಿತ್ತು. ಗಂಡ ಬಲ್ಲೇಗೌಡ. ತಿಮ್ಮಮ್ಮ –ಬಲ್ಲೇಗೌಡನ ಮಗಳು ಚೌಡಮ್ಮನನ್ನೇ ಮತ್ತೆ ರಂಗಣ್ಣನಿಗೆ ತಂದುಕೊಳ್ಳಲಾಗಿತ್ತು. ರಂಗಣ್ಣ–ಚೌಡಮ್ಮನ ಮಗಳು ಸರೋಜಳನ್ನು ಮತ್ತೆ ಬೇವೂರಿಗೆ ಚೌಡಮ್ಮನ ತಮ್ಮ ರಾಮಲಿಂಗಯ್ಯ ನಿಗೆ ಕೊಟ್ಟು ಮದುವೆ ಮಾಡಲಾಗಿತ್ತು. ಹೀಗೆ ಬೇವೂರಿಗೆ ಅವರದು ಮೂರು ತಲೆಮಾರುಗಳ ಸಂಬಂಧ. ಕುಡಿಕೆ ಬೇವೂರು ಎಂದು ಕರೆಸಿಕೊಳ್ಳುವ ಇದು ಈಗಲೂ ಕುಂಬಾರಿಕೆಗೆ ಪ್ರಸಿದ್ಧಿ.

ಸಾಕಮ್ಮನನ್ನು ಒಂದೇ ಊರಿಗೆ ಗುತ್ತಲೇಗೌಡರ ಕರಿಗೌಡ ಎನ್ನುವವರಿಗೆ ಕೊಟ್ಟು ಮದುವೆ ಮಾಡಿದ್ದು ನಾಗಮ್ಮನನ್ನು ಪಕ್ಕದ ದಶವಾರದ ವೆಂಕಟೇಗೌಡ ಎಂಬುವರಿಗೆ ಕೊಟ್ಟು ಮದುವೆ ಮಾಡಲಾಗಿತ್ತು.

ಚಿಕ್ಕಂದಿನಲ್ಲಿ ನನಗೆ ದಶವಾರದ ಈ ಸಂಬಂಧ ಗೊತ್ತಿರಲಿಲ್ಲವಾದರೂ ಮಾರ್ಲಮ್ಮಿ ಹಬ್ಬದಲ್ಲಿ ಅವರ ಮನೆಗೆ ಊಟಕ್ಕೆ ಹೋಗುತ್ತಿದ್ದೆವು.

ರಂಗಣ್ಣ–ಚೌಡಮ್ಮನಿಗೆ ರಾಜು, ರಂಗಸ್ವಾಮಿ, ಚಂದ್ರ ಮೂವರು ಗಂಡು ಮಕ್ಕಳು. ಸರೋಜಾ, ನಾಗರತ್ನ ಹೆಣ್ಣು ಮಕ್ಕಳು. ನಾಗರತ್ನಳನ್ನು ಚಿಕ್ಕೇನಹಳ್ಳಿಯ ಮರಿಸ್ವಾಮಿಗೆ ಮದುವೆ ಮಾಡಿಕೊಡಲಾಗಿತ್ತು. ಸರೋಜಾ ಗಳನ್ನು ಬೇವೂರಿಗೆ ತಾಯಿಯ ತಮ್ಮ ರಾಮಲಿಂಗಯ್ಯ ಅವರಿಗೆ ಕೊಟ್ಟು ಮದುವೆ ಮಾಡಲಾಗಿತ್ತು.

ನನ್ನ ತಾತಂದಿರ ಪೈಕಿ ಮೂರನೇ ತಾತ ಚನ್ನೇಗೌಡನ ವ್ಯಕ್ತಿತ್ವ ವರ್ಣ ರಂಜಿತ. ಭಲೇ ರಸಿಕ. ದಾದಾಗಿರಿಯಲ್ಲಿ ಎತ್ತಿದ ಕೈ. ತನಗಿಂತ ಹಿರಿಯರಾದ ಇಬ್ಬರು ಗಂಡು ಮಕ್ಕಳನ್ನು ಬಿಟ್ಟು ಮೂರನೇ ಮಗನಾದ ಚನ್ನೇಗೌಡನಿಗೆ, ಮರೀಗೌಡನ ನಂತರ ಯಜಮಾನಿಕೆ ಬಂದಿತ್ತು.

ಈ ಚನ್ನೇಗೌಡನಿಗೆ ಇಬ್ಬರು ಹೆಂಡತಿಯರು. ಮೊದಲ ಹೆಂಡತಿ ಮರಿವೆಂಕಟೇಗೌಡರ ಕುಟುಂಬದ ಹೆಣ್ಣು ಮಗಳು ತಿಮ್ಮಮ್ಮ. ಈಕೆಗೆ ಮಕ್ಕಳಿರಲಿಲ್ಲ ನಂತರ ಕನ್ನಸಂದ್ರ ದಿಂದ ಚೌಡಮ್ಮ ಎಂಬುವವರನ್ನು ತರಲಾಗಿತ್ತು ಇವರಿಗೆ ಒಬ್ಬನೇ ಮಗ. ಈಗಲೂ ಆರೋಗ್ಯವಾಗಿರುವ ಎಸಿ ರಂಗಣ್ಣ 80 ವರ್ಷ ದಾಟಿದ್ದಾನೆ. ಈ ಚನ್ನೇಗೌಡ ತನ್ನ ತನ್ನ ಅಣ್ಣನೂ, ನನ್ನ ತಾತನೂ ಆದ ರಂಗೇಗೌಡನನ್ನು ನಮ್ಮ ಕೇರಿಯ ಬಾವಿಕಂಬಕ್ಕೆ ಕಟ್ಟಿ ಹೊಡೆದಿದ್ದನಂತೆ. ಹೀಗೆ ಇದ್ದರೆ ಅಪಾಯ ತಪ್ಪಿದ್ದಲ್ಲ ಎಂದು ನನ್ನ ಅಜ್ಜಿ ಚಿಕ್ಕಮ್ಮಮ್ಮ ಕೂಡು ಕುಟುಂಬ ಬಿಟ್ಟು ಪಕ್ಕದಲ್ಲಿ ಇದ್ದ ಬೇರೆ

ಮನೆ ಖರೀದಿಸಿ ಹೊರಬಂದಳಂತೆ. ಇದೇ ನಾವು ಹುಟ್ಟಿ ಬೆಳೆದ ಮನೆ ಇದನ್ನು ತಿಮ್ಮಸಂದ್ರದ ಚಿಕ್ಕಣ್ಣ ಎಂಬುವವರಿಂದ ಖರೀದಿಸಿದ್ದು.

ಈ ಚನ್ನೇಗೌಡ ನನಗೆ ಬುದ್ಧಿ ತಿಳಿಯುವ ವೇಳೆಗಾಗಲೇ ಸಾಕಷ್ಟು ವಯಸ್ಸಾಗಿ ಮೆತ್ತಗಾಗಿದ್ದ. ಜಗುಲಿಯ ಮೇಲೆ ಮಲಗಿರುತ್ತಿದ್ದ. ನಶ್ಯ ಹಾಕುವ ಚಟವಿದ್ದ ಈತನಿಗೆ ನಾನೂ ಕೆಲವೊಮ್ಮೆ ನಶ್ಯದ ಪುಡಿಯನ್ನು ಚೆನ್ನಾಗಿ ತೀಡಿ, ಸಣ್ಣ ಸಣ್ಣ ಉಂಡೆಗಳನ್ನಾಗಿ ಮಾಡಿ ನಶ್ಯೆ ಡಬ್ಬಿಗೆ ತುಂಬಿಸಿಕೊಡುತ್ತಿದ್ದೆ. ಪ್ರತಿಯಾಗಿ ಒಂದೆರಡು ಉಂಡೆಯನ್ನು ಪಡೆದು ಚೆನ್ನಾಗಿ ಮೂಗಿಗೆ ಏರಿಸಿ, ಮಜಾ ತೆಗೆದುಕೊಳ್ಳುತ್ತಿದ್ದೆ.

ಇದ್ದ ಜಮೀನೆಲ್ಲವನ್ನೂ ಶೋಕಿಗೆ ಕಳೆದುಕೊಂಡಿದ್ದ ಈತನಿಗೆ, ಕೊನೆಗೆ ನನ್ನ ತಂದೆ ರಂಗೇಗೌಡನೇ ಎರಡು ಎಕರೆ ಜಮೀನು ಕೊಡಿಸಲು ನೆರವಾದ ಎಂದು ಆತನ ಮಗ ಎ ಸಿ ರಂಗಣ್ಣ ಸ್ಮರಿಸುತ್ತಾನೆ.

ಚನ್ನೇಗೌಡನ ಮಗ ಎ ಸಿ ರಂಗಣ್ಣನ ಹೆಂಡತಿ ನಾಗಮ್ಮ ವಡ್ಡಲ್ಲಕ್ಕನ ಮಗಳು. ಅಂದರೆ ಸೋದರತ್ತೆ ಮಗಳು. ಇವರಿಗೆ ಮಕ್ಕಳು ಇರಲಿಲ್ಲ. ಹೀಗಾಗಿ ನನ್ನನ್ನು ದತ್ತು ತೆಗೆದುಕೊಳ್ಳಲು ಕೇಳಿದರಂತೆ. ನನ್ನ ತಾಯಿ ವೆಂಕಟಮ್ಮ ಒಪ್ಪಲಿಲ್ಲ ಎಂದು ಎ. ಸಿ ರಂಗಣ್ಣ ಹೇಳುತ್ತಿರುತ್ತಾನೆ. ನಾಗಮ್ಮ ತನ್ನ ಅಕ್ಕ ಚೆನ್ನಮ್ಮನ ಮಗಳು ಕಲಾವತಿಯನ್ನು ದತ್ತು ಪಡೆದು ಸಾಕಿಕೊಂಡಳು.

ಇನ್ನು ಕೊನೆಯವನು ಮೋಟೆಗೌಡ. ಈತನಿಗೆ ಐವರು ಗಂಡು ಮಕ್ಕಳು ಇಬ್ಬರು ಹೆಣ್ಣು ಮಕ್ಕಳು ಮರಿಯಪ್ಪ, ರಂಗಪ್ಪ, ಶ್ರೀನಿವಾಸ, ಪಾಪಣ್ಣ ಮತ್ತು ರಾಮಕೃಷ್ಣ. ಹೆಣ್ಣು ಮಕ್ಕಳು ಚನ್ನಮ್ಮ ಮತ್ತು ಕೆಂಪಮ್ಮ. ಇವರು ಚೋಟಿ ಮತ್ತು ಕರ್ಕಿ ಎಂದೇ ನಮಗೆಲ್ಲಾ ಪರಿಚಿತರು.

ನಮ್ಮ ಅಣ್ಣ ತಮ್ಮಂದಿರ ಪೈಕಿ ಅತಿ ದೂರಕ್ಕೆ ಅಂದರೆ ಪಾಂಡವಪುರ ತಾಲೂಕು ಅರವು ಗ್ರಾಮದ ಕೆಂಚೇಗೌಡ ಅವರಿಗೆ ಚೋಟಿಯನ್ನು ಮದುವೆ ಮಾಡಿಕೊಡಲಾಗಿತ್ತು. ಪಾಂಡವಪುರ ಸೀಮೆಯ ಈಕೆಯ ಮಾತು ನಮಗೆಲ್ಲಾ ಆಗ ತಮಾಷೆ. ಇವಳ ಮಗಳು ಲಕ್ಷ್ಮಿಯನ್ನು ಮತ್ತೆ ತಮ್ಮ ಶ್ರೀನಿವಾಸನಿಗೆ ತಂದುಕೊಳ್ಳಲಾಗಿತ್ತು. ಕರ್ಕಿಯನ್ನು ರಾಮನಗರ ತಾಲೂಕು ಡಣಾಯಕನಪುರದ ಬೆಟ್ಟೇಗೌಡ ಎಂಬುವವರಿಗೆ ಕೊಟ್ಟು ಮದುವೆ ಮಾಡಿತ್ತು. ಆಕೆ ಅದೇನೋ ಕಾರಣಕ್ಕೆ ಗಂಡನ ಮನೆ ಬಿಟ್ಟು ಬಂದವಳು ಅಬ್ಲೂರಿನಲ್ಲಿ ಅಣ್ಣಂದಿರ ಜೊತೆ ನೆಲೆಸಿದ್ದಾಳೆ. ಚಿಕ್ಕ ತಾತ ಮೊಟೆಗೌಡನ ಮೊದಲ ಮಗ ಮರಿಯಪ್ಪ ಮದುವೆಯಾಗದೆ ಉಳಿದು ಹೋದ. ಕಾರಣ ಏನು ಅಂತ ಗೊತ್ತಿಲ್ಲ. ಎರಡನೆಯವನು ರಂಗಪ್ಪ. ಆತನ ಹೆಂಡತಿ ಕಮಲಮ್ಮ, ಕನ್ನಸಂದ್ರದವರು. ಶ್ರೀನಿವಾಸ ಅಕ್ಕನ ಮಗಳು ಲಕ್ಷ್ಮಿಯನ್ನೇ

ಮದುವೆಯಾದ. ರಾಮಕೃಷ್ಣನ ಹೆಂಡತಿ ಕನ್ನಸಂದ್ರದ ಜಯಲಕ್ಷ್ಮಿ. ಪಾಪಣ್ಣ ಮದುವೆಗೆ ಮುನ್ನವೇ ಕಾಯಿಲೆ ಆಗಿ ತೀರಿಕೊಂಡ.

ಈ ಮರಿಯಪ್ಪ ಮತ್ತು ರಾಮಕೃಷ್ಣ ಇವರಷ್ಟು ಅಬ್ಬೂರು ಗುಡ್ಡೆಯನ್ನು ತಿರುಗಿದವರು ಬಹುಶಃ ಬೇರೆ ಇರಲಾರರು. ಮೇಕೆಗಳನ್ನು ಸಾಕುತ್ತಿದ್ದ ಇವರು ಮೇಕೆ ಮೇಯಿಸಲು ಗುಡ್ಡದ ಮೂಲೆ ಮೂಲೆಯನ್ನು ತಿರುಗಿದ್ದಾರೆ. ಅಪ್ಪ ಮಕ್ಕಳ ಮಧ್ಯೆ ವಿರಸ ಉಂಟಾಗಿ ಮೋಟೆಗೌಡ ಸ್ವಲ್ಪ ದಿನ ನಮ್ಮ ಮನೆಯಲ್ಲಿ ಇದ್ದವನು, ಸಾಯುವ ಕಾಲಕ್ಕೆ ಮತ್ತೆ ವಾಪಸ್ಸು ತನ್ನ ಮನೆ ಸೇರಿದ. ಮೋಟೇಗೌಡನ ಬಗ್ಗೆ ನಾನು ಕೇಳಿದ ಸ್ವಾರಸ್ಯ ಎಂದರೆ, ಸಾಯುವ ಸ್ಥಿತಿಯಲ್ಲಿ ಇದ್ದ ಆತನನ್ನು ಸತ್ತೇ ಹೋದ ಎಂದು ಭಾವಿಸಿ ಕಾಲನ್ನು ಮಡಚಿದಾಗ, ಇನ್ನೂ ಕುಟುಕು ಜೀವ ಇದ್ದ ಆತ ಹ್ಹಾ, ಹ್ಹಾ ಎಂದು ನರಳಿದನಂತೆ. ಆಗ ಕಾಲು ಮುರಿಯುವ ಪ್ರೋಗ್ರಾಂ ಸ್ವಲ್ಪ ಪೋಸ್ಟ್ ಪೋನ್ ಆಯಿತಂತೆ!!

ಅಣ್ಣತಮ್ಮಂದಿರ ಪೈಕಿ ಒಂದು ರೀತಿಯಲ್ಲಿ ಸಾಧು ಸ್ವಭಾವದವನು ಈ ಮೋಟೇಗೌಡ. ಈತನ ಹೆಂಡತಿ ಮರಿಚನ್ನಮ್ಮನೂ ಅಷ್ಟೇ. ಹಸಿಕಾಳಿನ ಕಾಲ ಬಂದರೆ ಇವರ ಮನೆಯಲ್ಲಿ ಮೂರೂ ಹೊತ್ತು ಹಸಿಕಾಳಿನದೇ ಸಾರು.

ಮೋಟೇಗೌಡನಿಗೆ ದೇವರ ಮೇಲೆ ಭಕ್ತಿ ಜಾಸ್ತಿ. ತುಂಡು ಪಂಚೆಯುಟ್ಟು ಪ್ರತಿದಿನ ಅರಳಿಮರ ಸುತ್ತಿ ಬರುತ್ತಿದ್ದ. ಈತ ನೆಟ್ಟ ಅರಳಿ ಮರ ಈಗಲೂ ಕಣ್ವ ಕಾಲುವೆಯ ಮೇಲೆ ಆತನ ನೆನಪಾಗಿ ನಿಂತಿದೆ. ಕಾಶೀಯಾತ್ರೆಗೂ ಹೋಗಿದ್ದ ಈತ, ಅಲ್ಲಿಂದ ತಂದಿದ್ದ, ಕನ್ನಡಿ ಇದ್ದ ಪುಟ್ಟ ಮರದ ಬಾಕ್ಸ್ ಒಂದು ಸುಮಾರು ವರ್ಷ ನಮ್ಮ ಮನೆಯಲ್ಲಿ ಇತ್ತು.

ಇನ್ನು ನಮ್ಮ ತಾತ ರಂಗೇಗೌಡ ನಾನು ಹುಟ್ಟುವ ಮೊದಲೇ ತೀರಿಕೊಂಡಿದ್ದ. ನಮ್ಮಜ್ಜಿ ಚಿಕ್ಕಮ್ಮಮ್ಮ ಗಟ್ಟಿಗಿತ್ತಿ.

ನಮ್ಮ ಮನೆಯನ್ನು ಸುಸ್ಥಿತಿಗೆ ತಂದವಳು ಹಾಗೂ ಅದನ್ನು ದೃಢವಾಗಿ ನಿಭಾಯಿಸಿದವಳು ಅವಳೇ. ನಮ್ಮ ತಂದೆ ರಂಗೇಗೌಡ ಪ್ರತಿ ದಿನ ಬೆಳಿಗ್ಗೆ ಮುಖ ತೊಳೆದು ತನ್ನ ತಾಯಿಯ ಕಾಲುಗಳಿಗೆ ನಮಸ್ಕರಿಸಿಯೇ ಮುಂದಿನ ಕೆಲಸ ಮಾಡುತ್ತಿದ್ದುದು. ನಮ್ಮ ತಂದೆ ಮುಖ ತೊಳೆಯುವ ಸದ್ದಾಗುತ್ತಿದ್ದಂತೆ ನಮ್ಮ ಅಜ್ಜಿ ಎರಡೂ ಪಾದಗಳನ್ನು ರೆಡಿಮಾಡಿಕೊಂಡು ಕುಳಿತಿರುತ್ತಿದ್ದಳು, ಮಗನ ನಮಸ್ಕಾರ ಸ್ವೀಕರಿಸಿ ಆಶೀರ್ವಾದ ಮಾಡಲು. ಅಪ್ಪನ ಈ ಗುಣ ಮಕ್ಕಳಾರಿಗೂ ಬರಲೇ ಇಲ್ಲ.

ನನ್ನ ತಂದೆ ರಂಗೇಗೌಡ ಎಲ್ ಎಸ್ ವರೆಗೆ ಓದಿದ್ದರಿಂದ ಬೇಸಾಯ ವ್ಯಾಪಾರ ಸೇರಿದಂತೆ ಹಲವು ವ್ಯವಹಾರ ನಿಭಾಯಿಸುತ್ತಿದ್ದರು. ಛೇರ್ಮನ್ ಆಗಿದ್ದರು. ನಮ್ಮ ಅಣ್ಣತಮ್ಮಂದಿರ ಪೈಕಿ, ನಮ್ಮ ಕಾಲಕ್ಕೆ ಆರ್ಥಿಕವಾಗಿ ಸದೃಢವಾಗಿದ್ದರು ನಮ್ಮ ತಂದೆ.

ನಾವು ಐವರು ಗಂಡು ಮಕ್ಕಳು ಮೂವರು ಹೆಣ್ಣು ಮಕ್ಕಳು. ರಾಜು, ಚಂದ್ರಶೇಖರ, ರಂಗೇಗೌಡ, ಮರಿಗೌಡ ಮತ್ತು ಜಯಮ್ಮ, ಲಕ್ಷ್ಮಮ್ಮ, ತಾಯಮ್ಮ ಮತ್ತು ನಾನು ಪ್ರಕಾಶ.

ಜಯಮ್ಮನನ್ನು ಒಂದೇ ಊರಿಗೆ ಚನ್ನಿಗೇಗೌಡರ ಕುಟುಂಬದ ಚನ್ನಯ್ಯ ಅವರಿಗೆ ಕೊಟ್ಟು ಮದುವೆ ಮಾಡಲಾಗಿತ್ತು. ಆಕೆಯ ಮಗಳು ಚೆನ್ನಮ್ಮ ಅವರನ್ನೇ ನಮ್ಮ ಅಣ್ಣ ರಾಜು ಅವರಿಗೆ ತಂದುಕೊಳ್ಳಲಾಗಿತ್ತು. ಚಿಕ್ಕ ವಯಸ್ಸಿಗೇ ಗಂಡನನ್ನು ಕಳೆದುಕೊಂಡ ಜಯಮ್ಮನ ಜೀವನದ್ದು ಮತ್ತೊಂದು ಹೋರಾಟದ ಕತೆ.

ಲಕ್ಷ್ಮಮ್ಮನನ್ನು ಕೂಟಗಲ್‌ನ ಚೆನ್ನಗಿರಿಯಪ್ಪ ಅವರಿಗೆ, ತಾಯಮ್ಮನನ್ನು ಕಂಚನಹಳ್ಳಿಯ ಮಾದೇಗೌಡ ಅವರಿಗೆ ಕೊಟ್ಟು ಮದುವೆ ಮಾಡಿತ್ತು.

ನನ್ನ ತಂದೆ ರಂಗೇಗೌಡ ಇದ್ದಾಗ ಜಯಮ್ಮ, ಲಕ್ಷ್ಮಮ್ಮ, ರಾಜು ಇವರುಗಳ ಮದುವೆ ಆಗಿತ್ತು. ಉಳಿದವರೆಲ್ಲರ ಮದುವೆ, ನಂತರ ಮನೆಯ ಹೊಣೆ ಹೊತ್ತ ರಾಜು ಅವರ ನೇತೃತ್ವದಲ್ಲಿ ನಡೆಯಿತು.

ಚಂದ್ರಶೇಖರನ ಪತ್ನಿ ಸುನಂದ ಚನ್ನೇನಹಳ್ಳಿಯವರು, ರಂಗೇಗೌಡನ ಪತ್ನಿ ಲಲಿತ ಆನೆದೊಡ್ಡಿಯವರು, ಮರೀಗೌಡನ ಪತ್ನಿ ಗಾಯತ್ರಿ ಹುನುಗನಹಳ್ಳಿಯವರು, ನನ್ನ ಪತ್ನಿ ಸುಧಾ ಕೃಷ್ಣರಾಜಪೇಟೆ.

ತಂದೆ ರಂಗೇಗೌಡ ವಿದ್ಯೆಗೆ ನೀಡಿದ ಆದ್ಯತೆಯಿಂದಾಗಿ ನಾವೆಲ್ಲರೂ ಸಾಕಷ್ಟು ಓದಿಕೊಂಡಿದ್ದೇವೆ.

ಹಿರಿಯಣ್ಣ ರಾಜು ಅವರು ಬಿಇ ಅಂತಿಮ ವರ್ಷದಲ್ಲಿದ್ದರು. ಅಷ್ಟರಲ್ಲಿ ನಮ್ಮ ತಂದೆಯ ಸಾವಿನ ಕಾರಣ ಊರು ಸೇರಿ ಸಂಸಾರದ ಜವಾಬ್ದಾರಿ ಹೊರಬೇಕಾಯಿತು. ಚಂದ್ರಶೇಖರ ಪಿಯುಸಿವರೆಗೆ ಓದಿದ. ಪಿಯುಸಿಯಲ್ಲಿ ಒಂದು ವಿಷಯದಲ್ಲಿ ಫೇಲ್ ಆದ ಆತ ನಂತರ ಪಾಸ್ ಆಗಲೇ ಇಲ್ಲ. ರಂಗೇಗೌಡ ಎಂಜಿನಿಯರ್, ಮರಿಗೌಡ ಬಿಎವರೆಗೆ ಓದಿ ಹಾಲು ಒಕ್ಕೂಟದಲ್ಲಿ ಕೆಲಸ ಮಾಡಿದವನು. ಹೀಗೆ ಎಲ್ಲರೂ ಒಂದಲ್ಲ ಒಂದು ರೀತಿಯಲ್ಲಿ ಸಾಕಷ್ಟು ವಿದ್ಯಾವಂತರು.

ನಮ್ಮ ತಾಯಿ ವೆಂಕಟಮ್ಮ ಒಂದು ರೀತಿಯಲ್ಲಿ ಸಹನಾ ಮೂರ್ತಿ. ಅತ್ತೆಯ ಕಿರುಕುಳದ ಬಗ್ಗೆ ಸದಾ ಹೇಳುತ್ತಿದ್ದರೂ ಆ ಕಿರುಕುಳವನ್ನು ಎಂದು ತನ್ನ ಸೊಸೆಯರಿಗೆ ವರ್ಗಾಯಿಸಲಿಲ್ಲ. ಎಂಟು ಮಕ್ಕಳ ಜೊತೆ ಬಾಲ್ಯದಲ್ಲಿ ತೀರಿಕೊಂಡವರು ನಾಲ್ವರು. ಒಬ್ಬಾಕೆ ನಾಗರತ್ನ ಮನೆಯಲ್ಲಿ ನಾಗರಹಾವು ಕಡಿದು ಅಕಾಲಿಕ ಸಾವಿಗೆ ತುತ್ತಾದವಳು. ಇನ್ನು ಮೂವರು ಕಾಯಿಲೆ ಕಸಾಲೆಯಿಂದ ತೀರಿಕೊಂಡವರು.

ವೆಂಕಟಮ್ಮ ತನ್ನ ಗಂಡನ ಜೊತೆಗೆ ಎಂದೂ ನೇರಾ ನೇರಾ ಮಾತನಾಡಿದವಳಲ್ಲ. ಎಂದೂ ಯಾರ ಜೊತೆಗೂ ಜಗಳ ಆಡಿದವಳಲ್ಲ. ತನ್ನ ಕೈಲಾದದ್ದನ್ನು ಅಕ್ಕಪಕ್ಕದವರಿಗೆ ಕೊಡುವುದರಲ್ಲಿ ಸಂತೋಷ ಕಂಡವಳು. ಗಂಡ ಇದ್ದಷ್ಟು ದಿನ ಆತನ ಯಜಮಾನಿಕೆ, ನಂತರ ಮಕ್ಕಳ ಯಜಮಾನಿಕೆಯಲ್ಲಿ ಕಳೆದುಹೋದವಳು.

ಅಬ್ಬೂರು ಪ್ರಕಾಶ್

ಪತ್ರಿಕೋದ್ಯಮದಲ್ಲಿ ಸ್ನಾತಕೋತ್ತರ ಪದವಿ. ನಂತರ ಕೆಲ ಕಾಲ ಪತ್ರಕರ್ತರಾಗಿ ಕೆಲಸ. ಕರ್ನಾಟಕ ಸರ್ಕಾರದ ವಾರ್ತಾ ಮತ್ತು ಸಾರ್ವಜನಿಕ ಸಂಪರ್ಕ ಇಲಾಖೆಯಲ್ಲಿ ಮೂರು ದಶಕಗಳ ಕಾಲ ವಿವಿಧ ಹುದ್ದೆಗಳನ್ನು ನಿರ್ವಹಿಸಿದ್ದಾರೆ. ಬೇಸಾಯ ಇವರ ಹೃದಯಕ್ಕೆ ತೀರಾ ಹತ್ತಿರ.

FCW - #0173 - 061026 - C0 - 216/140/8 - PB - 9788196998875 - Matt Lamination